கிழக்கும் மேற்கும்
பன்னாட்டு அரசியல் கட்டுரைகள்

கிழக்கும் மேற்கும்

பன்னாட்டு அரசியல் கட்டுரைகள்

மு. இராமனாதன் (பி. 1959)

பொறியாளர் – ஹாங்காங்கின் பதிவு பெற்ற பொறியாளராக வும் பிரிட்டனின் சார்டர்ட் பொறியாளராகவும் பட்டம் பெற்றவர். இந்தியா, ஹாங்காங், சவுதி அரேபியா முதலான நாடுகளில் பல்வேறு உள்கட்டமைப்புத் திட்டங்களில் பணியாற்றியிருக்கிறார். இவரது பொறியியல் கட்டுரைகள் பன்னாட்டு ஆய்விதழ்களில் வெளியாகியுள்ளன.

எழுத்தாளர் – உலக அரசியல், சமூகம், பண்பாடு, மதம், கலை-இலக்கியம், பொறியியல் முதலான பொருள்களில் எழுதிவருகிறார். இவரது பதிப்பில் மூன்று நூல்கள் வெளியாகியுள்ளன. ஹாங்காங் இலக்கிய வட்டம் நடத்திய 25 கூட்டங்களின் பதிவுகள் அடங்கிய ‘இலக்கிய வெள்ளி’ (2008); பர்மாவிலிருந்து புலம்பெயர்ந்த செ. முஹம்மது யூனூஸின் அனுபவத் தொகுப்பான ‘எனது பர்மா குறிப்புகள்’ (காலச்சுவடு, 2009); அ. முத்துலிங்கத்தின் கிளாசிக் சிறுகதைகளின் தொகை நூலான ‘புவியீர்ப்புக் கட்டணம்’ (காலச்சுவடு, 2022).

சொந்த ஊர்: சிவகங்கை மாவட்டம், அரியக்குடி.

பெற்றோர்: முத்துக்கருப்பன் - அழகம்மை.

மனைவி: அலமேலு.

மகள்: கவிதா, வழக்குரைஞர்.

மகன்: குமார், ஆய்வு மாணவர்.

மின்னஞ்சல்: *mu.ramanathan@gmail.com*

மு. இராமனாதன்

கிழக்கும் மேற்கும்

பன்னாட்டு அரசியல் கட்டுரைகள்

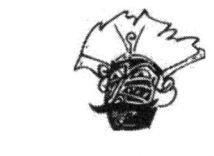

காலச்சுவடு பதிப்பகம்

● அன்பார்ந்த வாசகருக்கு,

வணக்கம்.

காலச்சுவடு நூலை வாங்கியமைக்கு நன்றி.

நூலின் உள்ளடக்கம், உருவாக்கம், அட்டைப்படம் இன்ன பிற அம்சங்கள் பற்றிய உங்கள் கருத்துகளையும் ஆலோசனைகளையும் காலச்சுவடு வரவேற்கிறது. தகவல், எழுத்து, வாக்கியப் பிழைகள் தென்பட்டால் கட்டாயம் தெரிவித்து உதவுங்கள். நூல் தயாரிப்பில் கடும் குறைபாடு இருப்பின் மாற்றுப் பிரதி உங்களுக்குக் கிடைக்கக் காலச்சுவடு ஏற்பாடு செய்யும்.

மின்னஞ்சல்: **publisher@kalachuvadu.com**

காலச்சுவடு நாகர்கோவில் தலைமையகத்துக்கும் கடிதம் அனுப்பலாம்.

தங்கள்
எஸ்.ஆர். சுந்தரம் (கண்ணன்)
பதிப்பாளர் — நிர்வாக இயக்குநர்

கிழக்கும் மேற்கும்: பன்னாட்டு அரசியல் கட்டுரைகள் ◆ கட்டுரை ◆ ஆசிரியர்: மு. இராமனாதன் ◆ © மு. இராமனாதன் ◆ முதல் பதிப்பு: டிசம்பர் 2022 ◆ வெளியீடு: காலச்சுவடு, 669, கே.பி. சாலை, நாகர்கோவில் 629001

காலச்சுவடு பதிப்பக வெளியீடு: 1162

kizhakkum meeRkum ◆ Political Comments ◆ Essay ◆ Author: Mu. Ramanathan ◆ © Mu. Ramanathan ◆ Language: Tamil ◆ First Edition: December 2022 ◆ Size: Demy 1 x 8 ◆ Paper: 18.6 kg maplitho ◆ Pages: 232

Published by Kalachuvadu, 669, K.P. Road, Nagercoil 629001, India ◆ Phone: 91-4652-278525 ◆ e-mail: publications@kalachuvadu.com ◆ Printed at Mani Offset, Chennai 600077

ISBN: 978-81-960153-4-3

12/2022/S.No. 1162, kcp 4042, 18.6 (1) 9ss

அன்புப் பெற்றோர்
முத்துக்கருப்பன் – அழகம்மை
நினைவுக்கு இந்நூல்

நன்றியறிதல்

இந்து தமிழ் திசை

(கே. அசோகன், சமஸ், ஆசை, வெ. சந்திரமோகன், சிவசு, த. ராஜன், ஆதி வள்ளியப்பன், அருண் பிரசாத்)

காலச்சுவடு

(சுகுமாரன், அரவிந்தன்)

அருஞ்சொல்.காம்

(சமஸ்)

வார்த்தை

(பி.கே. சிவகுமார்)

ஆனந்த விகடன், ஜூனியர் விகடன், அவள் விகடன்

(வேல்ஸ், டி.எல்.சஞ்சீவி குமார், அறிவழகன், ஜனனி)

தமிழ். ஏபிபிலைவ்.காம்

(ராஜா சண்முகசுந்தரம்)

திண்ணை.காம்

(கோ. ராஜாராம்)

காக்கைச் சிறகினிலே

(வி. முத்தையா)

மின்னம்பலம்.காம்

(அ. காமராஜ்)

பொருளடக்கம்

அணிந்துரை: தமிழ்ப் பார்வையில் சர்வதேசம் — 11
என்னுரை: பொருள் புதிது — 17

கிழக்காசியா

1. இது ஷி ஜிங்பிங்கின் காலம்! — 23
2. சீனா பறக்கவிடும் இந்தியக் கொடி — 33
3. சீனாவைச் சுற்றிவரும் வதந்தி — 41
4. என்று தணியும் இந்திய-சீன எல்லைப் பிரச்சினை? — 45
5. சீனாவின் பட்டுச் சாலை — 64
6. சீனப் பெருமழையின் துயரங்களும் பாடங்களும் — 68
7. மாமல்லபுரம் சந்திப்பு — 72
8. சீனாவும் ஜப்பானும் 70 ஆண்டுகளும் ஒரு சொல்லும் — 76
9. வலசை போகும் சீனர்கள் — 80
10. இரண்டு ஒலிம்பிக்ஸ் இரண்டு சீனா — 84
11. சீனாவின் ஒற்றைக் குழந்தைகள் — 91
12. ஹாங்காங்கின் 25 ஆண்டுகள் — 100
13. ஹாங்காங் தமிழ் வகுப்புகள் — 110
14. செய்யும் தொழிலே தெய்வம் — 118
15. தைவானில் நெருப்பு அலைகள் — 122
16. கொந்தளிக்கும் தென் சீனக் கடல்! — 129

தென்கிழக்காசியா / தெற்காசியா

17. இந்தியாவின் புதிய முன்மாதிரிகள்:
    வங்கதேசமும் வியட்நாமும் — 135
18. சிங்கப்பூரின் பொன்விழா — 142
19. ராணுவ நுகத்தடியில் மியான்மர் — 146
20. அகதிகளாக ஆக முடியாதவர்கள் — 163

ஐரோப்பா

21. உக்ரைன் போர் செல்லும் பாதை — 167
22. ரிஷியின் கதை எந்த மொழியில் எழுதப்பட்டது? — 174

ஆஸ்திரேலியா

23. ஆஸ்திரேலியத் தேர்தல் – புதிய கிரணங்கள் — 178
24. ஒரே நாடு பல நேரம் — 182
25. வீடுதோறும் ஒரு புத்தக அலமாரி — 190

அமெரிக்கா

26. அமெரிக்காவின் இரண்டு முகங்கள் — 194
27. அமெரிக்காவில் சமூகநீதி தோற்குமிடம்! — 198
28. அமெரிக்கத் தேர்தல் – தேர்வர் குழு எனும் விநோதம் — 202
29. அமெரிக்க அதிபர் தேர்தல் – நீதியரசர்களின் சார்புநிலை — 204
30. தோல்வியை ஏற்க மறுக்கும் டிரம்ப்! — 210
31. கொடி கட்டிப் பறக்கும் டிரம்பிசம் — 214
32. அமெரிக்க அவமானம் – பொறுப்பாளிகள் யார்? — 219
33. டிரம்ப் ஏற்படுத்திய சேதாரம் — 224
34. பைடன், உங்கள் கால அவகாசம் இப்போது துவங்குகிறது! — 228

அணிந்துரை

தமிழ்ப் பார்வையில் சர்வதேசம்

பத்திரிகையில் பணி நிமித்தம் கட்டுரைகளை வாசிப்பதானது சள்ளைபிடித்த வேலை. வாசிப்பில் எவ்வளவு ஆர்வம் உள்ளவரையும் அது இயந்திரம் ஆக்கிவிடும்.

நான் தி இந்து தமிழ் நாளிதழின் ஆசிரியர் குழுவில் இருந்த காலகட்டத்தில் அன்றாடம் நூறுக்குக் குறையாமல் கட்டுரைகள் தேர்வுக்காக வரும். அணியினர் அவற்றில் சில பத்துக் கட்டுரைகளைத் தேர்ந்தெடுப்பார்கள். அவற்றிலிருந்து அடுத்த கட்டத் தேர்வை நான் மேற்கொள்ள வேண்டும். இந்த ஓட்டத்தில் நல்ல எழுத்தைக் காட்டிலும் பல மடங்கு மோசமான எழுத்துகளை வேறு வழியின்றி எல்லோருமே வாசிக்க வேண்டியிருக்கும்.

இப்படி அன்றாடம் பத்தாயிரம் சொற்களுக்குக் குறையாமல் வாசிப்பதும், தேர்ந்தெடுக்கப்படும் கட்டுரைகளைப் பக்க வடிவமைப்பின் அளவுக்கேற்பச் சுருக்குவதும், படைப்புக்குச் சேதாரம் நிகழாத வண்ணம் திருத்திச் செம்மையாக்குவதுமான பணி ரத்தத்தை உறிஞ்சி, மண்டையிலிருந்து ஆவியை வெளியே அனுப்பிவிடக்கூடியது.

படைப்புகளைத் திருத்துவோருக்கு நம்மூரில் கிடைக்கும் வசையும் சாபமும் கொஞ்சநஞ்சம் இல்லை. பத்திரிகைகளில் பணியாற்றுவோருக்கு எல்லோருடைய எழுத்திலும் வலியக் கைவைக்கும் வியாதி இருக்கும் என்ற எண்ணம்கூட இங்கே

சிலருக்கு உண்டு. நிதர்சனம் என்னவென்றால், திருத்தம் தேவைப்படாத அளவுக்கு நேர்த்தியாக எழுதப்பட்டு வரும் பிரதிகளைக் கண்டால், அப்படி அனுப்பும் எழுத்தாளர்கள் வாழும் திசை நோக்கிப் பத்திரிகையாளர்கள் கும்பிடு போடுவார்கள். எந்த ஒரு தீவிரமான விஷயத்தையும் லட்சக்கணக்கான வாசகர்களை மனதில் கொண்டு, குறிப்பிட்ட வரையறைகளுக்குள் சுருக்கமாகவும் சுவாரஸ்யமாகவும் எழுதுவது பெரும் சவால். தேர்ந்த வெகுஜனப் பத்திரிகை எழுத்தும் கலை வெளிப்பாடுதான்.

பலர் ஒரு விஷயத்தை அன்றைய காலப் பொருத்தத்தில் அணுகி, எப்படியோ தன் கருத்துகள் வெளிப்பட்டால் போதும் என்கிற எண்ணத்தோடு எழுதும்போது இப்படி எழுதப்படும் கட்டுரைகள் அன்றைய நாளின் தேவையையும் 'ஓர் அறிக்கை' எனும் வடிவத்தையும் தாண்டுவது இல்லை. இத்தகு எழுத்துகள் பத்திரிகையில் வாசிக்கப்பட்ட வேகத்தில் கடாசப்படுவதாக அமைந்துவிடும். சிலர் அதே விஷயங்களைத் தொலைநோக்கோடு அணுகி, கட்டுரைகளின் வழி தாம் சொல்லவரும் கருத்துகளோடு, வெளிப்படுத்தும் மொழியிலும் தொனியிலும் கூடவே கவனம் செலுத்துகையில் அடுத்த கட்டத்தை நோக்கி அவர்களுடைய எழுத்து பயணப்படுகிறது. நண்பர் மு. இராமனாதன் இந்த ரகம்.

○

மோடி அரசு பெரும் ஆரவாரத்துடன் 'இந்தியாவில் உருவாக்கு வோம்' கொள்கையை அறிவித்த சமயம். ஓர் அறிவிப்பின் வழி உலகின் தொழிற்சாலை எனும் இடத்தை நமதாக்கிவிடலாம் எனும் பாவனையை அது உருவாக்க முனைந்தது. அப்போது 'உலகின் தொழிற்சாலை ஆகுமா இந்தியா?' என்ற கட்டுரையை அனுப்பியிருந்தார் ராமனாதன். உற்பத்தித் துறையில் சீனாவை விஞ்சும் இலக்கு உண்மையாகவே இந்திய அரசுக்கு இருக்கும் என்றால், எப்படியெல்லாம் அதற்கு இந்தியா தயாராக வேண்டும்; எவ்வளவு காலம் திட்டமிட்டு உழைக்க வேண்டும்; குறிப்பாக மனிதவளத் துறையை எப்படியானதாகச் சிந்திக்க வேண்டும் என்று அந்தக் கட்டுரையில் விவரித்திருந்தார்.

மோடியின் மீதோ, அரசின் மீதோ வெற்றுத் தாக்குதல்கள் எதுவும் இல்லை. சொல்லப்போனால், திட்டத்தின் உள் அரசியலை யெல்லாம் அவர் பொருட்படுத்தக்கூட இல்லை. நேர்மறையான பாதையிலேயே தரவுகள் அடிப்படையிலான தர்க்கங்கள்வழி இந்திய ஆளும் வர்க்கமானது வெளிப்படுத்தும் ஒவ்வோர் அபத்தத்தையும் அம்பலப்படுத்தியிருந்தார். இந்திய அரசு அப்போது புல்லட் ரயில்

திட்டத்தில் தனக்குள்ள ஆர்வத்தையும் வெளிப்படுத்தியிருந்தது. இராமனாதன் தன் கட்டுரையில் சொல்லியிருந்தார், "சென்னை மெட்ரோ ரயிலின் சரிபாதித் தடம் சுரங்கப் பாதைகளால் அமைக்கப்படுகிறது. நிலத்தின் அடியில் 30 அடிக்கும் கீழே சுரங்கங்களை அமைக்கும் பணியில் ஈடுபடுத்துவதற்காக 12 இயந்திரங்களை வெளியிலிருந்து நாம் தருவித்திருக்கிறோம். இவற்றில் ஒரு இயந்திரம் அமெரிக்க நிறுவனத்தினுடையது, மூன்று சீன நிறுவனத்தினுடையது, எட்டு ஜெர்மன் நிறுவனத்தினுடையது; ஆனால், இந்த இயந்திரங்களுக்குள் ஓர் ஒற்றுமை உண்டு. எல்லாமே சீனத்தில் உருவாக்கப்பட்டவை."

எவ்வளவு அநாயசமாக இராமனாதனால் ஒரு விஷயத்தின் அடியாழத்துக்குச் செல்ல முடியும் என்பதை மேலே உள்ள பத்தியின் மூலம் நாம் புரிந்துகொள்ள முடியும். அடுத்தடுத்த வரிகளிலேயே இராமனாதன் சொல்வார், "இந்தியாவில் எழுதப் படிக்கத் தெரிந்தவர்கள் 74% பேர். சீனாவில் இது 95%. 1990களிலேயே சீனாவில் கல்வி கற்றோர் விகிதம் இந்தியாவின் தற்போதைய நிலையைக் காட்டிலும் உயர்வாக இருந்தது. இந்தியாவில் சுமார் 29 கோடிப் பேருக்கு எழுத்தறிவு இல்லை. உலகில் எழுத்தறிவற்றோரில் மூன்றில் ஒருவர் இந்தியர். தவிர, இந்தியாவின் கல்வித் தரமும் கவலைக்குரியதாக இருக்கிறது. ஐந்தாம் வகுப்பு மாணவர்களில் பெரும்பான்மையினரால் இரண்டிலக்கக் கழித்தல் கணக்கைக்கூடப் போட முடியவில்லை. பொதுச் சுகாதாரமும் இந்தியாவில் பலவீனமாகத்தான் இருக்கிறது. ஒரு சராசரி சீனர் சராசரி இந்தியரைக் காட்டிலும் 11 ஆண்டுகள் கூடுதலாக வாழ்கிறார். தன்னுடைய உள்நாட்டு உற்பத்தி மதிப்பில் 2.7% தொகையைச் சுகாதாரத்துக்காகச் சீனா செலவிடுகிறது; இந்தியாவில் இது 1.2%."

இராமனாதன் வெறும் தரவுகளை அடுக்கி, கட்டுரைகளை உருவாக்குபவர் அல்லர். நடைமுறைக் கதைகள் அதில் இருக்கும். கூடவே தரவுகள் இருக்கும். பிரச்சினையின் அடிநாதம் கட்டுரையில் சுட்டப்படுவதோடு, தீர்வுகளுக்கான முன்மொழிவுகளும் இருக்கும். நல்லெண்ணமும் நல்மதிப்பீடுகளும் கட்டுரைகளைக் கோத்துப் பிணைத்திருக்கும். நாங்கள் பத்திரிகை அணியினர் வேடிக்கையாக எங்களுக்குள் பேசிக்கொள்வோம், "இராமனாதன் எழுத்திலும் பொறியாளர், எப்படியிருக்கிறது பாருங்கள் கலவையும் கட்டமைப்பும்!"

இராமனாதனிடம் எனக்குப் பிடித்தமானது அவருடைய எளிமையும் கச்சிதமும்!

○

கலவையான வளர் பின்னணி இராமனாதனுக்கு அமைந்தது அவருடைய பார்வைக்கு முக்கியமான காரணம் என்று எண்ணுகிறேன். கிராமப்புறப் பின்னணியில் அரியக்குடியில் பிறந்து வளர்ந்தார். பக்கத்தில் உள்ள நகரமான காரைக்குடி தனித்துவமான அடையாளங்களையும் பண்புகளையும் கொண்டது. பெரும் ஏற்றத்தையும் வீழ்ச்சியையும் பார்த்த தமிழ் நகரம் அது. தமிழ்நாட்டின் தொழில் உற்பத்தி நகரமான கோவையில் அவர் பொறியியல் பயின்றிருக்கிறார். பிற்பகுதியில் பன்மைத்துவப் பண்பாடுக்குப் பேர்போன சென்னை அவர் வாழ்வோடு கலந்துவிடுகிறது. கூடவே உற்ற துணையாக எப்போதும் இலக்கியத்தைக் கொண்டிருக்கிறார். தீவிரமான வாசகர். இத்தகு பின்னணியிலிருந்து, தன்னுடைய சொந்த சமூகத்தின் மீது ஆழ்ந்த அக்கறை கொண்ட ஒருவர் வெளிநாடுகளுக்குப் பணியாற்றச் செல்லும்போது, பல நாடுகளுக்கும் பயணிக்கும்போது அங்கெல்லாம் கிடைக்கும் அனுபவங்கள் எல்லாம் சேர்ந்து எத்தகைய பார்வையை உருவாக்கும்? அதைத்தான் இராமனாதனின் எழுத்துகளில், இந்த நூலில் நாம் பார்க்கிறோம்.

தமிழில் சர்வதேச விவகாரங்கள் தொடர்பான விவாதங்கள், உரையாடல்கள், பகிர்வுகள் மிகக் குறைவு. அதிலும் ஆழ்ந்த பார்வையும் சமநிலை நோக்கும் கொண்டவை மிக அரிது. கூடுதலாக இராமனாதன் எழுத்துகளுக்கு உள்ள தனித்துவம் என்ன வென்றால், கால் பதித்த நாடுகள் தொடர்பான விவகாரங்களையே அவர் பெரும்பாலும் எழுதியிருக்கிறார்; நேரடி அனுபவங்களின் பின்னணி இந்த நூலுக்கு உள்ள பெரும் பலம். அதிலும் உலகின் பெரும் சக்திகளில் ஒன்றாகவும், நமக்கு முன் பெரும் சவாலாகவும் இன்று எழுந்து நிற்கும் சீனா தொடர்பில் அவர் எழுதியிருக்கும் கட்டுரைகள் முக்கியமானவை என்று கருதுகிறேன்.

வெளியான காலகட்டத்திலேயே இந்தக் கட்டுரைகளைப் பெருமளவில் வாசித்துவிட்டேன் என்றாலும், நூலாகத் தொகுக்கப் பட்ட பின் வாசித்தபோது எனக்கு ஏற்பட்ட எண்ணம் இதுதான்: 'இராமனாதன் ஏன் தனித்தனித் தலைப்புகளில் புத்தகம் எழுதக் கூடாது? சீனா தொடர்பில் மட்டுமே எவ்வளவு விஷயங்களைத் தொட்டிருக்கிறார்! சீனர்களின் உணவுப் பண்பாட்டிலிருந்து சீனர்களின் புலம்பெயர்வுப் பண்பாடுவரை எவ்வளவு விஷயங்களைப் போகிறபோக்கில் சொல்லிப்போகிறார்! எவ்வளவு விஷயங்களை நமக்குக் கற்றுக்கொடுக்கிறார்!'

வெளியுறவு சார்ந்து தமிழுக்குக் கிடைத்திருக்கும் அருமையான நூல் இது. சர்வதேச உறவுகளைத் தமிழ்ப் பார்வை கொண்டு பார்ப்பது இதன் தனித்துவம். இளையோருக்கு, குறிப்பாகக் குடிமைப் பணித் தேர்வு எழுதும் மாணவர்களுக்கு நல்ல வாசிப்புக்கான நூல் என்பதைத் தாண்டி, வழிகாட்டியாகவும் அமையும். வெகுசிலரே கால் பதித்திருக்கும் இந்தப் பாதையில் இதைத் தொடக்கமாகக் கொண்டு இராமனாதன் மேலும் பயணிப்பார்; விரிவான நூல்களை நமக்குக் கொடுப்பார் என்றால், தமிழ் வாசகர்கள் கொடுத்துவைத்தவர்கள்!

சமஸ்

சென்னை

18.12.2022

என்னுரை

பொருள் புதிது

நான் 1995இல் ஹாங்காங்கிற்குப் புலம் பெயர்ந்தேன். அது ஒரு நகரம். அது ஒரு நாடு. வெகுவிரைவில் அது ஒரு மாநிலமாகும் தயாரிப்பிலும் இருந்தது. இந்த ஹாங்காங் மாடல் என்னை வியப்பில் ஆழ்த்தியது. அந்த நகரம் முழுதும் வியப்புகள் நிரம்பி வழிந்தன. அவற்றுள் ஒன்று செய்தித்தாள். முன்னணி ஆங்கில நாளிதழின் பெயர் – சவுத் சைனா மார்னிங் போஸ்ட். ஹாங்காங்கை நகரமாக, நாடாக, மாநிலமாகப் பார்க்கும் செய்திகள் விரிந்து கிடக்கும். சீனச் செய்திகள் நிறைந்து இருக்கும். அதில் சீனாவில் தடைசெய்யப்பட்ட செய்திகளும் இருக்கும். அடுத்து கிழக்காசியா, பின்னர் அது விரிந்து உலகச் செய்திகளாகும். நடுப்பக்கக் கட்டுரைகள் இவை எல்லாவற்றையும் உள்ளடக்கும். நாளிதழைப் புரட்டுகிற ஒருவருக்கு ஹாங்காங்கைப் பற்றியும் சீனாவைப் பற்றியும் உலகத்தையும் பற்றியும் ஒரு சித்திரம் உருவாகும்.

ஆங்கில நாளிதழ், அதனால் இப்படி விலாவாரியாக இருக்கிறது என்றுதான் முதலில் நினைத்தேன். சீன நாளிதழ்கள் அதற்கு அடுத்து வைக்கத்தக்க நிலையில் இருக்கும். எத்தனை உயர் பதவியில் இருந்தாலும் சீனர்கள், சீன நாளிதழைத்தான் படிப்பார்கள். அதுதான் அவர்களுக்கு விருப்பமானது. கைபேசி வருவதற்கு முந்தைய காலமது. காலையில் மெட்ரோ ரயிலில் ஏறினால் எல்லோர் கைகளிலும் ஏதேனும் ஒரு சீன நாளிதழ் இருக்கும். இத்தனைக்கும் அவற்றின் விலை சகாயமாகவும் இராது.

நான் தமிழ் ஊடகங்களை நினைத்துப் பெருமூச்செரிவேன். அவற்றுக்கு வாசகர்கள் குறைவு. விலையும் குறைவு. அவை வெளியிடும் செய்தியின் வீச்சும் குறைவு, செய்திப் பரப்பு உள்நாட்டுக்குள் அடங்கிவிடும். கால் நூற்றாண்டுக்கு முன்பு, நமது நாளிதழ்களில் விந்திய மலைக்கு அப்பாலுள்ள உலகம் அரைப் பக்கத்தைத் தாண்டாது. (இப்போது பரவாயில்லை, அரைப்பக்கத்தைத் தாண்டுகிறது.) இந்த மனக்குறையைப் போக்க, 2004 வாக்கில் ஹாங்காங்கைக் குறித்து எழுதலானேன். அவை *திண்ணை.காம்* தளத்தில் வெளியாகின. தொடர்ந்து 2005-06 ஆண்டுகளில் கிழக்காசியா குறித்து எழுதலானேன். அவை *தினமணி* நாளிதழின் நடுப்பக்கத்தில் வெளியாகின. அப்போது நடுப்பக்கத்திற்கு ஆசிரியராக இருந்தவர் ராயப்பா. அவர் தொடர்ந்து உற்சாகப்படுத்தினார். ஒரு மாதத்திற்கு ஒரு கட்டுரை வீதம் வெளியிட்டார். 2006இன் பிற்பகுதியில் அவர் *தினமணி*யிலிருந்து ஓய்வுபெற்றார். எனது உற்சாகமும் வற்றிவிட்டது.

அடுத்த களம், *இந்து தமிழ் திசை*யில் கிட்டியது. ஆண்டு 2014. இப்போது கிழக்காசியா தவிர சமூகம், இலக்கியம், பொறியியல் தொடர்பான கட்டுரைகளும் எழுதலானேன். *இந்து* இடம் கொடுத்தது. உற்சாகமும் கொடுத்தது. இது இரண்டாண்டுகள் நீடித்தது. இந்த முறை யாரும் ஓய்வுபெறவில்லை. நான் ஹாங்காங்கிலிருந்து இடம் மாறினேன். 2016இல் மத்திய கிழக்கிற்கும் தொடர்ந்து வேறு இடங்களுக்கும் போனேன். புதிய இடங்கள், புதிய சூழல், புதிய செய்திகள். எழுத்து கூடியிருக்க வேண்டும். ஆனால் குறைந்தது. சோம்பல் மூடிக்கொண்டது. 2018 வாக்கில் மீண்டும் மெல்லத் தொடங்கினேன். *இந்து* வரவேற்றது. வேறு பல இதழ்களிலும் எழுத வாய்த்தது. கட்டுரைகள் சேர்ந்தன.

நண்பர்கள் சிலர் இவற்றை நூலாக்க வேண்டும் என்றனர். கல்வியாளர் துளசிதாசன், ஹாங்காங் வணிகர் அப்துல் ரஹ்மான், பதிப்பாளர் 'பரிசல்' செந்தில்நாதன், வாசக நண்பர் சுந்தர வடிவேலு போன்றவர்கள் சந்திக்கும் போதெல்லாம் வலியுறுத்தி வந்தனர். 'தமிழன்னையின் கழுத்தில் இன்னொரு ஆரத்தை இவன் அணிவிக்கவில்லை என்று யார் அழுதது?' என்கிற வசை வந்துவிடுமோ என்கிற அச்சத்தில் மாதங்களையும் ஆண்டுகளையும் கடத்தி வந்தேன். 'யாது காரணம் பற்றி இந்தக் கட்டுரைகளை எழுதத் தொடங்கினேனோ அந்தக் காரணம் பற்றியே இவை நூலாக்கப்படவும் வேண்டும்.' இப்படிச் சொன்னார் பயணி தரன். அவர் அயலுறவுத்துறை அதிகாரி, எழுத்தாளர், நண்பர். அவர் குறிப்பிட்டது கட்டுரைகளின் பேசுபொருளை. பல கட்டுரைகளின் பொருள் தமிழுக்குப் புதிது.

ஒரு கட்டத்தில் கட்டுரைகளைத் தொகுக்கத் தொடங்கினேன். நிறையச் சேர்ந்திருந்தது. மூன்று நான்கு தொகுதிகள் வரும் போல இருந்தது. 'காலச்சுவடு' கண்ணனிடம் பேசினேன். அவர் கட்டுரைகளைப் பொருள் வாரியாகப் பிரித்துக்கொள்ளுமாறு ஆலோசனை வழங்கினார். பன்னாட்டு அரசியல் கட்டுரைகளின் வாசகருக்கு உள்நாட்டு அரசியல் கட்டுரைகளில் ஆர்வம் இல்லாமல் இருக்கலாம். சமூகம் சார்ந்த கட்டுரைகளில் விருப்பம் உள்ளவருக்கு இலக்கியம் விலக்காகலாம். மொழியும் பண்பாடும் கல்வியும் எல்லோருக்கும் பிடித்த களங்களாக வேண்டுமென்பதில்லை. தீவிர இலக்கிய வாசகர் பொறியியல் கட்டுரைகளைப் பார்த்தால் முகந்திருப்பிக் கொள்ளலாம். ஆகவே இவற்றைத் துறை வாரியாகப் பிரித்துக்கொள்வதுதான் வாசகருக்குச் செய்யும் நீதியாக அமையும் என்றார்.

அதன்படி, நான் முதலில் எடுத்துக்கொண்டது பன்னாட்டு அரசியல் கட்டுரைகள். இந்தத் தொகை நூலில் இடம்பெறும் கட்டுரைகள் பலவும் 2019-22 காலகட்டத்தில் எழுதியவை. மற்றவை காலத்தால் பிந்திவிட்டன. ஆகவே எடுத்துக்கொள்ளவில்லை. சமீபத்திய கட்டுரைகளிலும் காலப்பொருத்தமும் பயன்பாடும் இருக்கக்கூடிய கட்டுரைகள் மட்டுமே இடம்பெறுகின்றன. ஒரே பொருள் குறித்துப் பல்வேறு காலகட்டத்தில் பல்வேறு இதழ்களில் எழுதப்பட்ட கட்டுரைகளை இயன்றவரை இணைத்து ஒரே கட்டுரையாக்கியிருக்கிறேன். கூறியது கூறலைத் தவிர்க்க வேண்டுமென்பதும் வாசிப்பதற்கு வசதியாக இருக்க வேண்டுமென்பதும் காரணங்கள். இந்திய-சீன எல்லைப் பிரச்சினை, மியான்மரின் அரசியலோடு பிணைந்து கிடக்கும் ராணுவம், சீனாவின் நெடிய வரலாறு முதலான பொருளில் அமைந்த கட்டுரைகள் இந்த வகைமையில் வரும். அதே வேளையில், நவம்பர் 2020 முதல் ஜனவரி 2021 வரை, அதாவது அமெரிக்கத் தேர்தல் பரப்புரைக் காலத்திலிருந்து பைடன் பதவியேற்றது வரை, அடுத்தடுத்து எழுதியவை ஏழு கட்டுரைகள். இவற்றை ஒற்றைக் கட்டுரை ஆக்கவில்லை. அவை அதே காலவரிசையில் இடம்பெறுகின்றன. ஒரு துப்பறியும் நவீனத்திற்குத் தேவையான திருப்பங்களோடும் சுவாரஸ்யத்தோடும் அந்தச் சம்பவங்கள் அமைந்திருந்ததே காரணம்.

சீனாவின் வளர்ச்சியும் வறுமை ஒழிப்பும் முன்னுதாரணம் இல்லாதவை. இவை சீனாவின் ஒரு முகம். யதேச்சதிகாரமும் மேலாதிக்கமும் இன்னொரு முகம். இந்த நூலில் இடம்பெறும் கட்டுரைகள் இரண்டு முகங்களையும் படம்பிடிக்கின்றன. டெங்

சியோபிங்கின் 24 அட்சரங்கள் ஒரு முகம். ஷி ஜிங்பிங்கின் பட்டுப் பாதைத் திட்டம் இன்னொரு முகம்.

ஹாங்காங்கின் சுயாட்சியையும் தைவானின் எழுச்சியையும் கலங்கிக் கிடக்கும் தென் சீனக் கடலையும் வரலாற்றுக்கு முகம் கொடுக்க மறுக்கும் ஜப்பானையும் கிழக்காசியக் கட்டுரைகள் பேசுகின்றன. தெற்காசியாவில் வங்க தேசமும் தென்கிழக்கில் வியட்னாமும் வணிகத்தில் பாய்ந்து முன்னேறுவதை ஒரு கட்டுரை பேசுகிறது. அகதிகள் ஆக முடியாத ஈழத் தமிழர்களும், எவராலும் கவனிக்கப்படாத பர்மீயத் தமிழர்களும் நூலில் இடம் பெறுகிறார்கள். உக்ரைன் போரின் நதிமூலத்தை ஒரு கட்டுரை தேடிக் கண்டடைகிறது.

ஆஸ்திரேலியாவின் பகல் வெளிச்ச மாற்றமும், அமெரிக்க ஜனநாயகத்தின் போதாமைகளும், டிரம்பிசமும், இன்னும் தமிழில் அதிகம் பேசப்படாத பன்னாட்டுப் பிரச்சினைகள் பலவும் இந்த நூலில் இடம்பெறுகின்றன. இவை வாசிப்பவர்களுக்குப் பயனுள்ளவையாக அமையும் என்று நம்புகிறேன்.

இதழ்களில் வெளியான வடிவம் அப்படியே இந்த நூலில் இடம்பெறவில்லை. நாளிதழ்க் கட்டுரைகள் பலவும் பக்க அளவின் பொருட்டு எடிட் செய்யப்பட்டவை. இந்த நூலில் நான் முதலில் எழுதிய வடிவத்தை எடுத்துக்கொண்டிருக்கிறேன். இதழாசிரியர்களின் எடிட்டிங் பல இடங்களில் கட்டுரைக்கு மெருகூட்டியிருக்கிறது. அப்படியான இடங்களை நன்றியோடு தக்கவைத்துக்கொண்டிருக்கிறேன். மேலும் கட்டுரைகளை இயன்றவரை நிகழ்நிலைப்படுத்தியிருக்கிறேன்.

இந்தக் கட்டுரைகள் வெளியான இதழ்களும் அவற்றின் ஆசிரியர் பெயர்களும் 'நன்றியறிதல்' பக்கத்தில் இடம் பெறுகின்றன. இவர்கள்தான் இந்தக் கட்டுரைகளை வாசகர்களிடம் கொண்டு சேர்த்தவர்கள். எனில், பல துணை – இணை ஆசிரியர்கள், வடிவமைப்பாளர்கள், ஓவியர்கள், ஒளிப்படக் கலைஞர்கள், பிழை திருத்துநர்கள் என்று பலரின் கரம்பட்ட பின்பே இந்தக் கட்டுரைகள் வாசகப் பரப்பை எட்டின. இந்த இதழ்களின் வாசகர்கள் பலரைப் போலவே நானும் அவர்களின் பெயரறியேன். அவர்கள் அனைவருக்கும் நான் நன்றிபாராட்டுகிறேன்.

இந்தக் கட்டுரைகள் வெளியானபோது மின்னஞ்சல் வாயிலாகப் பாராட்டி உற்சாகமூட்டியவர்களில் பலரும் என்னை முன்பின் அறிந்திராத வாசகர்கள். பிரமுகர்கள் சிலரின் வாழ்த்தும் அவ்வப்போது கிடைத்தது. என் உள்ளத்தில் ஊறிவந்த நன்றியை

அவர்களுக்கெல்லாம் அஞ்சலில் வெளிப்படுத்தும் சாமானிய மரியாதை என்னிடத்தில் மிகுதியும் இருந்ததில்லை. அதற்கு எனது ஒழுங்கீனமே காரணம். இந்த வாய்ப்பில் அவர்கள் அனைவரையும் கைகூப்பி வணங்கிக்கொள்கிறேன்.

இந்த நூலில் இடம்பெறும் கட்டுரைகளில் கணிசமானவை *இந்து தமிழ் திசையிலும் அருஞ்சொல்லிலும்* வெளியானவை. முன்னதன் நடுப்பக்க ஆசிரியராக இருந்தவர், பின்னதன் ஆசிரியராக இருப்பவர், இதழாளர் சமஸ். பல கட்டுரைகளை வெளியான காலத்திலேயே மனம் திறந்து பாராட்டியவர். இப்போது இந்த நூலுக்குக் கனிவு மிகுந்த சொற்களைப் பூட்டி ஓர் அணிந்துரை வழங்கியிருக்கிறார். அவருக்கு நெஞ்சார்ந்த நன்றி.

'காலச்சுவடு'க்காக இந்த நூலைப் படித்துப் பார்த்தவர் அரவிந்தன். அவர் முன்மொழிந்த திருத்தங்கள் அவசியமானவையாக இருந்தன. அவரது பாராட்டு மிகுந்த மகிழ்ச்சியளித்தது. இந்த நூலின் பக்கங்களைச் சிரத்தையோடு வடிவமைத்தவர் கீழ்வேளூர் பா. இராமநாதன். அட்டையை அழகுற அமைத்தவர் அரிசங்கர். தமிழ் நூல்களைப் பன்னாட்டுத் தரத்தில் வெளியிடுபவர் 'காலச்சுவடு' கண்ணன். இந்த நூல் நல்ல அச்சோடும் அமைப்போடும் வருவதற்கும் அவரே காரணமானவர். இவர்கள் அனைவரையும் நன்றியோடு நினைத்துக்கொள்கிறேன்.

இந்த நூலையடுத்து, சமூகம், உள்நாட்டு அரசியல், மதம், பண்பாடு சார்ந்த கட்டுரைகளை ஒரு தொகுப்பாகவும்; கலை, இலக்கியம், மொழி சார்ந்த கட்டுரைகளை இன்னொரு தொகுப்பாகவும்; பொறியியல் கட்டுரைகளைப் பிறிதொரு தொகுப்பாகவும் கொண்டுவரும் எண்ணம் இருக்கிறது. நல்லுலகம் ஆதரிக்கும் எனும் நம்பிக்கை இருக்கிறது.

சென்னை **மு. இராமனாதன்**

20.12.2022

1

இது ஷி ஜிங்பிங்கின் காலம்!

அக்டோபர் 16, 2022. பெய்ஜிங். ஐந்தாண்டு களுக்கு ஒரு முறை நடக்கும் சீனக் கம்யூனிஸ்ட் கட்சியின் 20-ஆவது பேராயம் (காங்கிரஸ்). ஒரு வாரக் கூட்டத்தின் முதல் நாள். சீன அதிபர் ஷி ஜிங்பிங் உரையாற்றினார். 2,296 பேராளர்கள் வைத்த கண் எடுக்காமல் அந்த உரையைக் கேட்டனர். பேராளர்களில் கட்சியின் மூத்த பொறுப்பாளர்கள் இருந்தனர். ராணுவத்தின் உயரதிகாரிகள் இருந்தனர். அரசு அலுவலர்கள் இருந்தனர்.

சீனாவின் பல நகரங்கள் பெருந்தொற்றால் இப்போதும் முடக்கப்பட்டிருக்கின்றன. இந்தக் கூட்டத்தில் கட்டுப்பாடுகளைத் தளர்த்தும் அறிவிப்பு வரும் என்கிற எதிர்பார்ப்பு இருந்தது. இல்லை என்றார் ஷி. அவர் தனது துவக்க உரையை நிதானமாக வாசித்தார். ஆனால், அதில் அழுத்தம் இருந்தது. தைவானைக் கைப்பற்றப் படையெடுப்பு தேவையென்றால் சீனா தயங்காது என்றார். ஹாங்காங்கில் போராட்டங்கள் முடிந்துவிட்டன என்று அறிவித்தார். இரண்டாண்டுகளாக நீடிக்கும் இந்தியாவுடனான எல்லைப் பிரச்சினையைப் பற்றி ஷி பேசவில்லை. ஆனால் பேராளர்களில் ஒருவராக முன் வரிசையில் அமர்ந்திருந்தார் ராணுவத் தளபதி கீ பாபோ. ஜூன் 15, 2020 அன்று நடந்த கால்வான் யுத்தத்தில் இந்தியத் துருப்புகளோடு துவந்த யுத்தம் நடத்தியவர் அவர்.

இந்தப் பேராயம், கட்சியின் மையக் குழுவிற்கான 200 உறுப்பினர்களையும், பொலிட்பீரோவின் 25 உறுப்பினர்களையும் தேர்ந்தெடுத்தது. கட்சியின் பொதுச் செயலரையும் ராணுவத்தின் தலைவரையும் தேர்ந்தெடுத்தது. இந்த இரண்டு பதவிகளையும் வகிக்கப் போகிறார் ஷி ஜிங்பிங். அடுத்த ஆண்டு அவர் அதிபராகவும் தேர்வாவர்.

இந்தப் பேராயம் பல விதங்களில் முக்கியத்துவம் வாய்ந்தது. ஷி–க்கு முன்பு அதிபராக இருந்தவர் ஹு ஜின்டாவ். அவரது ஆட்சிக் காலம் 2003 முதல் 2013 வரை. பத்தாண்டுகள். அதற்கு முன்பு அதிபராக இருந்தவர் ஜியாங் ஜெமின். 1993–2003. பத்தாண்டுகள். மா சேதுங்கின் மறைவுக்குப் பிறகு சீனக் கம்யூனிஸ்ட் கட்சி சுயபரிசீலனை செய்து கொண்டது. ஒரே தலைவரிடம் அதிகாரம் குவிந்திருந்ததே முந்தைய வீழ்ச்சிகளுக்குக் காரணம் என்று கருதியது. அதனால் அதிகாரத்தைப் பரவலாக்கியது. மேலும் ஓர் அதிபரின் பதவிக் காலம் பத்தாண்டுகளுக்கு மிகலாகாது என்கிற விதி கட்சியின் அமைப்பு விதியில் சேர்க்கப்பட்டது. இதன்படி 2013இல் பதவியேற்ற ஷி ஜிங்பிங்கின் பதவிக் காலம் இந்த ஆண்டு முடிவுக்கு வந்திருக்க வேண்டும். இந்தப் பேராயத்தில் அடுத்த தலைவர் தேர்ந்தெடுக்கப்பட்டிருக்க வேண்டும். ஆனால் இந்த விதியை ஷி 2018ஆம் ஆண்டிலேயே மாற்றிவிட்டார். ஆகவே அவர் இந்தப் பேராயத்தில் மீண்டும் தேர்வாவர் என்பது எல்லோருக்கும் தெரிந்தே இருந்தது. ஷி–யின் அகவை 69. இன்னும் பத்தாண்டுகளேனும் அவர் பதவியில் நீடிக்கும் வாய்ப்புகள் இருக்கின்றன. கண்ணுக்கு எட்டிய துரத்தில் அவருக்குக் கட்சியில் எதிர்ப்பாளர்களே இல்லை. அதிருப்தியாளர்கள் பலரும் களை எடுக்கப்பட்டுவிட்டனர். பொலிட்பீரோ உறுப்பினர்களும் அவரால் ஏற்கெனவே தெரிவு செய்யபட்டவர்கள் என்பதும் பெரிய ரகசியமில்லை.

இந்தப் பேராயமும் இதன் முடிவுகளும் சீனாவிற்கு மட்டுமில்லை, உலகம் முழுமைக்கும் முக்கியமானது. சீன வரலாற்றில் முக்கியமான வரலாற்றுத் தருணமிது. இதை முழுமையாகப் புரிந்துகொள்ள சீனாவின் வரலாற்றைத் தெரிந்துகொள்வது பலன் தரும்.

முன் கதை

பல சாம்ராஜ்யங்களின் எழுச்சிக்கும் வீழ்ச்சிக்கும் பிறகு ஜனவரி 1, 1912 அன்று சீனாவில் முடியாட்சி முடிவுக்கு வந்தது. சீனக் குடியரசு பிறந்தது. புதிய குடியரசை உருவாக்கிய அமைப்புகள் டாக்டர் சன் யாட் சென்–ஐத் தலைவராக நியமித்தன. சன்

அறிவுஜீவி. திறமான அரசியலர் அல்லர். சீனா போன்ற பெரிய தேசத்தை அவரால் ஒரு குடையின் கீழ் கொண்டுவர முடியவில்லை. நாடெங்கிலும் பிரபுக்கள் போராட்டங்களிலும் கலகங்களிலும் ஈடுபட்ட வண்ணம் இருந்தனர். மறுபுறம் வெளிநாட்டு ஆக்கிரமிப்பும் இருந்தது. இதனால் சினமுற்ற சீன இளைஞர்களில் சிலர், மே 4, 1919 அன்று தியானென்மென் சதுக்கத்தில் கூடினார்கள். 'மே 4 இயக்கம்' என்று வரலாறு குறித்து வைத்திருக்கும் இந்தப் போராட்டம்தான் சீனக் கம்யூனிஸ்ட் கட்சிக்குத் தொடக்கத்தைக் குறித்தது.

கடந்த நூற்றாண்டுகளில் சீனாவின் வரலாறு என்பது ஒரு வகையில் சீனக் கம்யூனிஸ்ட் கட்சியின் வரலாறுதான். எல்லாப் பேரியக்கங்களின் பயணமும் சிறிய அடிவைப்பில்தான் தொடங்கியிருக்கிறது. சீனக் கம்யூனிஸ்ட் கட்சியின் பயணமும் அப்படித்தான் ஆரம்பமானது. ஜூலை 1, 1921 அன்று ஷாங்காய் நகரில், ஒரு ஓட்டு வீட்டில் கட்சி நிறுவப்பட்டது. லீ தாவ்ஜவ், சென் து சியூ எனும் இருவர்தான் கட்சியை நிறுவியவர்கள். மூன்று வாரங்களுக்குப் பிறகு அங்கே நடந்த கூட்டத்தில் 57 பேராளர்கள் கலந்துகொண்டனர். அதில் ஒரு ஹூனான் விவசாயி மகனும் இருந்தார். பீகிங் பல்கலைக்கழகத்தில் நூலக உதவியாளராகப் பணியாற்றிக்கொண்டிருந்த அந்த இளைஞரின் பெயர் மா சேதுங்.

முதல் உள்நாட்டு யுத்தம் (1927-1937)

சன் யாட் சென் 1925இல் மறைந்தார். அடுத்து, சீனக் குடியரசின் ஆட்சியையும் ஆளுங் கட்சியாக இருந்த கோமிங்டாங் கட்சியையும் கைப்பற்றினார் சியாங் கை ஷேக். சோவியத் ஒன்றியம் கோமிங்டாங்கிற்கு ஆதரவாக இருந்தது. கம்யூனிஸ்ட் கட்சியையும் கோமிங்டாங்கிற்கு இசைவாக இருக்கும்படி வலியுறுத்தியது. ஆனால், சியாங் கம்யூனிஸ்ட்டுகளை எதிரிகளாகப் பாவித்தார். அவர்களை ஒழித்துக்கட்டத் தொடங்கினார். அதற்கெதிராகக் கம்யூனிஸ்ட் கட்சி தனக்கான ராணுவத்தைக் காட்டியது. ஆகஸ்ட் 1, 1927 அன்று அந்த ராணுவத்திற்கு 'மக்கள் விடுதலை ராணுவம்' என்று பெயரிட்டது. அதுதான் இன்று உலகத்தின் மிகப் பெரிய ராணுவங்களுள் ஒன்றாக வளர்ந்திருக்கிறது.

கோமிங்டாங்குடனான யுத்தத்தின்போது ஒரு கட்டத்தில் மாவோ பின்வாங்கும் தந்திரத்தைப் பயன்படுத்தினார். கோமிங்டாங் பலவீனமாக இருக்கும் இடங்கள் வழியாக நடைப்பயணம் மேற்கொண்டார். இதுதான் 'நெடும் பயணம்' (1934–35) என்று பெயர் பெற்றது. பயணத்தின்போது பசியிலும் பனியிலும் பலியானவர்கள் பலர். என்றாலும் அந்தப் பயணத்தில்

எண்ணற்ற கிராமங்கள் வழியாக ராணுவம் முன்னேறியது. இதன்மூலம் கட்சி மக்களுக்கு நெருக்கமாகியது. மாவோ மக்கள் தலைவரானார்.

ஜப்பானிய ஆக்கிரமிப்பு (1937-1945)

வல்லரசாகும் கனவில் இருந்த ஜப்பான் சீனாவின் பல பகுதிகளை ஆக்கிரமித்துவந்தது. உச்சமாக 1937இல் நான்ஜிங் நகரில் ஜப்பான் நிகழ்த்திய வன்கொடுமைகள் வரலாற்றைக் கரிய பக்கங்களால் நிறைத்தன. இந்தக் காலகட்டத்தில் கோமிங்டாங்கின் அரச படைகளும் கம்யூனிஸ்ட்டுகளின் மக்கள் விடுதலை ராணுவமும் ஒன்றிணைந்து பொது எதிரியான ஜப்பானுடன் பொருத்தினர். சீனர்கள் இழந்தது அதிகம். எனினும் விடாப்பிடியாகப் போராடினார்கள். இரண்டாம் உலகப் போரின் (1939–45) முடிவு ஜப்பானுக்குச் சாதகமாக இல்லை. அது நேச நாடுகளிடம் சரணடைந்தது, சீனாவிலிருந்தும் வெளியேறியது.

இன்றளவும் இரண்டாம் உலகப்போரின் வரலாற்றாசிரியர்கள் அமெரிக்காவையும் ரஷ்யாவையும் பிரிட்டனையுமே நேச நாடுகள் என்று வர்ணிக்கிறார்கள். எனில், ஹிட்லரின் ஜெர்மனிக்குக் கூட்டாக நின்ற ஜப்பானின் ஆக்கிரமிப்பை 1937முதல் 1945வரை எட்டாண்டுகள் எதிர்கொண்டது சீனா. அன்று பலவீனமாக இருந்தது சீனா. ஆனால் விடாமல் போராடியது. இந்தப் போரில் ஒன்றரைக் கோடிப் பேர், அகதிகளானார்கள். மாண்டவர்கள் எட்டுக் கோடிப் பேர். இந்தச் சாம்பல் துகள்களின் மீது நின்றுகொண்டு அடுத்ததாகத் தனது உள்நாட்டு எதிரியை நேரிட்டார் மாவோ.

இரண்டாம் உள்நாட்டு யுத்தம் (1945-1949)

பொது எதிரி வெளியேறியதும் உள்நாட்டு யுத்தம் தொடர்ந்தது. இந்த முறை கோமிங்டாங்கிற்கு அமெரிக்கா உதவியது. எனில், கம்யூனிஸ்ட் கட்சிக்கு மக்கள் ஆதரவு பெருகியிருந்தது. ஆயுத பலமும் கூடியிருந்தது. ஆகவே வெற்றிவசமானது. கோமிங்டாங்கின் தலைவர் சியாங் தைவானுக்குத் தப்பியோடினார். அக்டோபர் 1, 1949 அன்று தியானெமன் சதுக்கத்தின் முகப்பில் மக்கள் சீனக் குடியரசை நிறுவினார் மாவோ. மாவோவின் ஆட்சி அவர் மரணமடைந்த 1976ஆம் ஆண்டுவரை நீடித்தது

பெரும் பாய்ச்சல் (1958-1962)

பெரும் கனவுகளோடு தொடங்கியது கம்யூனிஸ்ட் கட்சியின் ஆட்சி. 'நூறு பூக்கள் மலரட்டும்' என்பது மாவோவின்

புகழ்பெற்ற மேற்கோள்களில் ஒன்று. எல்லாக் கருத்துகளும் முட்டி மோதித் தெளியட்டும் என்பது பொருள். ஆனால் அவரது ஆட்சியில் அப்படி நடக்கவில்லை. அதாவது விமர்சனங்கள் சகித்துக்கொள்ளப்படவில்லை.

புதிய அரசு நிலங்களைப் படிப்படியாக அரசுடைமை யாக்கியது. கூட்டுப் பண்ணைகளை உருவாக்குவதும் நாட்டைத் தொழில் மயமாக்குவதுமே சீனாவை உய்விக்கும் என்று நம்பினார் மாவோ. 1958இல் அதற்கான திட்டத்தை முன்மொழிந்தார். அதற்குப் 'பெரும் பாய்ச்சல்' என்று பெயரிட்டார். ஆனால் அப்படியான பாய்ச்சல் எதுவும் நிகழவில்லை. மாறாகத் தொழில்துறை பின்தங்கியது. விளைச்சல் வெகுவாகக் குறைந்தது. பஞ்சமும் நோயும் சீனாவைப் பீடித்தன. இந்தக் காலகட்டத்தில் இரண்டு கோடி மக்கள் மாண்டிருப்பார்கள் என்று கருதப்படுகிறது. நான்காண்டுகளில் திட்டம் நிறுத்திக்கொள்ளப்பட்டது.

கலாச்சாரப் புரட்சி (1966-1976)

மக்கள் கசந்தனர். கட்சிக்குள் மாவோ விமர்சிக்கப்பட்டார். நாட்டில் புரட்சிகரச் சிந்தனை குறைந்துவருவதாகக் கருதினார் மாவோ. ரஷ்யாவின் போக்கிலும் அவர் அதிருப்தியுற்றார். இதற்குத் தீர்வாக 1966இல் அவர் கொண்டு வந்ததுதான் 'கலாச்சாரப் புரட்சி'. பழைய மதிப்பீடுகள் தகர்க்கப்பட வேண்டும் என்பதே முழக்கமானது. செம்படைக் காவலர் எனும் பெயரில் குழுக்கள் அமைக்கப்பட்டன. இளைஞர்கள் பள்ளிகளையும் கல்லூரிகளையும் தொழிற்சாலைகளையும் புறக்கணித்துச் செம்படையில் இணைந்தனர். பல இடங்களில் முதியவர்களும் அறிவுஜீவிகளும் தாக்கப்பட்டதாகவும் பழமையான கலாச்சாரச் சின்னங்கள் தகர்க்கப்பட்டதாகவும் பதிவுகள் கூறுகின்றன. இதற்கிடையில் செம்படைகளுக்குள்ளே அதிகாரப் போட்டி ஏற்பட்டது. அதை அடக்க ராணுவம் வந்தது. தேசத்தில் உற்பத்தி குறைந்தது. மாவோவின் மரணம் கலாச்சாரப் புரட்சியை முடிவுக்குக் கொண்டுவந்தது.

கலாச்சாரப் புரட்சி ஒரு தவறான முன்னெடுப்பு என்று 1981இல் கம்யூனிஸ்ட் கட்சி அறிவித்தது. மாவோவின் மரணத்தைத் தொடர்ந்து அவரது நெருங்கிய சகாக்கள் சிறைவைக்கப்பட்டனர். எனினும் மாவோவே சீனாவின் திருவுருவாக நீடிக்கிறார். அவரது படம்தான் இப்போதும் தியானென்மென் சதுக்கத்தின் முகப்பை அலங்கரித்துவருகிறது. அவரது குணமும் குற்றமும் நாடியதில் குணமே மிகையானது என்றார் டெங் சியோ பிங். இவர் மாவோவிற்குப் பிறகு கட்சிக்குத் தலைமை ஏற்றவர். மாவோவின்

காலத்தில்தான் சீனா ஒரு தேசமாகத் திரண்டது என்பதையும் மக்களின் கல்வியறிவும் ஆரோக்கியமும் வளர்ந்தது என்பதையும் குறிப்பிட டெங் மறக்கவில்லை.

தாராளமயத்தின் காலம் (1978-2013)

1978இல் அந்நிய முதலீடுகளுக்கு வாசல் திறந்தார் டெங். சீனாவின் அபரிமிதமான மனித வளத்தைப் பயன்படுத்தி நாட்டைத் தொழில்மயமாக்கினார். அந்நிய முதலீடு சீனாவில் தொழிற்சாலைகளை உருவாக்கியது. சீனாவை நகரமயமாக்கியது. வேலைவாய்ப்பு பெருகியது. புதிய தொழில்நுட்பங்கள் புயலெனெப் புகுந்தன. சீனா தனது உள்கட்டமைப்பைப் பன்மடங்கு மேம்படுத்திக்கொண்டது. புதிய சாலைகளும் ரயில் தடங்களும் துறைமுகங்களும் சர்வதேசத் தரத்தில் உருவாகின. முக்கியமாக, கல்வியறிவு பெற்ற சமூகத்துக்குத் தத்தமது ஆலைகளுக்குத் தேவையான தொழிற்கல்வி பயில்வது எளிதாக இருந்தது. அவர்கள் கிராமங்களிலிருந்து நகரங்களுக்குப் புலம்பெயர்ந்து தொழிற்சாலைகளின் உண்டு–உறைவிடக் கூடங்களில் தங்கிக்கொண்டனர். நேரங்காலம் பார்க்காமல் கடுமையாக உழைத்தனர். உலகம் முழுமைக்குமான உற்பத்திக்கூடமாகச் சீனா மாறியது. இப்படித்தான் கடந்த 40 ஆண்டுகளில் வறுமைக்கோட்டுக்குக் கீழே இருந்த 70 கோடிக்கும் மேற்பட்ட சீனர்கள் வறுமையின் பிடியிலிருந்து விடுவிக்கப்பட்டிருப்பதாகப் புள்ளிவிவரங்கள் தெரிவிக்கின்றன. இது உலக வரலாற்றில் முன்னுதாரணம் இல்லாதது. சீனாவில் செல்வம் சேர்ந்தது.

பின்னடைவுகள்

இந்த வளர்ச்சியைப் பெறுவதற்கு சீனா கொடுத்த விலையும் அதிகம்தான். சூழலுக்குக் கேடு விளைவிக்கும் வாயுக்களை வெளியேற்றுவதில் சீனாதான் உலகில் முதலிடத்தில் இருக்கிறது. அடுத்ததாக, சீனாதான் உலகில் மக்கள்தொகை அதிகமுள்ள நாடு. மக்கள்தொகை வளர்ச்சி பெரிதும் மட்டுப்படுத்தப்பட்டிருக்கிறது. இதற்காக 1980இல் ஒற்றைக் குழந்தைத் திட்டதைக் கொண்டுவந்தது அரசு. அது கடுமையாக அமல்படுத்தப்பட்டது. இதனால், ஆண் மோகமிக்க சமூகத்தில் பல பெண் சிசுக்கள் கருவிலேயே அழிக்கப்பட்டன. இன்று பாலியல் சமநிலை இல்லாத நாடாக இருக்கிறது சீனா. 2015இல் அரசு ஒற்றைக் குழந்தைத் திட்டத்தை நிறுத்திக்கொண்டது. ஆனால் அதன் பாதிப்பு நீடிக்கிறது. இனி சீனாவின் மக்கள்தொகை குறையத் தொடங்கும். உழைக்கும் வயதினரும் குறைவார்கள்.

மு. இராமனாதன்

மூன்றாவதாக, கிராமங்களிலிருந்து நகரங்களுக்குப் புலம்பெயர்ந்து செல்லும் தொழிலாளர்கள் தங்கள் குடும்பத்தினரை அழைத்துச்செல்ல அனுமதிக்கப்படுவதில்லை. கடந்த சில ஆண்டுகளாக நகர நிர்வாகங்கள், புலம்பெயரும் தொழிலாளர்கள் தத்தமது குடும்பத்தினரையும் அழைத்துவருவதற்கு ஏற்ற விதமாக நகரங்களின் உட்கட்டமைப்பையும் கல்விச்சாலைகளையும் மருத்துவமனைகளையும் மேம்படுத்தி வருகின்றன.

கடைசியாக, சீனா எதிர்கொள்ளும் பிரதான விமர்சனம் எதிர்க்குரல்களும் ஜனநாயகமும் அனுமதிக்கப்படுவதில்லை என்பது. 1989இல் தியானன்மென் சதுக்கத்தில் நிகழ்ந்த மாணவர் போராட்டம் ஒடுக்கப்பட்டது. 1919ஐப் போலவே 1989இலும் தியானெமன்னில் போராடியவர்கள் இளைஞர்கள். அவர்கள் ஜனநாயக உரிமைகளுக்காகவும் ஊழலுக்கு எதிராகவும் குரல் கொடுத்தார்கள். இந்த முறை போராட்டத்தைக் ஒடுக்கியது ‘மக்கள் விடுதலை ராணுவம்’. மாணவர்கள் மட்டுமல்ல சாலையோரம் வேடிக்கை பார்த்தவர்களும் துருப்புகளுக்குப் பலியானார்கள். இப்போதும் வடிகட்டப்பட்ட பின்னரே இணையம் பயனர்களுக்குக் கிடைக்கிறது. ஹாங்காங்கின் ஜனநாயக உரிமைக் கோரிக்கைகள் ஏற்கப்படவில்லை. சீன ஆட்சி முறை மக்களை நேரடியாகப் பிரதிநிதித்துவப்படுத்துவதில்லை.

ஷி ஜிங்பின் காலம் (2013-)

இவை இவ்வாறிருக்க, ஷி ஜிங்பிங் 2012இல் சீனக் கம்யூனிஸ்ட் கட்சியின் பொதுச் செயலரானார். பிறகு அதே ஆண்டு முப்படைகளின் தலைவரானார். அடுத்து 2013இல் நாட்டின் அதிபரானார். இந்த வரிசை யதேச்சையானதல்ல. கட்சி (1921), ராணுவம் (1927), ஆட்சி (1949) என்பதுதான் வரலாற்றின் வரிசை, முக்கியத்துவத்தின் வரிசையும் அதுதான். ராணுவமும் ஆட்சியும் கட்சிக்குக் கட்டுப்பட்டவை.

டெங்கிற்கு மாவோவின் மீது விமர்சனங்கள் இருந்தன. எனில், மாவோவிடம் குற்றத்தைவிட குணமே அதிகம் என்றார் டெங். ஷி ஒரு படி மேலே போகிறார். மாவோவின் நெடும் பயணமும் ஜப்பானிய எதிர்ப்பும் வரலாற்றில் இடம் பெறும். ஆனால் பெரும் பாய்ச்சல் திட்டமும் கலாச்சாரப் புரட்சியும் வரலாற்றில் அவசியமற்றவை என்பது ஷி–யின் கருத்து. அதாவது மாவோவின் குணம் மட்டும் வரலாற்றில் இடம்பெறும்.

அது காத்திருப்பின் காலம்!

வளர்ச்சி, செல்வம் ஆகியவற்றின் பின்விளைவாக சீனாவின் ராணுவ பலம் பெருகியது. மற்ற நாடுகள் அச்சமுற்றன. பொறாமையும் சேர்ந்துகொண்டது. யாருடைய கண்ணும் படாமல் சீனாவை வளர்க்க வேண்டும் என்பது டெங்கின் மந்திரமாக இருந்தது. 1992இல் அவர் தம் நாட்டு அரசியலர்களுக்கு '24 அட்சரங்க'ளைக் கையளித்தார். சீன மொழியில் எழுத்துக்களே இராது. எல்லாமே சொற்கள்தான். டெங்கின் அறிவுரை 24 சொற்களால் ஆனது. ஆகவே '24 அட்சரங்கள்' என்று அழைக்கப்பட்டது. அதன் சாராம்சம் இதுதான்: 'அமைதியாக அவதானி. உன் இடத்தை உறுதி செய்து கொள். உன் சக்தியை வெளிக்காட்டாதே. உறுமீன் வரும்வரை காத்திரு. அடக்கி வாசி. தலைமை வேண்டும் என்று கோராதே'. தனது பாதைக்கு டெங் வைத்த பெயர் 'சீன பாணியிலான சோஷலிசம்'.

சீனத் தலைவர்கள் பலகாலம் தங்கள் சக்தியை வெளிக்காட்டிக்கொள்ளவில்லை. இப்போதைய ஷி ஜிங்பிங்கிற்கு முன்பு அதிபராக இருந்தவர் ஹூ ஜின்டாவ். அவர் சீனாவின் வளர்ச்சியைக்கண்டு யாரும் அச்சப்பட வேண்டாம், அது யாருக்கும் எதிரானதல்ல என்றார். அதற்கு 'அமைதியான எழுச்சி' என்று பெயரிட்டார். பிற்பாடு எழுச்சி என்கிற சொல்கூடச் சற்று அழுத்தமாக இருக்கிறது என்று கருதியாதோலோ என்னவோ 'அமைதியான வளர்ச்சி' என்று முழக்கத்தை மாற்றினார்.

இது மோதலின் காலம்!

இப்போது சீனாவின் முகம் மாறிவிட்டது. அதன் வளம் பன்மடங்கு பெருகிவிட்டது. 2008இல் 5 டிரில்லியன் டாலராக (ரூ. 377 இலட்சம் கோடி) இருந்த உள்நாட்டு உற்பத்தி (ஜிடிபி), இப்போது 16 டிரில்லியன் ஆகிவிட்டது. (இந்தியாவின் தற்போதைய ஜிடிபி–2.6 டிரில்லியன்.)

இந்தியாவின் அண்டை நாடுகளான வங்காள தேசம், பாகிஸ்தான், ஆப்கானிஸ்தான், மியான்மர், இலங்கை ஆகியவை சீனாவிற்குப் பல்லாண்டுபாடுகின்றன. ஷி ஜிங்பிங் தனது முன்னோடிகளைப் போல அமைதியான வளர்ச்சி என்று சொல்லுவதில்லை. மாறாக 'சீனக் கனவு' என்கிறார். அவரது 'பட்டுச் சாலைத் திட்டம்' (BRI) உலகம் முழுவதையும் சீனாவுடன் இணைக்கிறது. அது சாலைகள், ரயில்கள், பாலங்கள், கடல்வழித்தடங்கள், கேபிள்கள், குழாய்கள் முதலானவற்றால் ஆனது. தென் சீனக் கடலில்தான் நாட்டியிருக்கிற நங்கூரத்தை

யாரும் அசைப்பதைச் சீனா விரும்பவில்லை. அமெரிக்காவுடனான வர்த்தகப் போரில் சமரசங்களுக்குத் தயாராக இல்லை என்கிறது சீனா. தைவானை சீனக் குடையின் கீழ் கொண்டு வந்தே தீருவோம் என்கிறது. இன்று உலகம் முழுவதையும் இணைக்கும் உற்பத்திச் சங்கிலியின் பல கண்ணிகள் சீனாவின் வழியாகத்தான் போகின்றன. காத்திருப்பின் காலம் முடிந்துவிட்டது என்பது ஷி ஜிங்பிங்கின் கருத்து. 'தலைமை வேண்டும் என்று கோராதே' என்று சொன்னார் டெங். ஷி ஜிங்பிங் தலைமையைக் கோரவில்லை, அதைக் கைப்பற்றிக்கொள்கிறார்.

இது ஷி ஜிங்பிங்கின் காலம்!

ஐந்தாண்டுகளுக்கு முன்பு நடந்த 19ஆவது பேராயத்தில் "சீனாவின் சோசலித்திற்கான ஷி ஜிங்பிங்கின் சிந்தனைகள்" என்கிற சித்தாந்தம் சீனாவின் அரசியல் சட்டத்தில் சேர்க்கப்பட்டது. இதற்கு முன்பு மாவோவின் சித்தாந்தங்களும் டெங்கின் சித்தாந்தங்களும்தான் அரசியல் சட்டத்தில் சேர்க்கப்பட்டிருந்தன. அந்த வரிசையில் சேர்ந்துகொள்கிறார் ஷி. இந்தப் பேராயத்தில் ஷியின் சித்தாந்தம் மீண்டும் முன்னெடுக்கப்பட்டது. இனி சீனாவின் அடையாளமாக மாவோ மட்டுமில்லை, அடுத்த இடத்தில் ஷியும் இருப்பார் என்று எதிர்பார்க்கலாம். வருங்காலத்தில் தியானெமன் சதுக்கத்தின் முகப்பில் மாவோவின் படத்திற்கு அருகில் ஷியின் படமும் இடம் பெறக்கூடும். சக்தி வாய்ந்த, கடும்போக்குள்ள ஒரு தலைவரின் கீழ், உலகின் அதிக மக்கள்தொகையும் இரண்டாவது பெரிய பொருளாதார வளமும் மிகப் பெரிய ராணுவ பலமும் உள்ள ஒரு நாடு தனது பயணத்தைத் தொடரப்போகிறது.

இந்தியாவின் நிலை

இந்தச் சூழலில் இந்தியா என்ன செய்யலாம்? இந்தியாவிற்கும் சீனாவிற்கும் இடையில் பிணக்குகள் வளர்ந்தபடி இருக்கின்றன. எல்லைப் பிரச்சினை தீர்ந்தபாடில்லை. ஆனால், 2021இல் சீனாவிலிருந்து இந்தியா இறக்குமதி செய்த பொருட்களின் மதிப்பு முதல் முறையாக 100 பில்லியன் டாலரைத் (ரூ.7.5 இலட்சம் கோடி) தொட்டுவிட்டது. இது முந்தைய ஆண்டைவிட 46% அதிகம். செல்பேசிகள், மருந்துப் பொருட்கள், ஆட்டோமொபைல் தொடங்கி எண்ணற்ற பொருட்கள் இறக்குமதியாகின்றன. இந்நிலை மாற வேண்டும். உள்நாட்டு உற்பத்தி அதிகரிக்க வேண்டும். இந்தியாவில் மனித வளம் கொட்டிக் கிடக்கிறது. அது இளமையானதுங்கூட. இந்திய மக்களின் சராசரி வயது 28. உழைக்கும் வயதில் இருக்கும் கோடிக்கணக்கான மக்களுக்கு வேலையும் தொழிலும் வழங்க வேண்டும். அப்போது அபரிமிதமான

இறக்குமதி குறையும்; உள்நாட்டில் வருவாயும் பெருகும். மத வெறுப்பிலும் சாதிச் சண்டையிலும் சக்தியை வீணடிக்காமல் நமது மனித வளத்தை ஆக்கபூர்வமாகப் பயன்படுத்த வேண்டும்.

எல்லா அண்டை நாடுகளோடும் நட்புப் பாரட்ட வேண்டும். அது சர்வதேச அரங்கில் சீனாவிற்கு அழுத்ததைத் தர உதவும். பிரதமர் மோடியின் தற்சார்புக் கொள்கை கால்வான் யுத்தத்திற்கு முன்னரே முன்மொழியப்பட்டது. அதைச் செயல்படுத்த வேண்டும். இந்தியாவாலும் உலகத் தொழில் அனைத்தையும் உவந்து செய்ய முடியும். அதற்கு நம் மக்கள் திரளுக்குக் கல்வியும் மருத்துவமும் வழங்கப்பட வேண்டும். அப்போது இந்தியா எழுச்சி பெறும். அது உண்மையிலேயே அமைதியான எழுச்சியாக இருக்கும். ஷி ஜிங்பிங்கின் காலத்தில் வாழ்வதற்கு அது அவசியமானதாகவும் இருக்கும்.

காலச்சுவடு, நவம்பர் 2022
இந்து தமிழ் திசை, 1.10.19, 1.7.21
ஜூனியர் விகடன், 11.7.20

2

சீனா பறக்கவிடும் இந்தியக் கொடி

அப்பாவுதான் முதலில் சொன்னவர். பிறகுதான் அது பேசுபொருளானது. அவர் சொன்னது 2022 ஆகஸ்ட் கடைசி வாரத்தில். ஆனாலும், இந்தக் கதை அதற்கு ஒரு மாதம் முன்பே தொடங்கிவிட்டது.

இந்திய விடுதலையின் பவள விழாவை முன்னிட்டு 'ஹர் கர் திரங்கா' என்று குடிமக்களைக் கேட்டுக்கொண்டார் பிரதமர். அதற்கு 'வீடுதோறும் மூவண்ணக் கொடி' என்பது பொருள். இந்தி தெரிந்தவர்கள்தான் சொன்னார்கள். பிரதமரின் வேண்டுகோளுக்குக் கோடிக்கணக்கான மக்கள் செவிசாய்த்தனர். அவர்களில் இந்தி தெரிந்தவர்களும், தெரியாதவர்களும் இருந்தனர். செங்கோட்டையில் கொடி ஏறுவதற்கு முன்னர் அவர்கள் தத்தமது வீடுகளில் கொடி ஏற்றினர்.

நாடெங்கிலுமுள்ள அஞ்சலகங்கள் ஆன்லைனிலும் நேரிலுமாகக் கொடிகளை விற்றன. அவற்றின் விலையும் சகாயமாக இருந்தது. 2–1/2' x 1'8" என்ற அளவுள்ள கொடியின் விலை ரூ.25. அதனினும் சிறிய கொடிகளும் இருந்தன. ஒரு கோடிக் கொடிகள் விற்றுத் தீர்ந்ததாகச் சொன்னது ஒரு செய்தி. எனினும் அது போதுமானதாக இல்லை. மேலும் அவை நடுத்தரமான, சிறிய அளவுகளில் இருந்தன. ஆகவே, பலர் சந்தையை நாடினர்.

அங்கே விலை அதிகம். பரவாயில்லை. ஆனால், அந்தக் கொடிகளில் கணிசமானவை

சீனாவில் தயாரிக்கப்பட்டவை என்று சிலர் குற்றம் சுமத்தினர். இருந்துவிட்டுப் போகட்டும். அதை நமக்குள் வைத்துக்கொள்வோம். உள்வீட்டுச் செய்தியெல்லாம் பலத்துரைக்க வேண்டாம். ஆனால், கொண்டாட்டங்கள் முடிந்து பத்து நாட்களுக்குப் பிறகு நடந்த சம்பவத்தை உள்வீட்டில் வைத்துக்கொள்ள முடியவில்லை. ஏனெனில், அது வெளிவீட்டில் நடந்தது. ஹாலிபேக்ஸ் நகரம் கனடாவில் இருக்கிறது. அங்குதான் பொதுநல (காமன்வெல்த்) நாடுகளின் மாநாடு நடந்தது.

நாடாளுமன்ற சபாநாயகர் ஓம் பிர்லாவின் தலைமையில் எல்லா இந்திய மாநிலங்களின் சபாநாயகர்களும் அந்த மாநாட்டில் கலந்துகொண்டார்கள். நன்று. அப்பாவு அந்தக் குழுவில் இருந்தார். குழுவினர் அரங்கத்திற்குத் தேசியக் கொடி ஏந்தி வந்தனர். மிக நன்று. அந்தோ, அதன் கீழ் மூலையில் ‘சீனாவில் தயாரிக்கப்பட்டது’ என்று கண்டிருந்தது. குழுவில் பலருக்குத் தர்மசங்கடமாகப் போய்விட்டது.

பிர்லாவிடம் முறையிட்டார் அப்பாவு. அவருக்கு ஒரு புன்சிரிப்பு பதிலாகக் கிடைத்தது. அப்பாவுவுக்கு ஆறவில்லை. பிர்லாவைப் போல் அவரால் சிரித்துக் கடக்கவும் ஏலவில்லை. அவர் அங்கிருந்தபடியே ஒரு தமிழ்த் தொலைக்காட்சி வாயிலாகத் தனது ஆவலாதியை வெளியிட்டார். “எங்களிடத்தில் சொல்லியிருக்கக் கூடாதா? ஒரே இரவில், சிவகாசியில், திருப்பூரில், ஈரோட்டில், கரூரில், நாமக்கல்லில் நூற்றுக்கணக்கான கொடிகளைத் தயாரித்துக் கொடுத்திருப்போமே?”

அப்பாவு ஒலித்தது ஓர் இந்தியக் குடிநபரின் குரல். உண்மை, தமிழகத்தில் தயாரித்திருக்கலாம். அல்லது ஆலையும் அச்சகமும் உள்ள ஏதேனும் ஓர் இந்திய நகரத்தில் தயாரித்திருக்கலாம். அந்தக் கொடிகளைக் கனடா மாநாட்டில் பறக்கவிட்டிருக்கலாம். தர்மசங்கடம் தவிர்க்கப்பட்டிருக்கும். ஆனால் ‘கர்’தோறும் பறக்கவிடப் போதுமான ஆலைகளும் நவீன அச்சகங்களும் நம்மிடம் இல்லை. அதனினும் முக்கியமாகச் சீனாவின் விலையோடு நம்மவர்களால் போட்டியிட முடிவதில்லை.

சீனத் தயாரிப்பில் இந்தியக் கொடி

இந்தப் பிரச்சினை ‘ஹர் கர் திரங்கா’வால் மட்டும் வந்ததில்லை. பல ஆண்டுகளாகவே சீனாவில் தயாரிக்கப்பட்ட இந்தியக் கொடிகள் பட்டொளி வீசிப் பறக்கின்றன. ஐந்தாண்டுகளுக்கு முன்னால் ஓர் ஆங்கில ஊடகம் களத்தில் ஆய்வு நடத்தியது. அப்போது இந்தியாவில் தயாரிக்கப்பட்ட பெரிய கொடிகளின் (12′ x 8′) விலை, ரூ.230 முதல் ரூ.250 வரை விற்கப்பட்டபோது,

மு. இராமனாதன்

சீனத் தயாரிப்புக் கொடிகள் ரூ.200க்குக் கிடைத்தன. அதற்கடுத்த அளவிலான (8' x 6') உள்ளூர் தயாரிப்புகளின் விலை ரூ.130 முதல் ரூ.150 ஆகவும், சீனத் தயாரிப்புகள் ரூ.90 ஆகவும் இருந்தன.

இந்த முறை விடுதலை நாளுக்கு ஒரு வாரம் முன்னதாகவே, 'சீனா தயாரித்த கொடிகளைப் புறக்கணிப்போம்' என்றொரு குரல் புனேவிலிருந்து ஒலித்தது. குரலுக்குச் சொந்தக்காரர் கிரீஷ் முருத்கர். இந்தியத் தேசியக் கொடிக்காகவே 'ஃப்ளேக் பவுண்டேஷன் ஆஃப் இந்தியா' *(Flag Foundation of India)* என்கிற அமைப்பை நடத்தி வருபவர்.

கால்வான் எதிரொலி

சீனப் பொருட்களைப் புறக்கணிப்போம் என்கிற முழக்கம் நமக்குப் புதியதன்று. அது ஒவ்வொரு தீபாவளியின்போதும் பட்டாசுச் சத்தம் ஒலிப்பதற்கு முன்பு மேலெழும்பும். வெடி வெடித்து முடிந்ததும் தேய்ந்துபோகும். புறக்கணிப்புக் குரல் உச்சத்தில் ஒலித்தது இரண்டு ஆண்டுகளுக்கு முன்னால். 2020, ஜூன் 15 அன்று கால்வான் பள்ளத்தாக்கில் இந்தியப் படை வீரர்கள் உயிர் நீத்தபோது, அந்த முழக்கத்தைப் பரவலாகக் கேட்க முடிந்தது. அப்போது இணையதளம் ஒன்றில் படித்த செய்தியை மறக்க முடியாது.

மதுரை பைபாஸ் சாலை உணவகம் ஒன்றின் உரிமையாளர் தனது கடை வாசலில் 'சீன உணவு வகைகள் இனி இங்கு விற்பனை இல்லை' என்று கையால் எழுதிய அறிவிப்புப் பலகையை மாட்டினார். கூடவே 'சீனப் பொருட்களைப் புறக்கணிப்போம்' என்கிற அச்சடித்த சுவரொட்டியையும் ஒட்டினார். அந்த உணவகத்திற்கு எந்த மூலப்பொருளும் சீனாவிலிருந்து வரவில்லை. ஃப்ரைடு ரைஸ், நூடுல்ஸ் என்கிற பெயர்களுக்கு அப்பால் அந்த உணவு வகைகளுக்கும் சீனாவிற்கும் எந்தத் தொடர்பும் இல்லை. அவை சீன உணவிற்கு அந்நியமான காரம், குணம், மணம் நிரம்பியவை. எனினும் கால்வான் பள்ளத்தாக்கிலிருந்து 3,000 கிலோ மீட்டருக்கு அப்பால் வசிக்கும் ஒரு வணிகர், சீனாவின் ஆக்கிரமிப்பிற்கு ஆற்றிய எதிர்வினை அது.

இந்தச் செய்தி நினைவில் இருப்பதற்குக் காரணம் அதன் பின்னூட்டங்களில் ஒன்று. அது இப்படி இருந்தது: "அந்தச் சுவரொட்டியைப் பெரிதாக்கிப் பாருங்கள். அதன் மூலையில் 'சீனாவில் தயாரிக்கப்பட்டது' என்கிற வாசகம் இருக்கிறது." நான் பெரிதாக்கிப் பார்த்தேன். அப்படி எந்த வாசகமும் இல்லை. அது ஒரு பகடி. அதை எழுதியவர் சீனாவைச் சுலபமாகப்

புறக்கணித்துவிட முடியாது என்று சொல்லவருவதாக நாம் எடுத்துக்கொள்ளலாம். அவர் சீனாவைப் புறக்கணிக்க வேண்டாம் என்று சொல்வதாக நான் நினைக்கவில்லை, மாறாக அது சிரம சாத்தியம் என்கிறார்.

தடை தாண்டும் ஓட்டம்

கால்வான் சம்பவத்திற்குப் பிறகு, ஒன்றிய அரசின் பல துறைகளும் சீனப் புறக்கணிப்பை முன்னெடுத்து வருகின்றன. சுமார் 200 சீனச் செயலிகளைத் தடை செய்திருக்கிறது தகவல் தொழில்நுட்பத் துறை. சீனாவின் மின் உற்பத்திக் கருவிகளை இனி இறக்குமதி செய்யலாகாது என்றது மின்துறை. சீனாவின் கட்டுமான நிறுவனங்களுக்குப் புதிய ஒப்பந்தங்களை வழங்க மறுத்துவருகின்றன ரயில்வே துறையும் தேசிய நெடுஞ்சாலைத் துறையும்.

ஹூவாயி, 'ஸெட்டிஇ' (ZTE) ஆகிய சீன நிறுவனங்கள் 5ஜி அலைக்கற்றையை இந்தியாவிற்குள் கொண்டுவர முடியாது; தடை விதித்திருக்கிறது தொலைத்தொடர்புத் துறை. சீனாவிலிருந்து வரும் முதலீடுகள் மீதான சிவப்பு நாடாவை இறுக்கியது நிதித்துறை. அதிக அளவில் இறக்குமதி செய்யப்படும் சீனப் பொருட்களுக்குக் கூடுதல் தீர்வை விதித்தது சுங்கத் துறை.

இப்படி வரிசையாகத் தடைகளைப் போட வேண்டாம் என்று சொல்கிறது சீனா. எல்லைப் பிரச்சினைகளைத் தனியாகப் பேசிக்கொள்ளலாம், வணிகம் தொடரட்டும் என்பது சீனாவின் கோரிக்கை. இந்தியா அதை ஒப்பவில்லை. கடந்த இரண்டு ஆண்டுகளில் 15 சுற்றுப் பேச்சுவார்த்தைகள் நடந்தேறிவிட்டன.

சீனப் படைகள் முழுமையாகப் பின்வாங்கியபாடில்லை. எல்லைப் பிரச்சினையைத் தீர்த்துக்கொண்டு வணிகத்தைப் பற்றிப் பேசுவோம் என்பது இந்தியாவின் நிலைப்பாடு. அப்படியானால் கடந்த இரண்டு ஆண்டுகளில் இந்திய–சீன வணிகம் பாதிக்கப்பட்டதா? சீனப் பொருட்களின் இறக்குமதி குறைந்ததா? புள்ளிவிவரங்கள் சொல்லும் செய்தி எதிர்த்திசையில் இருக்கிறது.

2021ஆம் ஆண்டில் இந்திய–சீன வணிகம் முதன்முறையாக 100 பில்லியன் டாலரைக் கடந்தது. ஆண்டு இறுதியில் இரண்டு நாடுகளுக்கிடையேயான மொத்த விற்று வரவின் மதிப்பு 125.7 பில்லியன் டாலரை (சுமார் 10 லட்சம் கோடி ரூபாய்) எட்டியது. இது எப்போதும்போல் சமனற்ற வணிகமாகவே இருந்தது. அதாவது இறக்குமதி அதிகமாகவும் ஏற்றுமதி குறைவாகவும் உள்ள வணிகம்.

கடந்த ஆண்டில் இந்தியா சீனாவிடமிருந்து இறக்குமதி செய்த பொருட்களின் மதிப்பு 97.5 பில்லியன் டாலர், ஏற்றுமதி செய்த பொருட்களின் மதிப்பு 28.1 பில்லியன் டாலர். 2021ஆம் ஆண்டின் முடிவில் இத்தொகை எழுதியபோது, அது 69.4 பில்லியன் டாலர் சீனாவிற்குச் சாதகமாக முடிந்தது.

எத்தனை தடைகள் விதித்தாலும் அதைச் சீனாவால் எப்படித் தாண்டிக் குதிக்க முடிகிறது? அந்த அளவிற்கு நமது சந்தை சீனாவைச் சார்ந்திருக்கிறதா?

சீனப் பிள்ளையார்

நாம் அன்றாடம் பயன்படுத்தும் பேனா, பென்சில், பண்டம், பாத்திரம் என்று ஏராளமான பொருட்களில் 'சீனாவில் தயாரிக்கப்பட்டது' என்கிற ஸ்டிக்கரைப் பார்க்கிறோம். இந்தப் பட்டியலில் ஹாலிபேக்ஸ் நகரில் அப்பாவுவிடம் கொடுக்கப்பட்ட தேசியக் கொடியையும் சேர்த்துக்கொள்ள வேண்டும். எனது நண்பர் வழங்கிய பிள்ளையார் சிற்பத்தையும் சேர்த்துக்கொள்ள வேண்டும்.

அந்தச் சிற்பத்தில் ஸ்டிக்கர் இல்லை. பள்ளிச் சீருடையில் குறும்புப் பார்வையுடன் கூடிய பிள்ளையார். எனது பிள்ளைகளுக்குப் பிடித்துவிட்டது. வெகு நாட்கள் எங்கள் வீட்டுத் தொலைக்காட்சிப் பெட்டியின் மேல் நின்றுகொண்டது. சில பண்டிகைகளை அயல் நாட்டு இந்தியர்கள் உள்நாட்டினரைவிட விசேடமாகக் கொண்டாடுவார்கள்.

எனது ஹாங்காங் நண்பருக்கு நவராத்திரி அப்படியான பண்டிகை. அவர் வீட்டிற்குக் கொலு பார்க்கப் போகும் பெண்டிருக்கு வெற்றிலை பாக்கு கிடைக்கும்; கூடவே கண்ணைக் கவரும் ஒரு பிள்ளையாரும் கிடைப்பார். ஒவ்வொரு ஆண்டும் ஒவ்வொரு விதமான பிள்ளையார். இந்தச் சீருடைப் பிள்ளையார் வீட்டுக்கு வந்ததும் நண்பரிடம் கேட்டேன்: 'எப்படி இத்தனை பிள்ளையார்களைச் சென்னையிலிருந்து கொண்டுவருகிறீர்கள்?' நண்பர் திருத்தினார்: சென்னையிலிருந்து அல்ல, ஷென்ஜனிலிருந்து. சீன நகரத்திலிருந்து பிள்ளையார் சிற்பமா? இப்போது எனது கேள்விகள் கூடின.

'விலை அதிகமா?'

'இல்லை, குறைவு'

'ஒவ்வொரு ஆண்டும் பிள்ளையார் வேறு வேறு வடிவம் எடுக்கிறாரே, வாங்குகிற இடத்தை மாற்றுவீர்களா?'

அடுத்தடுத்த ஆச்சரியங்களுக்கு நான் தயாராக இல்லை. ஆனால் நண்பர் தீர்மானமாக இருந்தார். அவர் சொன்னார்: 'இன்னும் 200 ஆண்டுகளுக்கு நான் இடத்தை மாற்ற வேண்டியதில்லை. பிள்ளையார் மாடலைத் தேர்ந்தெடுத்து பணத்தையும் செலுத்தினால், இரண்டு வாரத்தில் 50 பிள்ளையார்கள் எனது ஹாங்காங் வீட்டு வாசலில் அணிவகுத்து நிற்பார்கள்.'

நண்பர் அன்பளிப்பாக வழங்கும் பிள்ளையார் சிற்பம் ஒன்றரை அடி உயரம் இருக்கும். ஆனால், சீனாவால் 'உயர்ந்த' சிற்பங்களையும் உருவாக்க முடியும். 2018ஆம் ஆண்டு குஜராத்தில் நிறுவப்பட்ட சர்தார் பட்டேலின் சிலை 600 அடி உயரம், செலவு: ரூ.2,700 கோடி. 2022ஆம் ஆண்டு பிப்ரவரி மாதம் ஹைதராபாத்தில் நிறுவப்பட்ட ராமானுஜரின் சிலை 216 அடி உயரம், செலவு: ரூ.1,000 கோடி. இரண்டு சிலைகளும் (அல்லது அவற்றின் கணிசமான பாகங்கள்) சீனத் தயாரிப்புகள்.

படேல் நின்ற கோலத்திலும் ராமானுஜர் அமர்ந்த கோலத்திலும் காட்சி தருகிறார்கள். இரண்டு சிலைகளுக்கும் பெயர்கள் உண்டு. முன்னவரின் பெயர் 'ஒற்றுமையின் சிலை', பின்னவரின் பெயர் 'சமத்துவத்தின் சிலை'. பெயர்களை நம்மவர்கள்தான் சூட்டினார்கள். அதில் சீனர்கள் எந்தப் பங்கும் கோர முடியாது.

எடை கூடியது இறக்குமதித் தட்டு

இப்படி அழி ரப்பரிலிருந்து அதி உயரச் சிலைகள் வரை சீனப் பொருட்கள் நம்மிடையே உலவுகின்றன. அவை நம் கண்களுக்கு வெளிப்படையாகத் தெரிகின்றன. ஆனால், சீன இறக்குமதிகளில் இந்தப் பொருட்களின் பங்கு குறைவுதான். அப்படியானால் கணிசமான பங்கு வகிக்கும் பொருட்கள் எவை?

ஹாங்காங்கிலிருந்து வெளியாகும் 'சவுத் சைனா மார்னிங் போஸ்ட்' அந்தப் பொருட்களைப் பட்டியலிட்டது. இந்தியா இறக்குமதி செய்யும் மின்னணு சார்ந்த பொருட்களில் 60% சீனத் தயாரிப்புகள். மருந்துகளுக்கான மூலப் பொருட்களில் 70% சீனாவிலிருந்து வருகின்றன. ஆட்டோமொபைல் உதிரிப் பாகங்களில் 25% சீனாவில் தயாராகின்றன.

இந்தியர்கள் பயன்படுத்தும் நீடித்துழைக்கும் பயனர் பொருட்களில் 45% சீனத் தயாரிப்புகள். 'கன்ஸ்யூமர் டியூரபில்ஸ்' (Consumer Durables) என்று சந்தையில் வழங்கப்படும் இந்த நீடித்துழைக்கும் பொருட்களில் குளிர் சாதனம், சலவை

இயந்திரம், சோபா போன்ற வீட்டுப் பயன்பாட்டுப் பொருட்கள், ஆபரணம், சைக்கிள், குடை, பொம்மை, விளையாட்டுக் கருவிகள் முதலானவை வரும்.

இந்தியா மருந்துத் தயாரிப்பில் முன்னணியில் இருக்கிறது. பல வெளிநாடுகளுக்கு ஏற்றுமதி செய்கிறது. இந்தியாவிற்கு 'உலகத்தின் மருந்தகம்' என்கிற பெயர் அப்படி வந்ததுதான். ஆனால், அதன் அடித்தளம் பலவீனமாக இருக்கிறது. கொரோனாவிலிருந்து உலகம் மீண்டெழுந்தபோது, சீனத் தயாரிப்புகளுக்குப் பெரும் கிராக்கி இருந்தது. பயன்பாட்டில் உள்ள உற்பத்திச் சங்கிலியின் வாயிலாகச் சீனப் பொருட்கள் பல நாடுகளுக்குக் காலாகாலத்தில் போய்ச் சேரவில்லை. மூலப்பொருட்களின் போதாமையால் இந்தியாவில் மருந்து உற்பத்தி பெரிதும் பாதிக்கப்பட்டது. நமது சார்புநிலை வெட்ட வெளிச்சமாகியது. எனினும் நாம் பாடம் கற்றதாகத் தெரியவில்லை.

எடை குறைந்தது ஏற்றுமதித் தட்டு

அடுத்து, இந்தியா சீனாவிற்கு ஏற்றுமதி செய்யும் பொருட்கள் யாவை? இரும்புத் தாது, கடல்சார் பொருட்கள், மசாலா பொருட்கள், வேதிப் பொருட்கள், பெட்ரோலியப் பொருட்கள் முதலானவை. அதாவது இந்தியா, சீனாவிற்கு ஏற்றுமதி செய்பவை முக்கியத்துவம் குறைந்த மூலப் பொருட்களாகவும் இடைநிலைப் பொருட்களாகவும் இருக்கின்றன.

அதேவேளையில் இறக்குமதி செய்பவை முழுமையடைந்த பொருட்களாகவும் இன்றியமையாத மூலப் பொருட்களாகவும் இருக்கின்றன. இதுதான் சமனற்ற வணிகத்திற்குக் காரணம். சீனப் பொருட்களைப் புறக்கணிக்க முடியாத நிலை நீடிப்பதற்கும் காரணம்.

என்ன செய்யலாம்?

இரண்டு காரியங்களைச் செய்யலாம். முதலாவதாக, நமது சிறு குறு நடுத்தரத் தொழில்கள் கடும் அவதியில் இருக்கின்றன. ஜிஎஸ்டி போன்ற வரிவிதிப்புகளால் அவற்றின் இன்னல்கள் பெருகிவிட்டன. அவற்றை மீட்டெடுக்க வேண்டும். பெரும் முதலாளிகளுக்கு மட்டும் சார்பான நிலைப்பாட்டால் இந்தப் பிரச்சினை வளரவே செய்யும். 2011இல் மொத்த உள்நாட்டு உற்பத்தியில் உற்பத்தித் துறையின் பங்கு 17%ஆக இருந்தது.

இதை அதிகரிப்பதன் அவசியம் அப்போது பேசப்பட்டது. தொடர்ந்தும் பேசப்படுகிறது. ஆனால், நடந்தது வேறு. 2021இல்

அது 14% ஆகக் குறைந்துவிட்டது. தொழில் துறைக்கு ஆதரவான கொள்கைகள் வகுக்கப்படவும் நடைமுறைப்படுத்தப்படவும் வேண்டும். 1990களில் மருந்து உற்பத்திக்கான பல வேதிப் பொருட்களைத் தயாரித்தவை பொதுத் துறை நிறுவனங்கள். புதிய பொருளாதாரக் கொள்கைகளால் அவை நசித்துவிட்டன. அவற்றுக்கு உயிரூட்ட வேண்டும்.

இரண்டாவதாக, நமது மனிதவளத்தை மேம்படுத்த வேண்டும். நம்மிடம் மனிதவளம் இருக்கிறது. ஆனால், பெருந்தொகைத் தொழிலாளரால் திறன் குறைந்த பணிகளில்தான் ஈடுபட முடிகிறது. பெண்களால் உற்பத்தியில் பங்கெடுக்க முடிவதில்லை. இரண்டுக்கும் காரணம் நமது நாடு கல்வியிலும் உடல் நலத்திலும் பின்தங்கியிருப்பதுதான். அரசு, கல்வியையும் மருத்துவத்தையும் எல்லோருக்குமானதாக மாற்ற வேண்டும். அது இலவசமாகாது. அது மக்களின் அடிப்படை உரிமை. அதைச் செய்தால் நாடும் நலம் பெறும், நாட்டு மக்களும் நலம் பெறுவார்கள்.

கொரோனா காலத்தில் நமது பிரதமர் 'ஆத்ம நிர்பார் பாரத்' (சுயச் சார்புள்ள இந்தியா) என்கிற முழக்கத்தை முன்னெடுத்தார். இதை முழு மூச்சில் நடப்பிலாக்க வேண்டும். அதற்கேற்றவாறு நமது தொழில் துறையும் தொழிலாளரும் தகவமைக்கப்பட வேண்டும்.

அப்போது கனரக இயந்திரங்களும் மின்னணுச் சாதனங்களும் வேதிப் பொருட்களும் இந்தியாவில் தயாராகும். அப்போது எனது நண்பர் பிள்ளையார் சிற்பங்களை சென்னையிலிருந்து வாங்குவார். மதுரை பைபாஸ் உணவக உரிமையாளர் ஃப்ரைடு ரைஸும் நூடுல்ஸும் விற்கத் தொடங்குவார். இந்திய தேசியக் கொடிகள் திருப்பூரிலும் சிவகாசியிலும் தயாராகும். அப்பாவு ஆவலாதிப்பட மாட்டார்.

அருஞ்சொல்.காம் 16.9.22, ஜூனியர் விகடன் 22.7.20

3

சீனாவைச் சுற்றிவரும் வதந்தி

தமிழ் மொழியின் சங்கப் பாடல்களைப் போன்றவை சீன மொழியின் 'ஷிழ் சிங்' (Shi Jing). அது பழம் பாடல்களின் தொகை நூல். அதில் ஒரு பாடலில் பழி கூறும் நிந்தனையாளர்கள் பரிகசிக்கப்படுவார்கள். அவர்களுக்குச் சாணி வண்டுகள் உவமையாகக் கூறப்படும். ஏனெனில், சாணி வண்டுகள் எங்கும் நுழைய முயல்வன. சூரிய ஒளி படாத இடங்கள் அவற்றுக்கு உகந்தவை.

2022 செப்டம்பர் மூன்றாம் வாரம் சீனாவைப் பற்றியும் சீன அதிபர் ஷி ஜிங்பிங்கைப் பற்றியும் ஒரு வதந்தி சமூக ஊடகங்களில் தீயாகப் பரவியது. சீனா அந்த வதந்தியைப் பொருட்படுத்தியதாகத் தெரியவில்லை. அதன் வெளியுறவு அமைச்சகம் யாதொரு மறுப்பையும் வெளியிடவில்லை. ஒருவேளை அப்படி ஒரு மறுப்பு வெளியாகியிருந்தால், அதில் ஷிழ் சிங் பாடல் மேற்கோள் காட்டப்பட்டிருக்கக்கூடும். ஏனெனில் வதந்தியாளர்கள் ஆதாரங்களுக்கு அவசியமில்லாத இணையவெளியின் கதகதப்பில் தங்கள் பரப்புரையை நிகழ்த்தினார்கள், சாணி வண்டுகளைப் போல்.

வதந்தி என்ன? சீனாவின் ஆட்சிக் கட்டிலை ராணுவம் கைப்பற்றிக்கொண்டது. சீன அதிபர் வீட்டுக் காவலில் வைக்கப்பட்டிருக்கிறார். இதுதான் வதந்தி. 2022ஆம் ஆண்டின் ஷாங்காய் ஒத்துழைப்பு மாநாடு உஸ்பெகிஸ்தானில் நடந்தது. இந்தியப் பிரதமர்

மோடி உட்பட உலகத் தலைவர்கள் பலர் கலந்துகொண்டனர். கொரோனாவால் போக்கும் வரவும் முடங்கிய பிறகு, சீன அதிபர் மேற்கொண்ட முதல் வெளிநாட்டுப் பயணம் இது. மாநாட்டை முடித்துக்கொண்டு செப்டம்பர் 17 அன்று அவர் நாடு திரும்பினார். பிறகு அவர் பொது நிகழ்வில் கலந்துகொண்டது செப்டம்பர் 27 அன்று. இடைப்பட்ட பத்து நாட்களில் அவரைப் பொது நிகழ்வுகளில் காணக்கூடவில்லை. சாணி வண்டுகளுக்கு அந்த இடைவெளி போதுமானதாக இருந்தது. ராணுவத் துருப்புகள் பாசறையிலிருந்து வெளியேறித் தலைநகர் பெய்ஜிங்கில் ரோந்து வருவதாக ஒருவர் எழுதினார். இன்னொருவர் 6000 பயணி விமானங்கள் ரத்து செய்யப்பட்டுவிட்டதாக எழுதினார். இன்னார்தான் அடுத்த அதிபர் என்று வேறொருவர் எழுதினார். வதந்தியாளர்களுக்குச் சூரிய ஒளி படாத பாதுகாப்பைச் சமூக வலைதளங்கள் வழங்கின.

என்ன நடந்திருக்கும்?

சீனா மிகக் கடுமையான கோவிட் பாதுகாப்பு விதிகளைப் பின்பற்றிவருகிறது. கோவிட்– சுழியம் *(Zero Covid)* என்பது அந்தக் கொள்கையின் பெயர். கோவிட் பாதிக்கப்பட்ட பல பெருநகரங்கள் முற்று முழுதாக அடைக்கப்பட்டதும், அதனால் சீனாவின் உற்பத்தியும் விநியோகமும் பெருமளவில் பாதிக்கப்பட்டதும் கடந்த ஈராண்டுகளில் பல முறை நிகழ்ந்தன. அந்தக் கொள்கையின் அடிப்படையில், வெளிநாட்டுப் பயணம் மேற்கொண்ட அதிபர், நாடு திரும்பியதும் தன்னைத் தனிமைப்படுத்திக்கொண்டிருக்கலாம். தவிர, சீனாவின் மூத்த அரசியலர்கள் நாட் கணக்கில் ஊடக வெளிச்சத்திலிருந்து ஒதுங்கியிருப்பது இது முதல் முறையன்று.

வரலாறு முக்கியம்

இந்த வதந்தியைக் குறித்து இணைய வெளியிலும் அச்சு ஊடகங்களிலும் செய்திக் கட்டுரைகள் வெளியாகின. ‘இப்படி நடந்திருக்கக் கூடாதா’ என்று விரும்பியவர்கள், ட்விட்டரில் அவர் சொன்னார், இன்ஸ்டாகிராமில் இவர் சொன்னார், முகநூலில் உவர் சொன்னார், என்கிற ரீதியில் எழுதினார்கள். ‘இப்படி நடந்திருக்க முடியாது’ என்று கருதியவர்கள் இந்த வதந்திகள் நம்பத் தகுந்தவை அல்ல என்று எழுதினார்கள். சீனாவின் இரும்புத் திரைதான் இப்படியான வதந்திகளுக்கு இடமளிக்கிறது என்றார்கள். இரு சாரரும், நான் படித்த வரையில், ஒரு முக்கியமான கண்ணியைக் கவனத்தில் கொள்ளவில்லை. அது சீனாவின் வரலாறு. அதைத் திரும்பிப் பார்த்தால்தான்

இப்படி ஒரு சம்பவம் ஏன் சீனாவில் நடக்க முடியாது என்று புரிந்துகொள்ள முடியும்.

சீனக் கம்யூனிஸ்ட் கட்சி 1921இல் உருவானது. கட்சி, தனக்கான ராணுவத்தைக் 1927இல் கட்டியது. 1949இல் கம்யூனிஸ்ட் கட்சியின் ஆட்சி அமைக்கப்பட்டது. இதுதான் வரிசை. சீனாவில் ஆட்சியைவிட ராணுவத்திற்கும், ராணுவத்தைவிடக் கட்சிக்கும் முக்கியத்துவம் உண்டு. ஷி ஜிங்பிங் மூன்று பதவிகளை வகிக்கிறார். அவர்தான் கம்யூனிஸ்ட் கட்சியின் பொதுச் செயலாளர், ராணுவத்தின் தலைவர், மக்கள் சீனக் குடியரசின் அதிபர். சீனக் கட்டமைப்பில் கட்சிச் செயலர்தான் அதிபரைக் காட்டிலும், ராணுவத் தலைவரைக் காட்டிலும் அதிகாரமுள்ளவர். கட்சியின் பொதுச் செயலரை ராணுவத்தின் தளபதிகளால் சிறைப்பிடித்துவிட முடியாது.

புவியியல்

இந்த இடத்தில் ராணுவம் ஆட்சி புரிந்த நாடுகளை ஒப்பிட்டுப் பார்ப்பது பயன் தரும். பல ஆசிய நாடுகள் ராணுவ நுகத்தடியின் கீழ் பாரம் இழுத்திருக்கின்றன. பாகிஸ்தான், வங்கதேசம், இந்தோனேசியா, தாய்லாந்து, லாவோஸ், கம்போடியா, சிரியா முதலான ஆசிய நாடுகள் எண்பதுகளுக்குப் பின்னாலும் ராணுவ ஆட்சியின் கீழ் இருந்தவை. இப்போது ராணுவ ஆட்சி நடக்கும் ஒரே ஆசிய நாடு மியான்மர். ஐரோப்பாவிலும் ஆப்பிரிக்காவிலும் பல நாடுகள் ராணுவ ஆட்சியின் கீழ் இருந்தவை. சூடான், மாலி, கெனீவா முதலிய ஆப்பிரிக்க நாடுகளில் இப்போதும் ராணுவம்தான் கோலோச்சுகிறது. இந்த நாடுகளிலெல்லாம் ஆட்சி அதிகாரமும் ராணுவமும் தனித்தனியாக இயங்குபவை. ராணுவங்களால் ஆயுத பலத்தைப் பயன்படுத்தி ஆட்சியைக் கைப்பற்ற முடிந்ததும் அதனால்தான்.

இந்தியாவிலும் இவை தனித்தனியாவைதான். ஆனால் இந்தியா உலகின் ஆகப் பெரிய ஜனநாயக நாடு. எத்தனை குறைகள் இருந்தாலும், அதன் பலனைத் துய்த்துவரும் மக்கள் ராணுவ ஆட்சிக்கு இணங்க மாட்டார்கள் என்று நம்பலாம். மேலும், நமது ராணுவத்திற்கு ஆட்சி அதிகாரத்தைக் குறித்த எந்த மோகமும் இல்லை. முக்கியமாக, நமது ராணுவ வீரர்கள் பல மொழி பேசுபவர்கள், பல தேசிய இனங்களைச் சேர்ந்தவர்கள். இந்தியாவின் நாடாளுமன்றம் எல்லாத் தேசிய இனங்களையும் பிரதிநிதித்துவப்படுத்துகிறது. ராணுவ ஆட்சியால் அதைச் செய்ய முடியாது. ஆகவே தளபதிகள் தங்களுக்கு விதிக்கப்பட்ட எல்லையைக் கடந்து, ஆட்சி அதிகாரத்திற்கு ஆசைப்பட்டால்,

கிழக்கும் மேற்கும் ௐ 43 ௐ

அதற்கு ராணுவ வீரர்களின் ஒத்துழைப்பு இராது. ஆகவே இந்தியாவில் ராணுவ ஆட்சி சாத்தியமில்லை. சீனாவிலும் சாத்தியமில்லை. காரணங்கள் வேறு.

சீனாவில் நடப்பது ஒரு கட்சி ஆட்சி. அங்கே கட்சியும் ராணுவமும் ஆட்சியும் ஒன்றோடன்று இணைந்திருக்கின்றன. அவற்றின் படிநிலைகள் தெளிவாக வரையறுக்கப்பட்டிருக்கின்றன. ஆகவே இரண்டாவது இடத்தில் இருக்கும் ராணுவம், முதலிடத்தில் இருக்கும் கட்சிக்கு எதிராக, மூன்றாம் இடத்தில் இருக்கும் ஆட்சியைக் கைப்பற்றாது.

ஷி ஜிங்பிங்கைச் சுற்றி ஏன் இத்தனை வதந்திகள்? 2023இல் அவர் மூன்றாவது முறையாக அதிபராகப்போகிறார். அவர் நான்காவது முறைகூட அதிபராகலாம்.

இந்தியா தகவமைப்பு

ஷி ஜிங்பிங் போன்ற எதேச்சதிகாரத் தலைவர் இன்னும் ஒரு தசாப்த காலம் சீனாவிற்குத் தலைமை ஏற்கப்போவது இந்தியாவிற்குச் சவாலாகத்தான் இருக்கும். ஆனால் சீனாவை எதிர்கொள்ள நாம் அமெரிக்காவையும் ஜப்பானையும் ஆஸ்திரேலியாவையும் நாடுவதால் பலன் இருக்கப்போவதில்லை. இந்தியாவும் சீனாவைப் போல் மனித வளமிக்க நாடு. நமது மக்கள் திரளுக்குக் கல்வியையும் ஆரோக்கியத்தையும் வழங்கி, அதன் மூலம் நாட்டை உற்பத்தி மையமாகவும் நமது மக்களை வலிமை மிக்கவர்களாகவும் நமது நாட்டை வளம் மிக்கதாகவும் மாற்ற வேண்டும்.

சீன அதிபரைப் பற்றிய வதந்தி, இந்திய இணைய வெளியில்தான் அதிகமும் சுற்றில் இருந்தது. அந்த வதந்தி, அதைப் பரப்பியவர்களின் விருப்பமாக இருக்கலாம். ஆனால் சாணி வண்டுகளால் நிலத்திற்கு மேல் பறக்க முடியாது. வதந்திகளைப் பரப்புவதால் பிரச்சினைகளை எதிர்கொள்ள முடியாது. நாம் நம்மையும் நமது நாட்டையும் தகவமைத்துக்கொள்வதன் மூலமே ஒரு வலிமையான அயல் வீட்டுக்காரரை எதிர்கொள்ள முடியும்.

அருஞ்சொல்.காம், 30.9.22

4

என்று தணியும் இந்திய–சீன எல்லைப் பிரச்சினை?

செப்டம்பர் 17, 2021. இடம்: துஷான்பே, தஜிகிஸ்தானின் தலை நகரம். நிகழ்வு: சீனாவும் ரஷ்யாவும் மத்திய ஆசிய நாடுகளும் ஆண்டுதோறும் சந்தித்துக்கொள்ளும் ஷாங்காய் ஒத்துழைப்பு மாநாடு. 2017இல் இந்தியாவும் பாகிஸ்தானும் இந்தக் குழுவில் இணைந்துகொண்டனர். இந்த மாநாட்டு வளாகத்தில் இந்திய–சீன வெளியுறவு அமைச்சர்களான ஜெய்சங்கரும் வாங் யீ–யும் சந்தித்துக்கொண்டார்கள். 15 மாதங்களுக்கும் மேலாக நீண்டுகொண்டிருக்கும் எல்லைப் பிரச்சினையைப் பற்றிப் பேசினார்கள். இந்தச் செய்தி சர்வதேச ஊடகங்களில் போதிய கவனத்தைப் பெறவில்லை. இரண்டு அண்டை நாட்டு வெளியுறவு அமைச்சர்கள் சந்தித்தார்கள், பேசினார்கள், அறிக்கை வெளியிட்டார்கள். இது ஒரு சாதாரண நிகழ்வுதானே என்றொரு கேள்வி எழலாம்.

உண்மைதான். இதே இரண்டு அமைச்சர்களும் சரியாக ஓராண்டிற்கு முன்னால் இதே மாநாட்டில் சந்தித்தார்கள். நாள்: செப்டம்பர் 10, 2020. இடம்: மாஸ்கோ. அப்போது எல்லையில் பதற்றம் தொடங்கி மூன்று மாதங்களே ஆகியிருந்தன. ராணுவ, ராஜதந்திர மட்டங்களில் உரையாடல்கள் நடந்த வண்ணம் இருந்த போதும், வெளியுறவு அமைச்சர்கள் மட்டத்தில் நிகழ்ந்த முதல் சந்திப்பு அதுதான். அந்தச் சந்திப்பை உலகம் முழுக்கக் கவனித்தது. சந்திப்பின் முடிவில் அமைச்சர்கள்

வெளியிட்ட கூட்டறிக்கையில் எழுதப்பட்ட வரிகளுக்கு இடையில் எழுதப்படாத சில வரிகளும் ஊர்வது அரசியல் நோக்கர்களின் கண்களுக்குப் புலப்பட்டது. அதைக் குறித்த அருஞ்சொற் பொருள் விளக்கங்களும் பொழிப்புரைகளும் அப்போது சர்வதேச ஊடகங்களில் வெளியாயின. அவற்றோடு ஒப்பிடும்போது இப்போதைய சந்திப்பை ஊடகங்கள் பெரிதாகக் கண்டுகொள்ளவில்லை. ஏன்? அப்போது இந்தப் பதற்றம் விரைவில் முடிவுக்கு வந்துவிடும் என்கிற எதிர்பார்ப்பு இருந்திருக்கலாம். இப்போது அது உடனடியாகச் சாத்தியமில்லை என்று ஊடகவியலாளர்கள் கருதியிருக்கலாம்.

இந்தியாவிற்கும் சீனாவிற்கும் இடையே எல்லைப் பிரச்சினை இருப்பது எல்லோரும் அறிந்ததுதான். ஆனால் நாம் அறிந்த விவரங்கள் பெரும்பாலும் முழுமையானதாக இருப்பதில்லை. பொதுவெளியில் உலவும் விவரங்கள் பாதி உண்மைகளால் நிரம்பியவை. ஆகிவந்த தொன்மங்களால் கட்டப்பட்டுத் தேசியவாதத்தால் வலுவூட்டப்பட்டவை. நமக்குப் பொதுவாகத் தெரிந்ததை இப்படிச் சுருக்கமாகச் சொல்லலாம்:

1. வட மேற்கில் அக்சை–சின் பகுதியைச் சீனா ஆக்கிரமித்திருக்கிறது.
2. வட கிழக்கில் இந்திய மாநிலங்களில் ஒன்றான அருணாச்சலப் பிரதேசத்திற்குச் சீனா உரிமை கோருகிறது.

இவை இரண்டும் சரிதான். ஆனால் இந்த நேரடியான வாக்கியங்களுக்கு முன்னாலும் பின்னாலும் பல செய்திகள் இருக்கின்றன.

கொடுங்குளிரில் வெப்ப அலைகள்

2020, ஜூன் 15இல் இருந்து தொடங்கலாம். அந்த இரவில்தான் பாரதியார் விதந்தோதிய வெள்ளிப் பனிமலையின் கால்வான் பள்ளத்தாக்கில் 14,000அடி உயரத்தில், 20 இந்திய ராணுவ வீரர்கள் கொல்லப்பட்டனர். சீனத் தரப்பிலும் உயிரிழப்பு இருந்தது; ஆனால் முழு விவரம் தெரிவிக்கப்படவில்லை.

ஜூன் 15 – சீன அதிபர் ஷி ஜிங்பிங்–இன் பிறந்த நாள். 2015ஆம் ஆண்டிலிருந்து 2019வரை அந்த நாளில் பாரதப் பிரதமர் மோடி சீன அதிபருக்கு வாழ்த்துத் தெரிவித்துவந்தார். ஆனால் 2020ஆம் ஆண்டு ஜூன் 15ஆம் தேதி வந்தது, பிரதமர் வாழ்த்துத் தெரிவிக்கவில்லை. அதற்குப் பிந்தைய ஆண்டுகளிலும் ஜூன் 15ஆம் தேதி வந்தது, போனது.பிரதமர் வாழ்த்துத் தெரிவிக்கவில்லை. காரணம் வெள்ளிடைமலை. கால்வானைத் தொடர்ந்து சீனா

மு. இராமநாதன்

வேறு இடங்களிலும் எல்லை தாண்டித் தனது துருப்புகளை நிறுத்திக்கொண்டது.

இமயத்தின் சிகரங்களை அடர்பனி மட்டுமில்லை, இப்போது அவநம்பிக்கையும் போர்த்தியிருக்கிறது. அந்தக் கொடுங்குளிர்ப் பிரதேசம் அரசியலின் வெப்ப அலைகளால் நிறைந்திருக்கிறது. ஜூன் 2020க்கும் ஜூலை 2021க்கும் இடையே தளபதிகள் மட்டத்தில் இரு தரப்பினரும் 12 முறை சந்தித்துப் பேசினார்கள். அதன் பிறகு அக்டோபர் 2022 வரை மேலும் 13 முறை பேசினார்கள். அதன் பலனாகச் சில இடங்களில் இரு தரப்பினரும் தத்தமது படைகளைப் பின்வாங்கிக்கொண்டும் இருக்கிறார்கள். அதே வேளையில் வேறு சில இடங்களில் சமரசம் எட்டப்படவில்லை. ராணுவம் பகலிரவாகக் காவல் காக்கிறது. ராஜீய உறவுகள் சீர்கெட்டுப் போயிருக்கின்றன. வணிக உறவுகள் பாதிக்கப்பட்டிருக்கின்றன. அடுத்து வரும் காலத்தில் அவற்றை நேராக்க முடியுமா என்று தெரியவில்லை.

எல்லையின் கதை

இந்தியாவிற்கும் சீனாவிற்குமான எல்லைப் பிரச்சினை இன்று புதிதாய்ப் பிறந்ததல்ல. இந்திய–சீன எல்லையின் நீளம் 3488 கிமீ. இந்த எல்லை நெடுகிலும் சிக்கல் இருக்கிறது. இந்தச் சிக்கல் இரண்டு நாடுகளும் விடுதலை அடைவதற்கு முன்பே தொடங்கிவிட்டது.

இந்திய–சீன எல்லைப்பகுதி பிரதானமாக மேற்கு அரங்கு, கிழக்கு அரங்கு, நடு அரங்கு என்று மூன்றாகப் பிரிக்கப்பட்டிருக்கிறது. (படம் –1) இதில் இமாச்சலப் பிரதேசத்தையும் உத்தரகாண்டத்தையும்

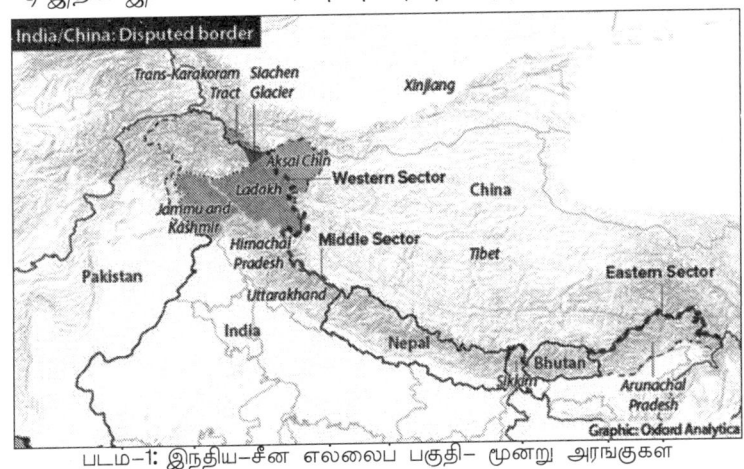

படம்–1: இந்திய–சீன எல்லைப் பகுதி– மூன்று அரங்குகள்

ஒட்டிய நடு அரங்கில் பெரிய கருத்து வேற்றுமைகள் இல்லை. கிழக்கு அரங்கில் அருணாச்சலப் பிரதேசம் இருக்கிறது. இங்குள்ள தவாங் பகுதியில்தான் ஆறாம் தலாய் லாமா பிறந்தார். சீனா தவாங்கிற்கு உரிமை கோரி வந்தது. இப்போது மொத்த அருணாச்சலப் பிரதேசத்தையும் தெற்கு திபெத் என்று அழைக்கும் சீனா, அதைத் திபெத்துடன் இணைக்க வேண்டுமென்று சொல்லிவருகிறது. இந்தியா உறுதிபட மறுத்துவருகிறது.

அக்சை-சின்

இப்போதையப் பிரச்சினை கிழக்கில் இல்லை, மேற்கில்தான். அங்கேதான் ஆகஸ்ட் 6, 2019 அன்று ஒன்றியப் பிரதேசமாக்கப்பட்ட

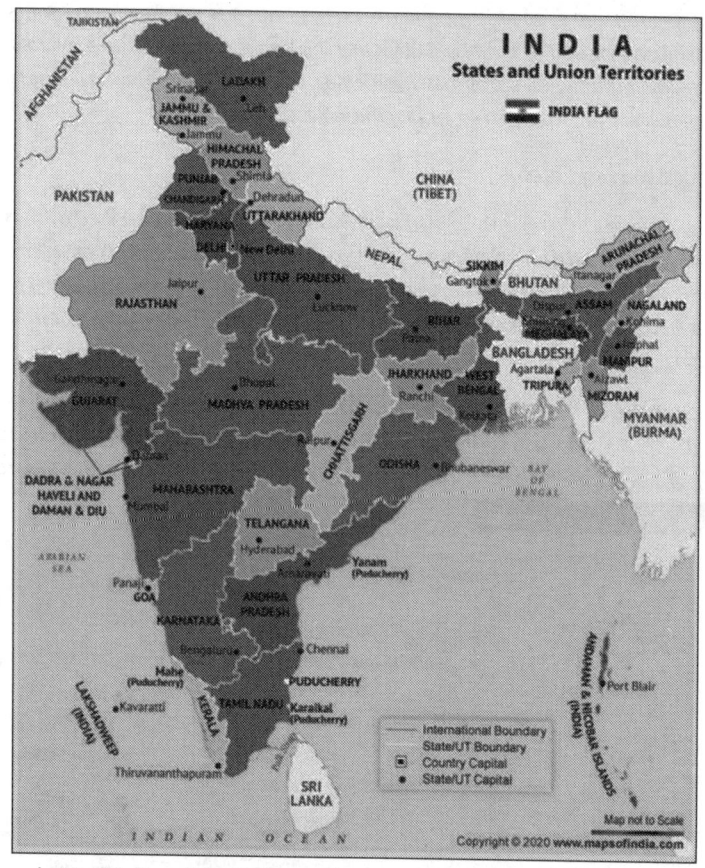

படம்-2: இந்தியாவின் அதிகாரபூர்வ வரைபடம். ஆகஸ்ட் 6, 2019இல் ஜம்மு காஷ்மீர் மாநிலம் ஜம்மு-காஷ்மீர், லடாக் என்று இரண்டு ஒன்றியப் பிரதேசங்களாகப் பிரிக்கப்பட்டது

☙ 48 ❧   மு. இராமநாதன்

லடாக் இருக்கிறது (படம் –2). லடாக்கை அடுத்துள்ள அக்சை–சின் சீனாவின் கட்டுப்பாட்டில் இருக்கிறது. இந்தப் பகுதிக்கு இந்தியா உரிமை கோருகிறது.

இந்தியாவின் வடமேற்குப் பகுதியில் மேற்கு ஊடகங்களால் 'சீன ஆக்கிரமிப்புக் காஷ்மீர்' என்றோ 'சீன நிர்வாகக் காஷ்மீர்' என்றோ சுட்டப்படும் பகுதிதான் அக்சை–சின் என்று அழைக்கப்படுகிறது (படம்–3). இந்தியா அதை லடாக்கின் ஒரு பகுதியாகப் பார்க்கிறது. சீனாவோ சின்ஜியாங் மாநிலத்தின் பகுதியாகப் பார்க்கிறது. உய்குர் முஸ்லிம்கள் உள்ளிட்ட பல சிறுபான்மையினர் வசிக்கும் மாநிலம் சின்ஜியாங். அக்சை–சின் ஒரு புறம் சின்ஜியாங்கை ஒட்டியும் மறுபுறம் திபெத்தை ஒட்டியும் இருப்பதால் சீனாவிற்கு இது பூகோள ரீதியாக முக்கியமானது. கடல் மட்டத்திற்கு 14,000 அடி உயரத்தில் மூச்சுவிடும் காற்றுக்கே பிரயாசைப்பட வேண்டிய, மனிதர்கள் வாழ முடியாத பகுதி இது. இப்போது இது சீனாவின் கட்டுப்பாட்டில் இருக்கிறது. செப்டம்பர் 15, 2020 அன்று நாடாளுமன்றத்தில் உரையாற்றிய பாதுகாப்பு அமைச்சர் ராஜ்நாத் சிங், லடாக் பகுதியில் 38,000 சதுர கிமீ பரப்பைச் சீனா ஆக்கிரமித்திருப்பதாகத் தெரிவித்தார். அவர் குறிப்பிட்டது அக்சை–சின் பகுதியைத்தான்.

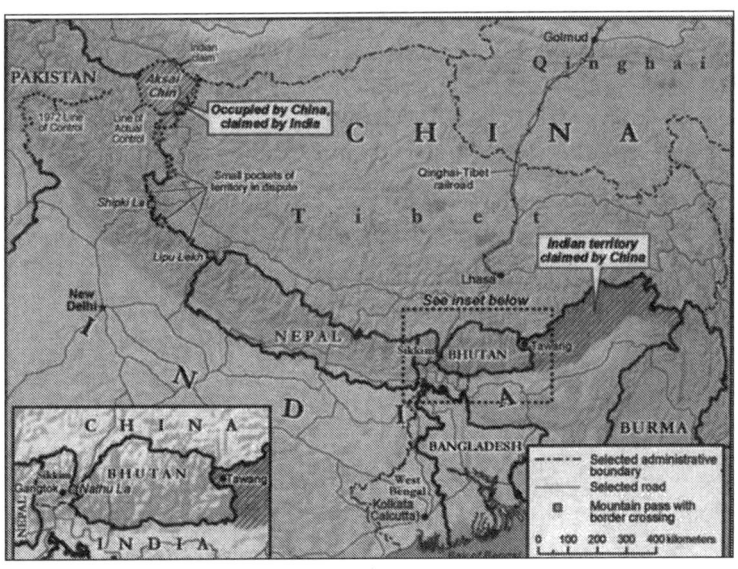

படம்–3: அக்சை–சின்னும் அருணாச்சாலப் பிரதேசமும்

1846இல் ஜம்மு–காஷ்மீர் அரசர் தனது ராஜ்ஜியத்துடன் லடாக் பகுதியை இணைத்துக்கொண்டார். ஜம்மு–காஷ்மீர், பிரிட்டிஷ் அரசுக்குக் கட்டுப்பட்ட சுதேச சமஸ்தானமாக இருந்தது. அப்போது சீனா அக்சை–சின் போன்ற ஆளரவமில்லாத பகுதியைக் குறித்துச் சிந்திக்கும் நிலையில் இல்லை. சீனாவின் சிங் சாம்ராஜ்ஜியம் பிரிட்டிஷ் ஏகாதிபத்தியத்துடன் ஓப்பிய யுத்தத்தில் ஈடுபட்டிருந்த காலம் அது. வரலாற்று ரீதியாக அக்சை–சின் உள்ளிட்ட லடாக் பகுதி இந்தியாவுக்கு உரிமையானது என்றார் பிரதமர் நேரு. அவர் அப்படிச் சொன்னது 1954இல். 65 ஆண்டுகளுக்குப் பிறகு 2019இல் லடாக் ஒன்றியப் பிரதேசமாக அறிவிக்கப்பட்டபோது அமித் ஷா நாடாளுமன்றத்தில் சொன்னதும் அதையேதான்.

சீனா, அக்சை–சின் பகுதிக்கு உரிமை கோரி வந்தது. 1962 போருக்குப் பிறகு இது சீனாவின் கட்டுப்பாட்டில் வந்தது. ஆனால் இந்தப் பகுதியில் சீனர்களோ திபெத்தியர்களோ வாழ்ந்ததற்கு எந்த ஆதாரமும் இல்லை. இந்தியர்களோ காஷ்மீரிகளோ வாழ்ந்ததற்கான ஆதாரமும் இல்லை. ஏனெனில் இது மனிதர்கள் வாழத் தகுதியான பகுதி இல்லை. 1948இலும் 1950இலும் இந்திய அரசு எல்லைகளைக் குறித்து ஒரு வெள்ளை அறிக்கை வெளியிட்டது. அதில் இந்தப் பகுதி 'வரையறுக்கப்படாதது' என்றுதான் குறிக்கப்பட்டிருந்தது. ஆனால் 1954இல் இந்திய அரசு புதிய வரைபடங்களை வெளியிட்டது. அதில் அக்சை–சின் இந்தியாவின் பகுதியாக உட்படுத்தப்பட்டுவிட்டது. இந்த வரைபடத்தை வெளியிடும் முன் இந்தியா சீனாவுடன் கலந்து ஆலோசிக்கவில்லை. நேரு ஏன் அப்படிச் செய்தார்?

புதிய வரைபடங்கள் வெளியிடப்படுவதற்கு இரண்டு மாதங்கள் முன்புதான் இந்தியாவும் சீனாவும் பஞ்சசீலக் கொள்கையில் கையொப்பமிட்டன. பிரிட்டிஷ் இந்தியா, திபெத்தில் அனுபவித்து வந்த பல உரிமைகளைச் சுதந்திர இந்தியா விட்டுக்கொடுத்தது. 'இந்தி – சீனி பாய் பாய்' போன்ற முழக்கங்கள் அந்தக் காலத்தியவைதான். அதனால் அக்சை – சின் பகுதியைச் சீனா வலியுறுத்தாது என்று நேரு நம்பியிருக்கக்கூடும். ஆனால் அது அப்படி நடக்கவில்லை.

ஆர்.கே. நேரு என்பவர் 1955முதல் 1958வரை சீனாவிற்கான இந்தியத் தூதராக இருந்தவர். அவர் இப்படிச் சொன்னார்: "இந்தியா, சீனா ஆகிய இரண்டு நாடுகளும் அக்சை – சின் பகுதியின் மீது உரிமை கோருகின்றன. இரண்டு கோரிக்கைகளுமே வலுவானவை அல்ல. என்றாலும், இரண்டு நாடுகளையும் ஒப்பிட்டால் நமது கோரிக்கைச் சற்றே வலுவானது எனலாம்".

வரலாறும் வல்லுநர்களும் சொல்வது எதுவாயினும் நேருவின் அரசு தன்னிச்சையாக வெளியிட்ட வரைபடம் இன்றுவரை தீர்க்கப்படாத சிக்கலாக நீடிக்கிறது.

அருணாச்சலப் பிரதேசம்

சர்சைக்குரிய இன்னொரு முக்கியப் பகுதி வடகிழக்கில் உள்ள தவாங். அருணாச்சலப் பிரதேசத்தின் ஒரு பகுதி. இந்தியாவின் கட்டுப்பாட்டில் இருக்கிறது. 1914இல் பிரிட்டிஷ் ஆட்சியின் கீழ் இருந்த இந்தியாவும், கோமிங்டாங் கட்சியின் ஆட்சியில் இருந்த சீனாவும், திபெத்தும் கூடிப் பேசின. இந்த மூன்று நாடுகளுக்கும் இடையில் ஓர் எல்லைக் கோடு வரையப்பட்டது. இந்தக் கோடு, அதை உருவாக்கிய ஆங்கிலேய அதிகாரியின் பெயராலேயே 'மக்மோகன் கோடு' என்று அழைக்கப்பட்டது. 1947இல் விடுதலை அடைந்த இந்தியா, இதையே எல்லையாக வரித்துக் கொண்டது. 1949இல் உள்நாட்டுப் போரில் வென்று ஆட்சி அமைத்த சீனக் கம்யூனிஸ்ட் கட்சி, 'மக்மோகன் கோட்'டை ஏற்க மறுத்துவிட்டது.

1954இல் இந்திய அரசு வெளியிட்ட வரைபடத்தில் அக்சை-சின்னுடன் அருணாச்சலப் பிரதேசமும் உள்ளடங்கியிருந்தது. சீனா இதை ஏற்க மறுத்தது. தொடர்ந்து எல்லைப் பகுதிகளில் உரசல்கள் தொடங்கின. 1959இல் சீனப் பிரதமர் சூ-யென்-லாய் தில்லிக்கு வருகை தந்தார். நேரு ஏராளமான ஆவணங்களையும் வரைபடங்களையும் தன் முன் வைத்துக்கொண்டு சூவுடன் மணிக்கணக்காகப் பேசினார். 1920க்கு முன்பு எந்த வரைபடத்திலும் அக்சை-சின் சீனாவின் பகுதியாகக் காட்டப்படவில்லை என்று நேரு சுட்டிக் காட்டினார். 1914இல் ஆங்கிலேயரால் வரையப்பட்ட மக்மோகன் கோடுதான் அருணாசலப் பிரதேசத்தை இந்தியப் பகுதியாகக் காட்டுகிறது; அதற்கு முன்புவரை அது திபெத்தின் பகுதிதான் என்றார் சூ. மக்மோகன் கோட்டைச் சீனா ஏற்காது என்றும் அவர் சொன்னார்.

நீண்ட வாதங்களின் முடிவில் சூ ஒரு சமரசத்தை முன்மொழிந்தார். மேற்கேயுள்ள அக்சை-சின் சீனாவிற்கு முக்கியமானது, அதை இந்தியா விட்டுக்கொடுக்க வேண்டும்; பதிலுக்கு கிழக்கேயுள்ள தவாங் உள்ளிட்ட அருணாச்சாலப் பிரதேசத்தைச் சீனா விட்டுக்கொடுக்கும். இதன் உட்பொருள் என்னவென்றால், மேற்கே இந்தியாவின் கோரிக்கை பலமானது. ஆனால், இந்தியா விட்டுக்கொடுக்க வேண்டும். கிழக்கே சீனாவின் கோரிக்கை வலுவானது. என்றாலும் சீனா விட்டுக்கொடுக்கும்.

நேரு இந்தச் சமரசத்திற்கு ஒப்புக்கொள்ளவில்லை. 19ஆம் நூற்றாண்டு வரைபடங்களில்கூட அக்சை-சின் பிரிட்டிஷ்

இந்தியாவின் பகுதியாகத்தான் காட்டப்படுகிறது. 1914முதல் 1948வரை மக்மோகன் கோட்டைச் சீன அரசுகள் எதிர்க்கவில்லை. ஆகவே இரண்டு பகுதிகளும் இந்தியாவையே சேர வேண்டுமென்று வாதிட்டார் நேரு. பேச்சுவார்த்தைகள் தோல்வியில் முடிந்தன. கருத்து வேறுபாடுகள் சர்சைகளாக வளர்ந்தன.

1956இல் திபெத்தியக் கொரில்லாக்களின் போராட்டத்தைச் சீன ராணுவம் ஒடுக்கியது. இது இந்திய அறிவுஜீவிகளிடம் சீனாவிற்கு எதிரான மனப்போக்கை உருவாக்கியது. 1959இல் தலாய் லாமா திபெத்திலிருந்து வெளியேறியபோது இந்தியா அடைக்கலம் அளித்தது. இது சீனாவிற்குச் சற்றும் உவப்பாக இல்லை. 1960இல் அக்சை-சின் வழியாக இந்தியாவால் அமைக்கப்பட்ட சின் ஜியாங்-திபெத் இணைப்புச் சாலையும் சீனாவிற்கு ஏற்புடையதாக இல்லை.

1962இன் காயங்கள்

நவம்பர் 1961இல் நேரு 'முன்னேறும் கொள்கை' ஒன்றை நடைமுறைப்படுத்தினார். 1954இல் இந்தியா வெளியிட்ட வரைபடங்களின் அடிப்படையில் எல்லைகளில் காவல் சாவடிகளை அமைத்துத் துருப்புகளை நிறுத்துவதுதான் 'முன்னேறும் கொள்கை'. இதன்படி சர்ச்சைப் பகுதிகளிலும் எல்லைச் சாவடிகள் அமைக்கப்பட்டன. நேருவைப் பல ஆய்வாளர்கள் தேர்ந்த வழக்கறிஞராகவும் இலட்சியவாதியாகவும் வரலாற்று அறிஞராகவும் மதிப்பிடுகிறார்கள். ஆயினும், நேரு கள யதார்த்தங்களுக்கு முகம் கொடுக்கவில்லை என்கிற குற்றச்சாட்டு இருக்கிறது. சீனா இந்தியாவை ஒருபோதும் தாக்காது என்பது நேருவின் நம்பிக்கை. நேரு திபெத்தைத் துருப்புச் சீட்டாகப் பயன்படுத்துகிறார் என்பது மா சேதுங்-இன் அச்சம். நேருவிற்கு அப்படியான எண்ணம் இல்லை. ஆனால் சீனாவின் அச்சத்தை உய்த்துணர்ந்து அதைக் களையும் ஆற்றலுள்ளவர்கள் நேருவின் அருகில் இல்லை.

எல்லைகளில் உரசல்கள் அதிகரித்தன. 1962இல் அது போராக வெடித்தது. சீனா, அக்சை-சின்னைக் கடந்து லடாக்கிலும், மக்மோகன் கோட்டைக் கடந்து அருணாச்சலப் பிரதேசத்திலும் நுழைந்தது. முடிவில் அருணாசலப் பிரதேசத்திலிருந்தும் லடாக்கிலிருந்தும் பின்வாங்கிக்கொண்டது. அக்சை-சின் சீனாவின் வசமானது. அருணாச்சலப் பிரதேசம் இந்தியாவிடம் தங்கியது.

1962 போரைப் பற்றிப் பல கற்பிதங்கள் உண்டு. அவற்றுள், சீனா இந்தியாவை ஏமாற்றிவிட்டது, சீனா முற்றிலும் எதிர்பாராத

கணத்தில் இந்தியாவைத் தாக்கிவிட்டது ஆகிய இரண்டு கற்பிதங்கள் முக்கியமானவை. இவை சரிதானா? போரின் தோல்வியை ஆய்ந்தறிய இந்திய அரசு துணை ஜெனரல் ஹெண்டர்சன் புரூக்ஸ், பிரிகேடியர் பாகத் எனும் இருவரின் தலைமையில் ஒரு குழுவை நியமித்தது. இது HRB குழு என்று அழைக்கப்பட்டது. இந்தக் குழுவினரின் அறிக்கையை (HRB அறிக்கை) அரசு வெளியிடவில்லை. எனினும் 2014இல் அதன் சில பகுதிகளைக் குறுகிய காலத்திற்கு இணையத்தில் காண முடிந்தது. களத்தில் உள்ள ராணுவத்தினர், சீனாவை எதிர்கொள்ளும் நிலையில் நமது துருப்புகள் இல்லை என்பதை ராணுவத் தலைமைக்குத் தெரிவித்து வந்தனர் என்கிறது HRB அறிக்கை. ஆனால் ராணுவத் தலைமை இதைப் பிரதமர் அலுவலகத்திற்குத் தெரிவிக்கவில்லை. உளவுத் துறையும் சீனா நம்மை ஒருபோதும் தாக்காது என்று சொல்லிவந்தது. அதிகாரத்தின் காதுகளில் அது கேட்க விரும்பும் சங்கீதத்தை மட்டும் இசைப்பதில் பிரதமர் அலுவலகமும் உளவுத் துறையும் ராணுவத் தலைமையும் ஒன்றிணைந்து நின்றன.

சுருக்கமாகச் சொன்னால் இரண்டு பக்கமும் இருந்த தவறான கருத்துக்களே போருக்கு இட்டுச் சென்றன. திபெத் அரசியலில் இந்தியா தலையிடுகிறது என்று சீனா நம்பியது. அது தவறு. மறுபுறம் நேரு ஒரு தலைப்பட்சமாக எல்லைகளை முடிவு செய்தார். சீனா அதை ஏற்கும் என்று மனபூர்வமாக நம்பினார். சீனா இந்தியாவை ஒருபோதும் தாக்காது என்றும் நம்பினார். அவரது நம்பிக்கைகள் தவறானவை என்று இடித்துரைக்க வல்லவர்கள் இல்லாத ஏமரா மன்னனாக இருந்தார் நேரு.

நடப்புக் கட்டுப்பாட்டுக் கோடு

போரின் கசப்பு மறையக் கால் நூற்றாண்டுக் காலம் தேவைப்பட்டது. 1988இல் பிரதமர் ராஜீவ் காந்தி சீனத் தலைவர் டெங் சியோபிங்-ஐச் சந்தித்தார். புதிய உறவுகளுக்குத் தொடக்கம் குறிக்கப்பட்டது. அப்போது சூழல் மாறியிருந்தது. 1974இல் திபெத் சீனாவின் வசம் வந்துவிட்டது. உலகமயம், தாராளமயம் முதலான சொற்கள் புழக்கத்திற்கு வந்திருந்தன. 1972இலேயே அமெரிக்க அதிபர் நிக்சன் சீனாவிற்கு விஜயம் செய்துவிட்டார். 1978இல் சீனா தனது இரும்புக் கதவுகளைத் திறந்துவிட்டது. 1980இல் டெங் சியோபிங், பிரதமர் இந்திரா காந்தியிடம் 1960இல் சூ யென்லாய் முன் மொழிந்த சமரசத்தை வழி மொழிந்தார். அதாவது அக்சை-சின் சீனாவிற்கு, அருணாச்சலப் பிரதேசம் இந்தியாவிற்கு. இந்திரா காந்தி, டெங் சியோபிங் இருவரும் மக்கள் செல்வாக்கு மிக்கவர்கள். தேசியவாதங்களைக் கட்டுப்படுத்தி உடன்பாட்டை

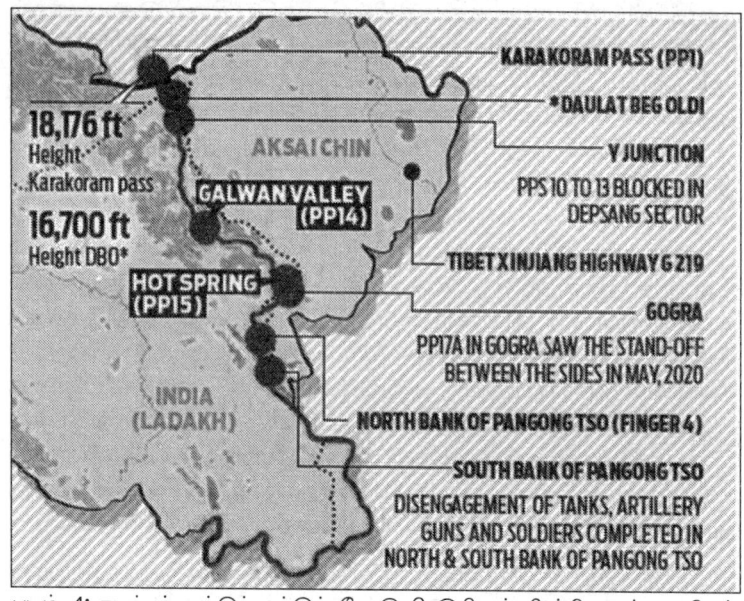

படம்–4: நடப்புக் கட்டுப்பாட்டுக் கோடு நெடுகிலும் பிரச்சினைப் பகுதிகள்

எட்டியிருக்கக்கூடியவர்கள். எனினும் இரண்டாவது முறையாகவும் சமரசம் கை நழுவிப்போனது.

1974க்குப் பிறகு சீனாவில் அந்நிய முதலீடு குவிந்தது. 1986இல் உலக வணிக அமைப்பின் முன்னோடியான 'காட்' ஒப்பந்தத்தில் (*GAAT Agreement*) இணைந்தது சீனா. இந்தப் பின்னணியில்தான் 1988இல் ராஜீவ்– டெங் சந்திப்பு நிகழ்ந்தது. எல்லைப் பிரச்சினைகளைத் தனியே பேசித் தீர்த்துக்கொள்ளலாம் என்றும் வணிக உறவுகளை மேம்படுத்திக்கொள்ளலாம் என்றும் தலைவர்கள் முடிவு செய்தார்கள். வணிகம் தழைத்தது.

1993இல் பிரதமர் நரசிம்ம ராவ்– சீனப் பிரதமர் லீ பெங் இடையில் உருவான எல்லைச் சமாதான உடன்படிக்கையும் முக்கியமானது. இந்தியாவிற்கும் சீனாவிற்குமிடையே பரஸ்பரம் அங்கீகரிக்கப்பட்ட எல்லைக் கோடு என்பது இல்லை. 1959 முதலே சீனா 'நடப்புக் கட்டுப்பாட்டுக் கோடு' (*Line of Actual Control–LAC*) என்றொரு சொற்றொடரைப் பயன்படுத்திவந்தது. யார் யாரிடம் எந்தெந்தப் பகுதிகள் உள்ளனவோ அவை அவரவரின் கட்டுப்பாட்டில் நீடிக்கும். அப்படியான பகுதிகளின் எல்லையைப் பிரிக்கும் கோடுதான் நடப்புக் கட்டுப்பாட்டுக் கோடு (படம்–4, உடை கோடு, *dotted line*). 1993 உடன்படிக்கையானது

மறு தீர்மானம் வரும்வரை நடப்புக் கட்டுப்பாட்டுக் கோடே எல்லைக் கோடாக நீடிக்கும் என்று ஏற்றுக்கொண்டது. இந்தப் பகுதிகளில் ஆயுதங்களைப் பயன்படுத்துவதில்லை என்று இரு பிரதமர்களும் ஒப்புக்கொண்டனர்.

முன்னர் இரண்டு முறை முறிந்துபோன சமரசப் பேச்சுவார்த்தை 2003ஆம் ஆண்டு பிரதமர் வாஜ்பாய் ஆட்சியின்போது மீண்டும் முகிழ்த்தது. சீன அதிபர் ஹூ ஜின்டாவ்–இன் ஆதரவும் இருந்தது. ஆனாலும் இது இடையில் நின்றுபோனது. மூன்றாவது முறையும் சமரசம் கைகூடவில்லை.

உரசல்கள்

நடப்புக் கட்டுப்பாட்டுக் கோடு வகுக்கப்பட்டாலும் அதிலும் பல இடங்களில் கருத்தொற்றுமை இல்லை. இந்திய சீன எல்லைகளில் அவ்வப்போது உரசல்கள் நிகழவே செய்தன. பல உரசல்கள் சிறிய அளவிலானவை.

பிரதமர் மோடி பதவியேற்ற பிறகு தற்போதையப் பதற்றச் சூழலுக்கு முன்னதாக நிகழ்ந்த உரசல்களில் மூன்று சம்பவங்கள் குறிப்பிடத்தக்கவை. 2014இல் கிழக்கு லடாக்கில் ச்சுமார் (*Chumar*) என்கிற இடத்தில் சீன ராணுவம் சாலை அமைக்க முயன்றபோது இந்திய ராணுவம் தடுத்தது. படைகள் நேருக்கு நேர் நின்றன. 16 நாட்கள் நீடித்த இறுக்கம் ராஜீய, ராணுவ மட்டத்திலான பேச்சுவார்த்தைகளுக்குப் பிறகு தணிந்தது. 2015இல் லடாக்கின் வடபகுதியில் புர்ட்சே என்கிற இடத்தில் சீன ராணுவம் அமைத்த குடில் ஒன்றை எல்லைப்புறக் காவல்படை அகற்றியதைத் தொடர்ந்து இரு தரப்பிலும் துருப்புகள் குவிக்கப்பட்டன. எனினும் களத்தில் உள்ள ராணுவ மட்டத்திலேயே நடந்த பேச்சுவார்த்தைகளுக்குப் பலன் இருந்தது. ஒரு வார முடிவில் படைகள் பின்வாங்கிக்கொண்டன.

இந்த இரண்டு சம்பவங்களோடும் ஒப்பிடுகையில், 2017ல் நிகழ்ந்த தோக்லாம் உரசல் தீவிரமானது. 73 நாட்கள் நீடித்தது. தோக்லாம் 100 சதுர கிமீ பரப்பளவுள்ளது. பள்ளத்தாக்குகளும் சமதளங்களும் நிரம்பியது. இந்திய – சீன – பூடான் முத்தரப்பு எல்லையில், பூடான் நிலப்பகுதியில் உள்ளது. இங்கே சீனா சாலை அமைக்க முயற்சித்தது. இந்தியா தடுத்தது. இரு தரப்பு வீரர்களும் கண்ணோடு கண் நோக்கும் அளவுக்கு அருகில் நின்றனர். அந்தச் சூழலில்தான் பிரதமர் மோடியும் அதிபர் ஷி ஜிங்பிங்கும் வுகான் நகரில் சந்தித்தனர். இப்போது கொரோனாவின் நதிமூலமாகப் பிரபலமாகியிருக்கும் வுகான், பராம்பரியச் சிறப்புமிக்க

நகரம். தலைவர்களின் சந்திப்பைத் தொடர்ந்து படைகள் பின்வாங்கிக்கொண்டன.

வுகான் சந்திப்பின் நட்புணர்வு 2019இல் நடந்த மாமல்லபுரம் சந்திப்பிலும் தொடர்ந்தது. இந்தியா அப்படித்தான் நினைத்தது. ஆனால் சீனாவிற்கு வேறு திட்டங்களும் இருந்திருக்க வேண்டும்.

குருதிக் களம்

2020ஆம் ஆண்டு ஏப்ரல் மாதம் கால்வான் பள்ளத்தாக்கில் இந்தியா தனது பகுதியில் சாலைகள் அமைக்க முற்பட்டதுதான் இப்போதையப் பதற்றத்தின் தொடக்கப்புள்ளி. சில நோக்கர்கள் 2019இல் இந்தியா லடாக்கை ஒன்றியப் பிரதேசமாக மாற்றியபோதே சீனா தனது அதிருப்தியை வெளியிட்டதைச் சுட்டிக் காட்டுகிறார்கள்.

இப்போதையச் சூழல் முந்தைய உரசல் சம்பவங்களிலிருந்து பெரிதும் மாறுபட்டது. இன்னும் தீர்மானமாக வரையறுக்கப்படாத இந்த எல்லைப் பகுதியில் கடந்த 45 ஆண்டுகளாக வேட்டுச் சத்தம் கேட்டதில்லை, தீவிரவாதிகள் நுழையத் தலைப்பட்டதில்லை, குடியுரிமை இல்லோதார் தாண்டியதில்லை, குருதியால் நனைந்ததில்லை. கடைசியாகச் சொன்ன நற்பெயர் 2020, ஜூன் 15ஆம் தேதி இல்லாமலானது. அன்றிரவு கால்வான் பள்ளத்தாக்கில் நடந்த கைகலப்பு முன்னுதாரணம் இல்லாதது. கடந்த அரை நூற்றாண்டுக் காலத்தில் நிகழ்ந்திராதது.

கால்வான் பள்ளத்தாக்கு

கால்வான் பள்ளத்தாக்கு இமயமலைக்கும் கால்வான் ஆற்றுக்கும் இடையில் இருக்கிறது. கால்வான் ஆறின் பெரும்பகுதி சீனாவில் ஓடி, இந்தியப் பகுதியில் உள்ள ஷயாக் ஆற்றில் சங்கமிக்கிறது. 1962 போருக்குப் பிறகு இந்தப் பள்ளத்தாக்கைக் குறித்த உரிமைப் பிரச்சினைகளைச் சீனா எழுப்பியதில்லை. எனில், இப்போது ஷயாக் நதிச் சங்கமம்வரை உரிமை கொண்டாடியது. அதாவது நடப்புக் கட்டுப்பாட்டுக் கோட்டைத் தனக்குச் சாதகமாக இன்னும் தள்ளி வைக்க முயன்றது. கால்வான் பள்ளத்தாக்கை ஒட்டிய PP14 (Patrolling Point –PP14) எனும் இந்திய ரோந்து மையத்தைச் சீனா ஆக்கிரமித்துக்கொண்டது (படம்–4). அடுத்தடுத்து நடந்த பேச்சுவார்த்தைகளைத் தொடர்ந்து இந்த மையத்திலிருந்து சுமார் இரண்டு கிமீ தூரம் இரு சாராரும் பின்வாங்கிக்கொள்வது என்று முடிவானது. ஜூலை 25, 2020 அன்று படைகள் பின்வாங்கின. அதாவது ஏற்கெனவே இந்தியத் துருப்புகள் ரோந்து போய்க்கொண்டிருந்த ஒரு பகுதிக்கு இப்போது

போக முடியாது. மேலும் இந்தக் காலகட்டத்தில் சீனா பான்காங் ஏரி, கோக்ரா ஊற்று, தெப்சாங் சமவெளி முதலிய இடங்களிலும் எல்லை தாண்டியிருந்தது.

பான்காங் ஏரி

கடல் மட்டத்தைவிட 14,000அடி உயரத்தில் இருக்கிறது பான்காங் ஏரி. 135 கிமீ நீளம். பூமராங் வடிவம். மையத்தில் 6 கிமீ அகலம். குளிர்காலத்தில் வெப்பநிலை மைனஸ் 40 பாகையாக இருக்கும். நீர் உறைந்துபோகும். அதன்மீது வாகனங்கள் போக முடியும். ஏரியின் வடக்குக் கரையில் மலைக் குருத்துகள் நீர்ப்பரப்புக்குள் விரல்களைப் போல் நீண்டிருக்கும். இப்படியான எட்டுக் குருத்துகள் உள்ளன. அவை ‘விரல்–1’, ‘விரல்–2’…‘விரல்–8’ என்று அழைக்கப்படுகின்றன (படம்–5). நடப்புக் கட்டுப்பாட்டுக் கோடு, விரல்–8க்கு அப்பால் இருக்கிறது. சீனாவின் சோதனைச் சாவடி இன்னும் சற்றுத் தள்ளியிருக்கிறது. இந்தியாவின் சோதனைச் சாவடி விரல்–3க்கு அருகாமையில் இருக்கிறது. விரல்–4க்கும் விரல்–8க்கும் இடையிலான பகுதிக்குச் சீனா உரிமை கோருகிறது. இந்தப் பகுதியில் இந்தியத் துருப்புகள் ரோந்து போய்க்கொண்டிருந்தன. கால்வான் சம்பவத்தைத் தொடர்ந்து இந்தப் பகுதியைச் சீனா ஆக்கிரமித்துக்கொண்டது.

இதற்குப் பதிலடியாக 2020 ஆகஸ்ட் இறுதியில் ஏரியின் தெற்குக் கரை மலைச் சிகரங்களை இந்தியத் துருப்புகள் கைப்பற்றிக்கொண்டன. இந்தப் பகுதிக்குக் கைலாசம் என்று பெயர். இங்கிருந்து இந்தியத் துருப்புகளால் சீனத் துருப்புகளைக் குறிபார்க்க முடிந்தது. இது ஒரு நல்ல போர்த்தந்திரம் என்று சர்வதேச ராணுவ

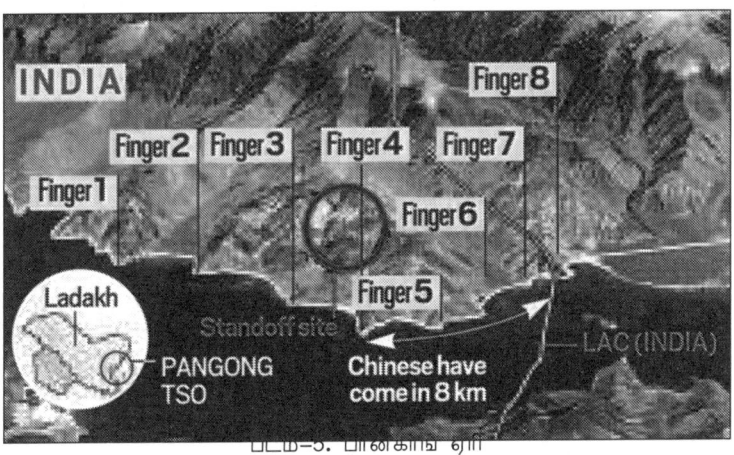

படம்–5. பான்காங் ஏரி

வல்லுநர்கள் கருதினார்கள். பேச்சுவார்த்தைகளின் போது சீனா ஒரு கோரிக்கை வைத்தது. பான்காங்கின் வடகரையில் சீனத் துருப்புகளைப் பின்வாங்கிக் கொள்வதற்குப் பதிலீடாகத் தென்கரையில் கைலாசச் சிகரத்திலிருக்கும் இந்தியத் துருப்புகளும் பின்வாங்க வேண்டும். ஒன்பதாவது சுற்றில் இந்தியா இதற்கு இணங்கியது. அதன்படி 2021, பிப்ரவரி 10 முதல் 19க்குள் லடாக் பகுதியில் பான்காங் ஏரியின் கரைகளிலிருந்த இரு நாட்டுப் படைகளும் பின்வாங்கிக்கொண்டன. சீனா, எல்லை தாண்டி நிறுத்தியிருந்த ஆயிரக்கணக்கான பீரங்கிகளையும் கவச வண்டிகளையும் எதிர்த்திசையில் செலுத்தியது. தற்காலிகக் கூடாரங்களையும் காப்பரண்களையும் அகற்றியது. இந்திய ராணுவம் வெளியிட்ட காணொலிகள் சமூக ஊடகங்களில் காணக் கிடைத்தன. அப்போது இதை இந்தியாவின் வெற்றியாகக் கொண்டாடினர் ஒரு சாரர். பான்காங்கிலிருந்து பின்வாங்கிய சீனா, கோக்ராவிலும் முக்கியமாக தெப்சாங்கிலும் அதே வேகத்தில் பின்வாங்காது என்று சில அரசியல் நோக்கர்கள் அஞ்சினர். கைலாசச் சிகரம் எனும் துருப்புச் சீட்டை ஆட்டத்தில் இன்னும் சற்றுத் தாமதமாக இறக்கியிருக்கலாம் என்பது அவர்கள் கருத்து. அவர்கள் அஞ்சியது போலவே ஆயிற்று.

கோக்ரா ஊற்று

லடாக் பகுதியில் சீனா எல்லை தாண்டிய இன்னொரு இடம் கோக்ரா ஊற்று. கோக்ரா ஊற்றை ஒட்டிய இந்திய ரோந்து மையங்கள் இரண்டை (PP–17A, PP–15) சீனா ஆக்கிரமித்திருந்தது. 2021 ஜூலை 31ஆம் தேதி நடந்த பனிரெண்டவது சுற்றுப் பேச்சுவார்த்தைக்குப் பிறகு சீனா பின் வாங்கும் என்று இந்தியத் தரப்பில் நம்பப்பட்டது. ஆனால் அப்போது நடக்கவில்லை. 2022 செப்டம்பர் 8ஆம் நாள் நடந்த பேச்சு வார்த்தையில் ஒரு வழியாக இணக்கமேற்பட்டது. துருப்புகள் பின் வாங்கலாயின.

தெப்சாங் சமவெளி

அடுத்தது, தெப்சாங் சமவெளி. 18,000 அடி உயரத்தில் அமைந்திருக்கும் மணல்பரப்பு. ராணுவ ரீதியாக முக்கியமானது. இந்தச் சமவெளியை அடைவதற்கு Y வடிவிலான ஒரு குறுகலான வழி இருக்கிறது. இது இந்தியப் பகுதிக்குள், நடப்புக் கட்டுப்பாட்டுக் கோட்டிலிருந்து 18கிமீ தொலைவில் இருக்கிறது. சீன ராணுவம் இந்த வழியை அடைத்துவிட்டது. இதனால் இந்தியத் துருப்புகளால் PP–10, PP–11, PP–11a, PP–12, PP–13 ஆகிய ஐந்து ரோந்து மையங்களுக்குச் செல்ல முடியவில்லை (படம்–6). இதன் மூலம் இந்தியப் படைக்கு 972 சதுர கிமீ பரப்பிற்கான வழி

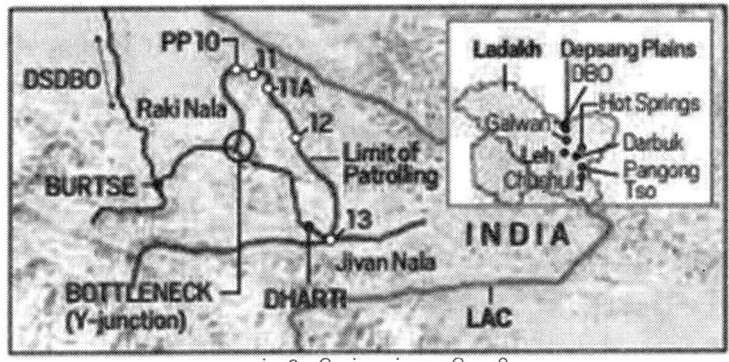

படம்–6: தெப்சாங் சமவெளி

மறிக்கப்பட்டிருக்கிறது என்கிறார்கள் பாதுகாப்பு வல்லுநர்கள். இதை எழுதுகிற இந்த நேரம்வரை பெரிய முன்னேற்றமில்லை. கடந்த இரண்டு ஆண்டுகளாக இரண்டு பக்கங்களிலுமாக ஒரு இலட்சத்திற்கும் மேற்பட்ட வீரர்கள் பகலிரவாக எல்லையைக் காவல் காக்கிறார்கள். இந்த இரண்டு ஆண்டுகளில் எல்லைப் பகுதிகளின் உள்கட்டுமானத்தைச் சீனா கணிசமாக மேம்படுத்திக் கொண்டுவிட்டது என்கிறார்கள் ராணுவ வல்லுநர்கள்.

பதற்றமும் போரும்

இந்தப் பதற்றம் போராக மாறுமா? போர் அழிவைத்தான் கொண்டுவரும். போர் எந்தக் கருத்து வேற்றுமையையும் களைந்ததாக வரலாறு இல்லை. மாறாக வேற்றுமைகள் அதிகமாகும். ஆகவே இரண்டு நாடுகளும் முழு யுத்தத்தில் இறங்கிவிடாது என்றுதான் நோக்கர்கள் கருதுகிறார்கள். அதே வேளையில் இந்தப் பதற்றம் உடனடியாக முடிவுக்கு வராது என்றும் அவர்கள் கருதுகிறார்கள். இந்தியா இந்தச் சூழலை எதிர்பார்க்காமல் இருந்திருக்காலம்; ஆனால் சீனா நீண்ட காலமாகத் திட்டமிட்டுக் காய்களை நகர்த்துகிறது என்பதே அரசியல் அறிவியலாளர்களின் கணிப்பு. இதற்குச் சீனாவின் மாறிவரும் அணுகுமுறைதான் முக்கியக் காரணி.

1988இல் டெங் சியோபிங் பிரதமர் ராஜீவ் காந்தியிடம் 21ஆம் நூற்றாண்டு இந்திய–சீன நூற்றாண்டாக இருக்கும் என்று கூறினார். இப்போதைய அதிபர் ஷி ஜிங்பிங் அப்படி நினைக்கவில்லை. அவர் 21ஆம் நூற்றாண்டைச் சீனாவின் நூற்றாண்டாக நிறுவ முயற்சிக்கிறார். அவரது முன்னோடிகள் 1960(சூ/மாவோ), 1980 (டெங்), 2003 (ஹூ) ஆகிய ஆண்டுகளில் முன்னெடுத்த சமரச

முயற்சிகளை ஷி ஒரு போதும் மேற்கொள்ளமாட்டார். மாறாக இந்தியாவின் மீது தொடர்ந்து அழுத்தத்தைத் தருவது என்பது அவரது நோக்கமாக இருக்கலாம். எல்லையில் பதற்றம் நீடிப்பதால் இந்தியாவின் பாதுகாப்புச் செலவினங்கள் அதிகரித்தபடியே இருக்கும்.

இந்தச் சூழலில் இந்தியா என்ன செய்யலாம்?

சீனப் பொருட்களைப் புறக்கணிக்கலாமா?

முதலாவதாக, எல்லைச் சிக்கல் நீடித்தால் அது வணிக உறவுகளைப் பாதிக்கும் என்று அமைச்சர் ஜெய்சங்கர் எச்சரித்திருக்கிறார். அதாவது எல்லைப் பிரச்சினைகளை ஒதுக்கி வைத்துவிட்டு வணிக உறவுகளைத் தொடரலாம் என்கிற 1988ஆம் ஆண்டின் நிலைப்பாட்டை இந்தியா மாற்றிக்கொள்கிறது என்பது பொருள்.

இந்திய அரசு பல சீனச் செயலிகளைத் தடை செய்துவிட்டது. ரயில்வே, தொலைத் தொடர்பு, கட்டுமானம் முதலான துறைகளில் சீன நிறுவனங்கள் பங்கேற்பதில் கடுமையான விதிமுறைகளை ஏற்படுத்தியிருக்கிறது. ஆனால் இந்திய வணிகமோ பல கட்டங்களில் சீனாவை நம்பியிருக்கிறது. மருந்து, ஆட்டோமொபைல், கணினி வன்பொருட்கள் முதலான இந்தியத் தொழில்களுக்கு அவசியமான மூலப்பொருட்கள் சீனாவிலிருந்துதான் வர வேண்டியிருக்கிறது. கடந்த தசாப்தங்களில் இந்தியா மட்டுமின்றி உலக நாடுகள் பலவும் சீனாவின் உற்பத்தியையும் அதன் விநியோகச் சங்கிலியையும் அதிகமாகச் சார்ந்திருக்கின்றன. 2020–21 ஆண்டுகளில் எல்லைப் பிரச்சினையையும் பெருந்தொற்றையும் மீறி சீன இறக்குமதி அதிகரித்திருக்கிறது. சீனப் பொருட்களைப் புறக்கணிப்பதும் அதன் மூலம் சீனாவைப் பணிய வைப்பதும் உடனடியாகச் சாத்தியமில்லை.

அமெரிக்க ஆதரவு உதவுமா?

இரண்டாவதாக, சில அரசியல் நோக்கர்கள் இந்தியா, அமெரிக்கக் குழாமிற்கு மேலும் அணுக்கமாக வேண்டும் என்றும் அதன் மூலம் சீனாவை எதிர்கொள்ள வேண்டும் என்றும் சொல்லிவருகிறார்கள். வேறு சிலர் சொல்வது இதற்கு நேர்மாறானது. இந்தியா அமெரிக்கக் குழாமிற்கு வெகு நெருக்கமாகத்தான் இருந்துவருகிறது; அந்தக் குழாம், இந்தியாவைச் சீனாவிற்கு எதிராக நிறுத்த முயல்கிறது; அதற்குச் சீனா ஆற்றிய எதிர்வினைதான் இது என்கிறார்கள் அவர்கள்.

வங்காள தேச யுத்தம் 1971இல் நிகழ்ந்தபோது பனிப்போர் உச்சத்தில் இருந்தது. உலகம் இரண்டு முகாம்களாகப் பிரிந்து கிடந்தது. இந்தியாவும் பாகிஸ்தானும் முறையே சோவியத் ரஷ்யா, அமெரிக்கா ஆகிய நாடுகளின் ஆதரவில் இயங்கின. காலம் மாறிவிட்டது. உலகம் முழுதும் ஒரே சங்கிலியால் இணைக்கப்படுகிறது. இந்தியா அமெரிக்காவிடமிருந்தும் மேற்கு நாடுகளிடமிருந்தும் ஆயுதங்களை வாங்கலாம். ஆனால் இது இந்தியாவின் பிரச்சினை. இந்தியாதான் எதிர்கொள்ள வேண்டும். எல்லா நாடுகளும் கொரோனாவைத் தொடர்ந்து வந்த பொருளாதாரப் பின்னடைவைச் சீரமைப்பதில் கவனம் செலுத்திவருகின்றன. ஆகவே அந்நிய நாடுகள் உதவும் என்று இந்தக் காலகட்டத்தில் எதிர்பார்க்க முடியாது.

ஆக, சீனப் பொருட்களைப் புறக்கணிப்பதன் மூலமும் அமெரிக்க உதவியை நாடுவதன் மூலமும் இந்தப் பிரச்சினையைச் சமாளிக்க முடியாது.

எல்லை என்பது கோடுதான்

மூன்றாவதாக, அரசு எல்லையில் உள்ள நிலவரத்தை மக்களுக்குத் தெளிவுபடுத்தலாம். இதற்கு முன்பு இந்தியா சந்தித்த போர்களின் முடிவுகள் பலவிதமாக அமைந்திருக்கின்றன. 1962 சீனப் போரின் முடிவு இந்தியாவிற்குச் சாதகமாக இல்லை. 1965 பாகிஸ்தான் யுத்தம் வெற்றி தோல்வியின்றி முடித்துக்கொள்ளப்பட்டது. வங்காள தேசப் போரிலும் (1971), கார்கில் யுத்தத்திலும் (1999) இந்தியா வெற்றிக்கொடி நாட்டியது. முடிவுகள் எப்படியானாலும் எல்லாப் போர்க் காலங்களிலும் இந்திய மக்கள் ஒற்றைக்கட்டாக நின்றார்கள். இப்போதும் அப்படியான நிலையைக் கொண்டுவர வேண்டும். ஆகவே ராணுவ ராஜீய ரகசியங்கள் நீங்கலான பேச்சுவார்த்தைகளின் சாரத்தைப் பொது வெளியில் வைக்கலாம். இது மக்களிடையே உரையாடலை ஊக்குவிக்கும்.

எல்லைப் பிரச்சினையில் தேசியவாதம் மட்டுப்படுத்தப்பட வேண்டும். நடைமுறைச் சிக்கல்களும் கள யதார்த்தங்களும் கணக்கில்கொள்ளப்பட வேண்டும். அக்சை-சின் மனிதர்கள் வாழத் தகுதியற்ற நிலம். சீனா, அதன் நிலவியல் முக்கியத்துவத்திற்காகப் பிடித்து வைத்துக்கொண்டிருக்கிறது. முன்னாள் பாதுகாப்பு ஆலோசகர் சிவசங்கர் மேனன் ஒரு முறை சொன்னார்: "கடந்த 200 ஆண்டுகளில் உலகின் எல்லா நாடுகளிலும் எல்லைக் கோடுகள் மாற்றி வரையப்பட்டிருக்கின்றன". ஆகவே இந்தக் கோடுகளுக்கு புனிதத்துவம் கற்பிக்க வேண்டுவதில்லை. இந்தியா–

சீனா இடையே ஒரு சமரசம் ஏற்பட்டால் அடுத்த நாள் என்ன நடக்கும்? எல்லாம் முந்தைய நாள் நடந்தது போலவே இருக்கும்.

1947இல் பிரிட்டிஷார் இந்தியாவிற்கும் பாகிஸ்தானுக்கும் இடையில் வரைந்த எல்லைக் கோட்டையும் அதன் விளைவுகளையும் இந்த இடத்தில் நினைத்துப் பார்க்கலாம். எத்தனை லட்சம் இடப்பெயர்வுகள்? எத்தனை லட்சம் மரணங்கள்? எத்தனை எத்தனை வன்புணர்வுகள்? அதனுடன் ஒப்பிட்டால் அக்சை–சின் மனிதர்களைப் பாதிக்கிற பிரச்சினை இல்லை.

பொதுவாக நாடுகளுக்கிடையில் எங்ஙனம் எல்லைகள் உருவாகின்றன? மலைச்சரிவுகள், கணவாய்கள், பள்ளத்தாக்குகள், ஆற்றங்கரைகள் போன்ற நிலவியற் கூறுகளே இயற்கையான எல்லைகளாக அமையும். தமிழ் நாட்டின் எல்லைகளாகத் தெற்கே நீலத் திரைக்கடலையும் வடக்கே மாலவன் குன்றத்தையும் பாரதி குறிப்பது இந்தப் பண்பாட்டிலிருந்துதான். ஆனால் பிரிட்டிஷ் ஏகாதிபத்தியம் வரைந்த கோடுகளுக்குப் பின்னால் எல்லையை விஸ்தரிக்கும் பேராசை பொதிந்து கிடந்தது. அவை இயற்கைக் கூறுகளுக்கும் மனித வாழ்வியலுக்கும் கட்டுப்பட்டதல்ல. எல்லைகளைக் குறித்து உரையாடும்போது நாம் இவற்றையும் மனதில் நிறுத்த வேண்டும்.

பக்கத்து வீட்டு நண்பர்கள்

நான்காவதாக, நாம் எல்லா அண்டை நாடுகளோடும் நட்பு பாரட்ட வேண்டும். குறிப்பாக வங்கதேசம், பூடான், மியான்மர், நேபாளம் இலங்கை முதலான அண்டை நாடுகளுடன் நமக்கு கலாச்சார, வரலாற்றுத் தொடர்புகள் உள்ளன. அவர்களோடு இணக்கம் பேணுவதன் மூலம் சீனாவிற்கு நேரடியாகவும் மறைமுகமாகவும் அழுத்தம் தர முடியும். இது சீனாவைச் சமரச மேசைக்கு வரவழைக்கிற நிர்ப்பந்தங்களை உருவாக்கும்.

இந்தியாவின் எழுச்சி

கடைசியாக, நமது மனித வளத்தை முன்னிறுத்தி ஒரு சக்தி வாய்ந்த நாடாக உருவாக வேண்டும். பிரதமர் மோடி, தற்சார்புக் கொள்கையை 2020 ஜூன் 15க்கு முன்னரே முன்வைத்தார். அதற்கான அடிவைப்புகளை மேற்கொள்ள வேண்டும். இந்தியாவாலும் உலகத் தொழில் அனைத்தையும் உவந்து செய்ய முடியும். அதற்கான நீண்டகாலத் திட்டங்களை வகுக்க வேண்டும். இந்தியா மனித வளம் மிக்க நாடு. அந்த வளத்தில் கணிசமாக

இளரத்தம் ஓடுகிறது. இந்த மக்கள் திரளுக்குத் தரமான கல்வியையும் ஆரோக்கியத்தையும் வழங்குவதன் மூலம் இந்தியாவால் ஒரு பெரிய உற்பத்திச் சக்தியாக வளர முடியும். அப்போது இந்தியா எழுச்சி பெறும். அது அமைதியான எழுச்சியாக இருக்கும். அந்த எழுச்சியின் கனிகள் நுகரப்படும்போது நம்மால் எல்லைப் பிரச்சினைகளை வலுவாக எதிர்கொள்ள முடியும்.

அருஞ்சொல்.காம், 17.10.21, இந்து தமிழ் திசை, 24.2.21, மின்னம்பலம்.காம், 3.11.20, ஆனந்த விகடன், 24.9.20

5

சீனாவின் பட்டுச் சாலை, அமெரிக்காவின் எதிர்ச் சால்

ஜூன் 2021இல் ஜி7 தலைவர்கள் பிரிட்டனில் கூடினார்கள். இரண்டு வட அமெரிக்க நாடுகள் (அமெரிக்கா, கனடா), நான்கு ஐரோப்பிய நாடுகள் (பிரிட்டன், பிரான்ஸ், ஜெர்மனி, இத்தாலி), ஓர் ஆசிய நாடு (ஜப்பான்) ஆகிய ஏழு நாடுகளின் கூட்டமைப்புதான் ஜி7. கூட்டத்தில் சீனாவிற்கு எதிராகப் பல தீர்மானங்கள் நிறைவேறின. இது எதிர்பார்த்ததுதான். இதில் சீனாவின் BRI எனும் திட்டத்திற்கு எதிராக அமெரிக்கா முன்மொழிந்த B3W என்கிற திட்டமும் இருந்தது. இது பல அரசியல் நோக்கர்கள் எதிர்பாராதது. இந்தியாவும் BRI திட்டத்தை எதிர்த்துவருகிறது. 2017இல் தொடங்கப்பட்டு இப்போது கட்டுமானத்தில் இருக்கும் சீனத் திட்டத்தை ஏன் இந்தியாவும் ஜி7 நாடுகளும் எதிர்க்கின்றன?

சீன மொழியில் யீ–தாய்; யீ–லு (Yīdài yīlù) *என்பதற்கு 'ஒரு பாதை; ஒரு சாலை' (One Belt; One Road) என்று பொருள் சொல்லலாம். BRI திட்டம் முதலில் அப்படித்தான் அழைக்கப்பட்டது. இந்தத் திட்டத்தில் சாலைகள், ரயில் தடங்கள், அடுக்குமாடிக் கட்டடங்கள், கடல்வழிப் பாதைகள், துறைமுகங்கள், சுரங்கங்கள், பாலங்கள், குழாய்கள், கேபிள் தடங்கள் என்று பல்வேறு உள்கட்டமைப்புப் பணிகள் நடந்து வருகின்றன. இவை சீனாவைப் பல ஆசிய, ஐரோப்பிய, ஆப்பிரிக்க நாடுகளுடன் இணைக்கின்றன.*

கி.மு. 2ஆம் நூற்றாண்டிலிருந்து கி.பி. 18ஆம் நூற்றாண்டுவரை உலகின் பல நாடுகளுடன் வணிகம் நடத்தி வந்தது சீனா. வரலாற்றில் அந்தப் பாதைகளுக்குப் பட்டுச் சாலை என்று பெயர். அதை நவீனமாக்குவதும் விரிவாக்குவதுமே இப்போதையத் திட்டம் என்கிறது சீனா. இதில் சீனாவைப் பின்வரும் பிராந்தியங்களுடன் இணைக்கும் ஆறு நிலவழிச் சாலைகள் முக்கியமானவை: ஐரோப்பா, ரஷ்யா, மேற்காசியா, பாகிஸ்தான், வங்கதேசம்– மியான்மர், இந்தோ–சீனா ஆகியன. மேலும் இந்துமாக் கடல், அட்லாண்டிக் கடல், பசிபிக் கடல் ஆகியவற்றின் வழியாகக் கடல் வழிப் பாதைகளையும் இந்தத் திட்டம் உள்ளடக்கியது. திட்டத்தின் பெயரில் இடம்பெறும் 'பாதை' நிலவழிப் பாதைகளையும் 'சாலை' நீர்வழிப் பாதைகளையும் குறிக்கிறது. திட்டத்தின் பெயர் பின்னாளில் 'பாதை– சாலைத் திட்ட முன்னெடுப்பு' (Belt and Road Initiative– BRI) என்று மாறியது.

BRI திட்டத்தை 2013இல் சீன அதிபர் ஷி ஜிங்பிங் முன்மொழிந்தார். அப்போதைய மதிப்பீடு 4 டிரில்லியன் டாலர் (ரூ. 30 லட்சம் கோடி). இப்போது பல மடங்கு அதிகரித்திருக்கும். 2017இல் அது அரசமைப்புச் சட்டத்திலும் உட்படுத்தப்பட்டது. அதே ஆண்டில் கட்டுமானப் பணிகளும் தொடங்கின. சுமார் 70 நாடுகளின் வழியாக இந்தப் 'பாதைகளும் சாலைகளும்' உருவாகின்றன.

சீனா ஏன் இப்படியொரு பிரம்மாண்டமான திட்டத்தை நடைமுறைப்படுத்துகிறது? 1978இல் சீனா தனது கதவுகளை அகலத் திறந்தது. பன்னாட்டு மூலதனம் குவிந்தது. தொழிற்சாலைகள் உருவாகின. உற்பத்தி பெருகியது. ஏற்றுமதி வளர்ந்தது. செல்வம் சேர்ந்தது. தொழில்நுட்பம் வளர்ந்தது. உற்பத்தி மேலும் பெருகியது. 2008இல் உலகளாவிய பொருளாதார மந்தநிலை வந்தது. வாங்கும் நாடுகளின் சக்தி குறைந்தது. ஆனால் சீன உற்பத்தி தொடர்ந்தது. பொருட்கள் தேங்கின. அப்போதுதான் தனது விநியோகச் சங்கிலியை நவீனப்படுத்த வேண்டும், சுமைகூலியைக் குறைக்க வேண்டும் என்று சீனா முடிவெடுத்தது. புதிய 'சாலைகளும் பாதைகளும்' போக்குவரவை எளிதாக்கும். இது சீனாவின் அபரிமிதமான ஏற்றுமதிக்கு உதவும். எண்ணெய், எரிவாயு முதலான இறக்குமதிகளின் வழிகளும் இலகுவாகும். மேலும் சீனாவின் கட்டுமானப் பொருட்களைத் திட்டத்தில் பயன்படுத்தவும் முடியும்.

2013இல் ஷி ஜிங்பிங் பதவியேற்றார். திட்ட முன்வரைவையும் வெளியிட்டார். நான்காண்டுகளுக்குப் பிறகு அமலாக்கம் தொடங்கியது. 'ஒரு காலத்தில் சீனா தனது கதவுகளைத்

திறந்தது. இன்று உலக நாடுகள் சீனாவிற்குத் தமது கதவுகளைத் திறக்கின்றன' என்று எழுதினார் வாங் யீவி எனும் நூலாசிரியர். உலக வணிகம் சீனாவில் மையம் கொள்ள வேண்டும் என்பது ஷி ஜிங்பிங்கின் திட்டம். டாலருக்குப் பதிலாக யுவானைச் சர்வதேச நாணயமாக மாற்றுகிற திட்டமும் சீனாவிற்கு இருக்கிறது. இதில் யாதொன்றையும் அமெரிக்கா விரும்பவில்லை.

அமெரிக்கா சீனாவின் மீது பிரதானமாக இரண்டு குற்றச்சாட்டுகளை முன்வைக்கிறது. இந்தத் திட்டத்திற்காகச் சீனா சிறிய நாடுகள் பலவற்றுக்குத் தாராளமாகக் கடன் வழங்குகிறது. இவை அந்நாடுகளின் தகுதிக்கு மீறிய கடன்கள். அந்த நாடுகளால் கடன்களைச் செலுத்த முடியாமல் போகும். அப்போது சீனா அவற்றின் மீது வல்லாதிக்கம் செலுத்தும். இது அமெரிக்காவின் முதல் குற்றச்சாட்டு. அடுத்தது, இந்தப் 'பாதைகளும் சாலைகளும்' வணிக நோக்கத்திற்கானவை மட்டுமே, எந்தத் துறைமுகமும் கடற்படைத் தாவளமாக உருவாக்கப்படவில்லை என்று சீனா சொல்லிவருகிறது. அமெரிக்கா இதை நம்ப மறுக்கிறது. காலப்போக்கில் இவை ராணுவத் தளங்களாகிவிடும் என்பது அமெரிக்காவின் இரண்டாவது குற்றச்சாட்டு.

இந்தியாவும் BRI திட்டத்தை ஆதரிக்கவில்லை. பிரதானமாக இரண்டு காரணங்கள். முதலாவது சீனாவையும் பாகிஸ்தானையும் இணைக்கும் பாதை பாகிஸ்தான்– ஆக்கிரமிப்புக் காஷ்மீர் வழியாகச் செல்கிறது. இரண்டாவது, திட்டத்தின் கீழ் இந்தியாவைச் சுற்றி ஏழு துறைமுகங்கள் உருவாகின்றன. மியான்மரில் 1, வங்கதேசத்தில் 1 (சிட்டகாங்), மலேசியாவில் 2, இலங்கையில் 2 (அம்பாந்தோட்டை, கொழும்பு), மாலத்தீவு 1, ஆக 7. இவை யாவும் இந்தியாவின் பாதுகாப்புக்குக் குந்தகம் விளைவிக்கும் என்று இந்தியா கருதுகிறது.

இந்தச் சூழலில்தான் அமெரிக்கா ஜி7 நாடுகளின் கூட்டத்தில் சீனாவின் BRI திட்டத்திற்கு மாற்றாக B3W (Build Back Better World) திட்டத்தை முன்மொழிந்தது. இந்தத் திட்டமும் 'பாதைகளாலும் சாலைகளாலும்' கட்டமைக்கப்படும், 40 டிரில்லியன் டாலர் மதிப்பில் உருவாகும், ஏழை நாடுகளிலும் நடுத்தர வருமானமுள்ள நாடுகளிலும் உள்கட்டமைப்பு மேம்படுத்தப்படும், ஜி7 நாடுகள் பங்கேற்கும், சீன ஏகாதிபத்தியம் முறியடிக்கப்படும் என்பதற்கு அப்பால் இப்போதைக்கு மேலதிக விவரங்கள் இல்லை.

ஜி7 துவங்கப்பட்ட எழுபதுகளில் ஏழு உறுப்பு நாடுகளின் வருவாய் உலக வருவாயில் 80% ஆக இருந்தது. இன்று அது சரிபாதியாகக் குறைந்துவிட்டது. தவிர, BRI திட்டம் உற்பத்திப்

பெருக்கம் இருக்கும் சீனாவிற்குப் பயன்படும் வகையில் வடிவமைக்கப்பட்டது. ஜி7 நாடுகளில் அப்படியான அதீத உற்பத்தி இல்லை. மேலும், இத்தாலி 2019இலியே BRIஇல் இணைந்துவிட்டது. ஜெர்மெனியும் BRIக்கு சாதகமாக இருப்பதாகச் சொல்லப்படுகிறது. ஆகவே இதில் ஜி7 நாடுகளின் பங்களிப்பு எப்படி இருக்கும், திட்டம் எப்படி உருக்கொள்ளும், பாதை அமையவிருக்கும் நாடுகளுடன் எவ்விதமான உடன்பாடுகள் மேற்கொள்ளப்படும் என்பவையெல்லாம் இனிமேல்தான் தெரியவரும்.

ஜி7 நாடுகளின் கூட்டத்தில் இந்தியா விருந்தினராகக் கலந்துகொண்டது. இந்தியா B3W திட்டத்திற்கு ஆதரவு தெரிவித்தது. மேலதிக விவரங்களுக்குக் காத்திருக்கிறது. இதற்கிடையில் இந்தியா செய்யக்கூடியவை சில உண்டு. சீனா தெற்காசியாவில் செல்வாக்குப் பெற்றுவருகிறது. இந்தியாவும் அண்டை நாடுகளுடன் இணக்கத்தைப் பேண வேண்டும். இதன் மூலம் இந்தியா சர்வதேச அரங்கில் சீனாவிற்கு அழுத்தத்தைத் தர முடியும். சீனா, இந்தியாவிற்கு எதிராகத் திரும்பாமல் பார்த்துக்கொள்ள முடியும்.

***இந்து தமிழ் திசை*, 23.6.21**

6

சீனப் பெருமழையின் துயரங்களும் பாடங்களும்

2021 ஜூலை 17 அன்று தொடங்கியது அந்தப் பெருமழை. ஜூலை 20 அன்று உக்கிரமடைந்தது. பல நாட்களுக்கு வடியவில்லை. இன்னும் ஜெங்ஜோ நகரம் வெள்ளக் காடாகத்தான் இருக்கிறது. சீனாவின் மையப்பகுதியில் அமைந்திருக்கும் ஹுனான் மாநிலத்தின் தலைநகர் இது. மஞ்சள் நதிக்கரை நகரம்.

ஜூலை 20 அன்று மாலை 4 மணிக்கும் 5 மணிக்கும் இடைப்பட்ட ஒரு மணி நேரத்தில் பெய்த மழையின் அளவு 202 மில்லிமீட்டர் (8 அங்குலம்). ஜூலை 17க்கும் 20க்கும் இடைப்பட்ட மூன்று நாட்களில் பெய்த மழை 617 மிமீ. ஜெங்ஜோ நகரில் ஓராண்டில் பெய்யக்கூடிய சராசரி மழையளவு 640மிமீ. அதாவது, ஆண்டு முழுதும் பெய்ய வேண்டிய மழை மூன்று நாட்களில் பெய்தது. அதில் மூன்றில் ஒரு பங்கு ஒரே ஒரு மணி நேரத்திற்குள் கொட்டித் தீர்த்தது.

சாலைகளில் வெள்ளம் ஆறாகப் பெருக்கெடுத்து ஓடியது. வாகனங்கள் பொம்மைகளைப் போல் மிதந்தன. கட்டிடங்கள் பலவற்றுள் வெள்ளம் புகுந்தது. மின்சாரமும் தண்ணீரும் இணையமும் தடைப்பட்டன. ஜெங்ஜோ நகரைச் சுற்றியுள்ள 12 நகரங்களும் பல்வேறு கிராமங்களும் பாதிக்கப்பட்டன. 5 லட்சம் ஏக்கருக்கு மேல் பயிர்கள் பாழாகிவிட்டன. அணைக்கட்டுகள் நிரம்பி வழிகின்றன. லட்சக்கணக்கான மக்கள்

பாதுகாப்பான இடங்களுக்குக் கொண்டுசெல்லப்பட்டார்கள். பாதிக்கப்பட்டவர்களின் எண்ணிக்கை ஒரு கோடியாக இருக்கலாம். ஜூலை 25 அன்று உயிரழந்தவர்களின் எண்ணிக்கை 63ஆக இருந்தது.

அரசு சொல்லும் காரணங்கள்

இப்போது இரண்டு கேள்விகள் எழுகின்றன. முதலாவதாக இப்படியொரு பெருமழையை நிர்வாகம் எதிர்பார்க்கவில்லையா? ஹெனான் மாநிலத்திற்குக் கோடையில் பெருமழை என்பது புதியதல்ல. பொதுவாக அது சூறாவளியுடன் சேர்ந்து வரும். இந்த முறை இன்–ஃபா என்று பெயரிடப்பட்ட சூறாவளி பல்லாயிரம் மைல்களுக்கு அப்பால் மையம் கொண்டிருந்தபோதே இந்தப் பெருமழை நகரைத் தாக்கிவிட்டது. இது எதிர்பாரதது. வானிலை மையத்தால் முன்னதாகக் கணிக்க முடியவில்லை.

இரண்டாவது கேள்வி, நகரின் மழைநீர் வடிகல்காள் என்னாவாயின? அவை போதுமானதாக இல்லையா? இதற்கு நகராட்சி பதிலளித்திருக்கிறது. “சீனாவின் பல நகரங்களும் இருநூறாண்டு வெள்ளத்தைக் கடத்திவிடக்கூடிய வடிகால்களைக் கொண்டவை. ஆனால் இந்த மழை ஆயிரம் ஆண்டுகளில் பெய்திராத பேய் மழை” என்பது அந்தப் பதில். ஜெங்ஜோ நகரத்தின் மழைமானிகள் 1951இல் நிறுவப்பட்டவை. அதாவது கடந்த 70 ஆண்டுகளில் பெய்த மழைக்குத்தான் கணக்கு இருக்கிறது. அப்படியானால் அதை வைத்துக்கொண்டு, எப்படி இருநூறாண்டு வெள்ளம், ஆயிரமாண்டு மழை என்றெல்லாம் சொல்கிறார்கள்?

குறைவான ஆண்டுகளுக்கு மட்டுமே தரவுகள் இருந்தாலும் வானியலாளர்களும் பொறியாளர்களும் ஐம்பது ஆண்டுகளில், நூறாண்டுகளில் பெய்வதற்குச் சாத்தியமுள்ள அதிகபட்ச மழையைக் கணக்கிடுவார்கள். இவை முறையே ஐம்பதாண்டு மழை, நூறாண்டு மழை எனப்படும். இந்த அடிப்படையில்தான் ‘இருநூறாண்டு மழைக்கான வடிகால்கள் அமைத்திருந்தோம், ஆனால் இது ஆயிரமாண்டு மழை’ என்கிறது நிர்வாகம். விரைவில் இந்தப் பேரிடரைக் குறித்து கூடுதல் தரவுகளோடு ஆய்விதழ்களில் கட்டுரைகள் வெளியாகும். அப்போது இந்த ‘ஆயிரமாண்டு மழை’ என்கிற நகராட்சியின் கூற்று சரிதானா என்பதில் தெளிவு ஏற்படலாம்.

ஆய்வாளர் சொல்லும் காரணங்கள்

எனில், சர்வதேச ஆய்வாளர்கள் வேறு இரண்டு காரணங்களைச் சுட்டுகிறார்கள். முதலாவதாகச் சீனாவில்

அதிகமான எண்ணிக்கையில் கட்டப்பட்டிருக்கும் அணைகள். இவை ஆறு குளங்களை இணைக்கும் நீர்வழிப்பாதைகளின் இயல்பான போக்கை மாற்றிவிட்டன, அவற்றின் திறனை வெகுவாகக் குறைத்துவிட்டன.

இரண்டாவதாகப் பருவநிலை மாற்றமும், புவி வெப்பமடைவதும், உலகின் பல இடங்களில் பெய்யும் மாமழைக்குக் காரணமாக அமைகிறது என்று ஆய்வாளர்கள் எச்சரிக்கிறார்கள். உலகம் முழுமையிலிருந்தும் வெளியேறும் பசுங்குடில் வாயுக்களில் 27% சீனாவைச் சேர்ந்தவை. இதில் சீனாதான் முதலிடம் வகிக்கிறது (அமெரிக்கா இரண்டாவது இடம், 11%, இந்தியா மூன்றாவது இடம் 6.6%). தான் ஒரு வளரும் நாடு, தனக்குப் பசுங்குடில் வாயுக்களைக் குறைப்பதில் கூடுதல் அவகாசம் தர வேண்டும் என்று சீனா சர்வதேச அரங்கில் கோரி வருகிறது. ஆனால் இயற்கை, அவகாசம் வழங்கத் தயாராக இல்லை. இனியும் காலந்தாழ்த்தாமல் சீனா இந்தப் பிரச்சினைக்கு முகங்கொடுக்க வேண்டும். மேலும், நூறாண்டு, இருநூறாண்டு மழையைக் கணக்கிடும் வரைமுறைகளையும் பருவநிலை மாற்றத்திற்கு இணங்க மறுபரிசீலனை செய்ய வேண்டும்.

நமக்கான பாடங்கள்

இந்தப் பெருமழையில் நமக்கான பாடங்களும் இருக்கின்றன. முதலாவதாக, கிராமங்களைக் காட்டிலும் நகரங்களில்தான் வெள்ளத்தின் பாதிப்பு அதிகமாக இருக்கும். ஏனெனில், நகரங்களில்தான் மக்கள் செறிந்து வாழ்கிறார்கள்; மேலும், அங்கு வெள்ளத்தை ஊறிஞ்சக்கூடிய மண் தளங்கள் குறைவாக இருக்கும். ஆகவேதான் உலகின் பல நகரங்களிலும் நூறாண்டு, இருநூறாண்டு வெள்ளத்தைக் கடத்தும் வடிகால்கள் அமைக்கப்படுகின்றன. சரி, சென்னையின் மழைநீர் வடிகால்கள் எத்தனையாண்டு வெள்ளத்தைக் கடத்த வல்லவை? இந்தக் கேள்விக்கான விடை 'தெரியாது' என்பதாகும்.

தமிழக அரசு, ஒவ்வொரு நகரின் மழையளவு குறித்தும் விரிவாக ஆராய வேண்டும். இப்போதைய சாலையோர வடிகால்களின் கொள்ளளவைப் பரிசோதித்து அவற்றை மேம்படுத்த வேண்டும். சாலையோர வடிகால்கள் பிரதான வடிகால்களோடு முறையாக இணைக்கப்பட வேண்டும். இந்தப் பிரதான வடிகால்கள்தான் நீரைக் கடலிலோ ஆற்றிலோ சேர்ப்பிக்கும். இவை நூறாண்டு அல்லது இருநூறாண்டு வெள்ளத்தைக் கடத்தத் தக்கதாக வடிவமைக்கப்பட வேண்டும்.

இரண்டாவதாக, புவி வெப்பமடைவது என்பது இனியும் கல்வியாளர்களின் பிரச்சினையன்று. இந்தியா இதில் முன்கை எடுக்க வேண்டும். தமிழகமும் கவனம் செலுத்த வேண்டும்.

'இது மிக மோசமான வெள்ளம்' என்று சொல்லியிருக்கிறார் சீன அதிபர் ஷி ஜிங்பிங். சீன அரசும் ஆய்வாளர்களும் புதிய திட்டங்களுடன் வரக்கூடும். இந்த வெள்ளத்திலிருந்து சீனா மட்டுமல்ல, உலக நாடுகளும், இந்தியாவும், தமிழகமும் தங்களுக்கான படிப்பினைகளைப் பெற வேண்டும்.

***இந்து தமிழ் திசை*, 28.7.21**

7

மாமல்லபுரம் சந்திப்பு

இந்தியப் பிரதமர் நரேந்திர மோடியும் சீன அதிபர் ஷி ஜிங்பிங்கும் 2019, அக்டோபர் 11 அன்று மாமல்லபுரத்தில் சந்தித்தார்கள். இப்படியான ஒரு சர்வதேசச் சந்திப்பு தமிழகத்தில் நடந்தது அநேகமாக இதுவே முதல் முறையாக இருக்கக்கூடும். தமிழகம் இந்தச் சந்திப்புக் களனாக அமைந்தது பொருத்தமானதுதான். கடாரம் கொண்ட ராஜேந்திர சோழன் சீனாவுடன் வணிகம் நடத்தியிருக்கிறான். சீனத் துறவியான போதி தருமரின் பூர்வாசிரமக் கதைகளில் அவர் ஒரு பல்லவ இளவரசர் என்கிற கதைதான் பிரபலமானது. ஆறு, ஏழாம் நூற்றாண்டுகளில் சீனப் பயணிகள் காஞ்சிக்கு வந்திருக்கிறார்கள். உலகம் முழுதும் சுற்றிய பயணி ஹுவான் சுவாங் பல்லவப் பேரரசைப் பற்றி எழுதிய குறிப்புகள் பிரபலமானவை. சீனமும் தமிழும் செம்மொழிகள், இரண்டுமே தொன்மையானவை, தனித்து இயங்க வல்லவை, இலக்கண– இலக்கியச் செழுமை மிக்கவை. மேலும் இரண்டு மொழிகளும் பழமையானவை மட்டுமல்ல, இன்றளவும் பயன்பாட்டிலும் உள்ளவை. இந்தச் சந்திப்பிற்கு மாமல்லபுரம் தெரிவு செய்யப்பட்டதற்கு இப்படியான காரணங்கள் எதுவும் இல்லாமலும் இருக்கலாம். எவ்வாறாயினும் இந்தச் சந்திப்பு இரண்டு நாடுகளுக்கும் முக்கியமானதாக அமைந்தது.

இந்தியாவும் சீனாவும் உலகின் மக்கள்தொகை மிகுந்த நாடுகள். இந்த உலகில் மூன்றில் ஒருவர் சீனாவிலோ இந்தியாவிலோ வசிக்கிறார். உலகின் மொத்த உள்நாட்டு உற்பத்தியில் ஐந்தில் ஒரு பங்கை

இரண்டு நாடுகளும் அளிக்கின்றன. அண்டை நாடுகளானபோதும் இந்திய – சீன உறவு பல மேடு பள்ளங்களைக் கடந்துதான் வந்திருக்கிறது. இரு தேசங்களுக்கிடையிலான கலாச்சார உறவுகள் ஈராயிரமாண்டுப் பழமை மிக்கது. இந்தியாவிலிருந்து போன புத்த மதம் சீனக் கலாசாரத்திற்கு இசைவாக இருந்தது. ஆனாலும் குறிப்பிடத்தக்க அரசியல் உறவுகள் எழுபதாண்டுகளுக்கு முன்னால், 1949இல் மா சேதுங் கம்யூனிஸ்ட் கட்சியின் ஆட்சியை நிறுவிய பிறகே தொடங்கியது எனலாம்.

புதிய சீன அரசை அங்கீகரித்த கம்யூனிஸ்ட் அல்லாத நாடுகளில் இந்தியாதான் முதலாவதாக இருந்தது. ஆனால் ஆரம்பம் முதலே எல்லைப் பிரச்சினை இருந்தது. 1911இல் பிரிட்டிஷ்–இந்தியா, சீனா, திபெத் ஆகிய மூன்று நாடுகளுக்கிடையே அப்போதைய பிரிட்டிஷ் அதிகாரி மக்மோகன் என்பவரால் முன்மொழியப்பட்ட எல்லைக் கோடு அவரது பெயராலேயே மக்மோகன் கோடு என்றழைக்கப்படுகிறது. 1947இல் இந்தியா விடுதலை அடைந்தபோது இதையே எல்லைக் கோடாக வரித்துக் கொண்டது. ஆனால் சீனா இந்தக் கோட்டை அங்கீகரிக்க மறுத்தது. எல்லைப் பிரச்சினைகள் வளர்ந்தன. உரசல்கள் பெருகின. இதற்கிடையில், 1959இல் திபெத்திலிருந்து வெளியேறிய தலாய் லாமாவிற்குச் சீனாவின் எதிர்ப்பையும் மீறி அடைக்கலம் வழங்கியது இந்தியா. 1962இல் எல்லைப் பிரச்சினையை முன்வைத்துச் சீனா போர் தொடுத்தது. மூன்று லட்சம் சதுர கிலோமீட்டர் பரப்பை உள்ளடக்கிய உலகின் ஆகப்பெரிய எல்லைப் பகுதிக்கான போர் 40 தினங்கள் நீண்டது. அதன் கசப்பு பல ஆண்டு காலம் நீடித்தது.

1978இல் சீனாவைத் தொழில்மயமாக்க அதன் கதவுகளை விரியத் திறந்தார் டெங் சியோபிங். 1979இல் மொரார்ஜி தேசாயின் அமைச்சரவையில் வெளியுறவுத் துறை அமைச்சராக இருந்த வாஜ்பேயி மேற்கொண்ட சீனப் பயணம் புதிய ராஜீய உறவுகளுக்குத் தொடக்கம் குறித்தது. 1988இல் ராஜீவ் காந்தி கையொப்பமிட்ட பல உடன்படிக்கைகள் தொழில்நுட்ப, கலாச்சாரப் பரிமாற்றங்களுக்கு வழிகோலியது. 1993இல் நரசிம்மராவ் பெய்ஜிங்கில் கையொப்பமிட்ட 'எல்லைச் சமாதான உடன்படிக்கை' முக்கியமானது. இரு தரப்பும் சில இடங்களில் கருத்து வேறுபாடு கொண்டிருந்தாலும், பெருமளவில் எல்லைகள் வரையறுக்கப்பட்டன.

2003இல் பிரதமர் வாஜ்பேயியின் விஜயத்தின்போது நெருக்கம் கூடியது. கொள்கையளவில் இரண்டு சமரசங்கள் மேற்கொள்ளப்பட்டன. 1975இல் அதுவரை முடியாட்சியாக

இருந்த சிக்கிம், இந்தியாவில் ஒரு மாநிலமாக இணைந்தது; இதை அங்கீகரிக்க மறுத்துவந்த சீனா தனது நிலைப்பாட்டை மாற்றிக்கொண்டது. கைமாறாக இந்தியாவும் திபெத் குறித்த தன் நிலைப்பாட்டைத் தளர்த்திக்கொண்டது. தலாய் லாமாவிற்கு அடைக்கலம் தரும் அதேவேளையில் திபெத்தைச் சீனாவின் பகுதியாக அங்கீகரிக்க முன்வந்தது. 2006இல் பல ஆண்டுகள் மூடப்பட்டுக் கிடந்த சிக்கிமையும் திபெத்தையும் இணைக்கும் நாதுல்லா கணவாய் திறக்கப்பட்டது.

என்றாலும் இன்றளவும் தீர்வை எட்ட முடியாத பகுதிகள் பல உண்டு. முதலாவதாகக் காஷ்மீரின் ஒரு பகுதியான அக்சை சின் சீனாவின் கட்டுப்பாட்டில் இருக்கிறது. இந்தப் பகுதிக்கு இந்தியா உரிமை கோரி வருகிறது. இரண்டாவதாக அருணாச்சலப் பிரதேசத்தின் தவாங் என்கிற பகுதியைச் சீனா கோரிவருகிறது. மாநிலத்தின் மற்ற பகுதிகளைப் போலவே இப்பகுதி மக்களும் 1950 முதற்கொண்டு தங்கள் பிரதிநிதியை இந்தியப் பாராளுமன்றத்திற்கு அனுப்பி வருகிறார்கள். சீனாவின் இந்தக் கோரிக்கையை இந்தியா தீர்மானமாக மறுத்து வருகிறது.

எல்லையில் அவ்வப்போது உரசல்கள் தொடர்ந்த வண்ணம் இருக்கின்றன. 2017 தோக்லாம் பிணக்கு 73 நாட்களுக்கு நீடித்தது. மேலும் சீனா தொடர்ந்து பாகிஸ்தானை ஆதரித்து வருகிறது. அவ்வப்போது காஷ்மீர் பிரச்சினையை ஐ.நா சபையில் எழுப்புகிறது. இவையெதுவும் இந்திய அரசுக்கு உவப்பானவை அல்ல.

2013இல் சீனா 'பட்டுச் சாலைத் திட்ட'த்தை முன்னெடுத்தது. சுமார் 36 உலக நாடுகளைச் சீனாவுடன் இணைக்கும் திட்டம் இது. பல ஆசிய ஐரோப்பிய நாடுகள் திட்டத்தை ஆதரிக்கின்றன. இந்தியா எதிர்க்கிறது. பாகிஸ்தானையும் சீனாவையும் இணைக்கும் தடமானது பாகிஸ்தான் ஆக்கிரமிப்புக் காஷ்மீர் பகுதியின் வழியாக இருக்கும் என்பது ஒரு காரணம். திட்டம் முழுமையானால் இந்தியப் பெருங்கடல் பகுதியில் சீனாவின் ஆதிக்கம் அதிகரிக்கக்கூடும் என்பது இன்னொரு காரணம். இந்தியாவும் சீனாவும் வேறு தளங்களில் ஒத்துழைப்பதற்கு, இந்தியா இந்தத் திட்டத்தை எதிர்ப்பது ஒரு தடையாக இராது என்று சீனா சொல்லிவருகிறது. இருந்தாலும் இந்தியாவின் எதிர்ப்பு சீனாவிற்குச் சர்வதேச அரங்கில் தர்மசங்கடத்தை ஏற்படுத்தவே செய்கிறது என்கிறார்கள் நோக்கர்கள்.

எல்லைப் பிரச்சினையும் அதிகாரப் போட்டியும் தொடர்ந்தாலும் கடந்த 40 ஆண்டுகளில் இந்திய சீன வர்த்தகம்

பல மடங்கு வளர்ந்திருக்கிறது. 2018இல் இது ரூ.70,000 கோடியைத் தாண்டியது. இந்தியாவின் பெரிய வர்த்தகப் பங்காளி சீனாதான். எனில், மொத்த வர்த்தகத்தில் இந்தியாவின் ஏற்றுமதி 20%தான். வர்த்தகத்தில் சமநிலை பேண, சீனா கூடுதல் இந்தியப் பொருட்களை வாங்கிக்கொள்ள வேண்டும்.

இந்தப் பிணக்குகளை மீறி இந்தியாவும் சீனாவும் இணங்கிப்போவதென்பது வரலாற்றுத் தேவையாக உணரப்படுகிறது. அதற்காக 2018 ஏப்ரலில் சீனாவின் பாரம்பரியச் சிறப்பு மிக்க வுகான் நகரில் பிரதமர் மோடியும் அதிபர் ஷி ஜிங்பிங்கும் சந்தித்தனர். இந்தச் சந்திப்பு முறைசாராச் சந்திப்பு எனப்பட்டது. இதில் தீர்மானமான அட்டவணைகளும் அதிகாரிகள் சூழ்ந்த கூட்டங்களும் உடன்படிக்கைகளும் இராது. மாறாகத் தலைவர்கள் நீண்ட நேரம் அளவளாவுவதற்கான சூழலும் காலமும் இருக்கும். அவர்கள் நட்பு ரீதியாக நெருங்கி வருவது பல சிக்கல்களைத் தீர்க்க உதவுமென்பதால் இந்த ஏற்பாடு. வுகான் சந்திப்பு தோக்லாம் வெப்பத்தைக் குறைக்க உதவியது. அந்தச் சந்திப்பை அடியொற்றி இரண்டாவது முறைசாராச் சந்திப்பு மாமல்லபுரத்தில் நடந்தது.

“பல்லவர் கோன் கண்ட மல்லை போல
பாரெங்கும் தேடினும் ஊரொன்றும் இல்லை
கல்லிலே கலை வண்ணம் கண்டான்”

—என்று கண்ணதாசன் எழுதி ஆண்டுகள் அறுபது கடந்துவிட்டன. கண்ணதாசன் கண்ட மாமல்லபுரத்தின் (மல்லை) குடைவரைக் கோயில்களையும் பஞ்சபாண்டவர் ரதங்களையும் அர்ச்சுனன் தபசு சிற்பத்தையும் மாமல்லபுரத்தில் கண்டு களித்த பார்வையாளர்கள் உலகின் சக்தி மிகுந்த இரண்டு தலைவர்கள். தலைவர்களுக்கிடையில் எண்ணற்ற பிரச்சினைகள் இருப்பது உண்மைதான். இந்த நாள்பட்ட பிரச்சினைகளுக்கு மாமல்லபுரக் கடற்கரையில் ஒரே நாளில் தீர்வு கண்டுவிட முடியும் என்று யாரும் எதிர்பார்க்கவும் இல்லை. இந்தச் சந்திப்பின் மூலம் மாமல்லபுரம், கல்லின் கலை வண்ணத்திற்காக மட்டுமல்ல, இந்திய சீன நல்லுறவின் வண்ணத்திற்காகவும் வரலாற்றில் இடம் பெற்றுவிட்டது.

இந்து தமிழ் திசை, **9.10.19**

8

சீனாவும் ஜப்பானும் 70 ஆண்டுகளும் ஒரு சொல்லும்

செப்டம்பர் 3, 2015 அன்று பெய்ஜிங் விழாக் கோலம் பூண்டிருந்தது. தினெமன் சதுக்கத்தில் 12,000 துருப்புகளின் அணிவகுப்பு நடந்தது. 70 ஆண்டுகளுக்கு முன்னால், 1945 செப்டம்பர் 2ஆம் நாள் டோக்கியாவில் நங்கூரமிடப்பட்டிருந்த அமெரிக்கப் போர்க்கப்பலில் ஜப்பானியர்கள் சரணாகதி ஒப்பந்தத்தில் கையெழுத்திட்டனர். இரண்டாம் உலகப் போர் முடிவுக்கு வந்தது. 1937 முதல் 1945 வரை, எட்டு ஆண்டுகள் ஜப்பானியர்கள் சீனாவின் மீது தொடுத்த போரும் முடிவுக்கு வந்தது. செப்டம்பர் 3ஆம் நாளைச் சீனா போரின் நினைவு நாளாகக் கொண்டாடிவருகிறது. இந்தப் போரில் ஒன்றரைக் கோடிச் சீனர்கள் மாண்டுபோயினர். எட்டு கோடிப் பேர் அகதிகளாயினர். எனினும் சீனர்கள் விடாமுற்சியுடன் ஜப்பானிய ஆக்கிரமிப்பை எதிர்கொண்டனர். ஆண்டுதோறும் செப்டம்பர் 3ஆம் நாள் அவர்களை நினைவுகூர்கிறது சீனா. அதே வேளையில் ஜப்பான் தனது ஆக்கிரமிப்பிற்காக மன்னிப்புக் கோரவில்லை என்கிற கோபமும் பெய்ஜிங்கில் கனன்றுகொண்டிருக்கிறது.

ஏகாதிபத்திய ஜப்பான்

ஜப்பான் என்றதும் பலருக்கும் ஹிரோஷிமாவின்மீது குண்டு வீசப்பட்டதுதான் நினைவு வரும். அது போரின் கடைசி அத்தியாயம்.

மு. இராமனாதன்

அதன் முந்தைய அத்தியாயங்கள் அனைத்திலும் ஜப்பான் பாதிக்கப்பட்ட நாடாக அல்ல ஆக்கிரமிப்பாளராகவே இடம்பெறுகிறது. 1895இல் கொரியாவிலும், தாய்வானிலும் கால் பரப்பியது ஜப்பான். 1905இல் சீனாவின் கிழக்குப் பகுதியான மஞ்சூரியாவில் அப்போது செல்வாக்குச் செலுத்திய ரஷ்யாவைத் தோற்கடித்தது. 1931 முதல் சீனாவைத் தாக்கத் தொடங்கியது. 1937இல் போர் தீவிரமடைந்தது. பெய்ஜிங், ஷாங்காய் நகரங்கள் வீழ்ந்தன.

அதே ஆண்டின் இறுதியில் அப்போது சீனாவின் தலைநகராக இருந்த நான்ஜிங்கைக் கைப்பற்றியது. அடுத்த ஆறு வாரங்களில் நிகழ்ந்தது, வரலாற்றில் "நான்ஜிங் படுகொலை" என்று குறிக்கப்படுகிறது. ஆண்களும் பெண்களும் குழந்தைகளுமாகக் கொல்லப்பட்டவர்களின் எண்ணிக்கை 3 லட்சம்வரை இருக்குமென்கிறார்கள் வரலாற்றாளர்கள். வெ. சாமிநாத சர்மா தனது 'சீனாவின் வரலாறு' எனும் நூலில் இவ்வாறு எழுதுகிறார்: "இருவர் இருவராக மணிக்கட்டுகளை இரும்புக் கம்பிகளினால் இறுக்கிக் கட்டிச் சுட்டுக் கொன்றார்கள்; துப்பாக்கி முனையினால் குறிபார்த்துக் குத்தும் பயிற்சி பெறுவதற்காக, சிறைப்பட்ட சீனப் போர் வீரர்களின் கண்களைக் கட்டிவிட்டு அவர்களை உபயோகப்படுத்தினார்கள்; பச்சைக் குழந்தைகளை ஆகாயத்திலே தூக்கிப்போட்டுக் கீழே துப்பாக்கிக் கத்தியை நீட்டினார்கள்".

ஆயிரக்கணக்கான சீனப் பெண்கள் பாலியல் அடிமைகளாக்கப்பட்டனர். இவர்களை 'சுகப்பெண்டிர்' என்றழைத்தது ஜப்பானிய ராணுவம். இழப்புகளைப் பொருட்படுத்தாமல் சீனா விடாப்பிடியாகப் போராடியது.

1941இல் அமெரிக்காவின் முத்துத் துறைமுகத்தைத் தாக்கியது ஜப்பான். அடுத்த மூன்று மாதங்களில் வியட்னாம், லாவோஸ், கம்போடியா, சிங்கப்பூர், மலேசியா, இந்தோனேசியா, பிலிப்பைன்ஸ், மியான்மர் (பர்மா) எல்லாம் ஜப்பான் வசமானது. இந்தத் தென்கிழக்காசிய நாடுகள் பிரான்ஸ், பிரிட்டன், டச்சு, அமெரிக்க நாடுகளின் காலனிகளாக இருந்தன. அதுவரை சீனாவின் எதிரியாக மட்டும் கருதப்பட்டுவந்த ஜப்பான் நேச நாடுகளின் எதிரியானது. 1943முதல் அமெரிக்காவிடமும் பிரிட்டனிடமும் ஜப்பான் தோல்விமுகம் காணத் தொடங்கியது. 1945 ஆகஸ்ட் 6இல் அமெரிக்கா, ஹிரோஷிமா நகரின்மீது அணுகுண்டு வீசியது. ஆகஸ்ட் 15இல் சரணடைவதாக அறிவித்தார் ஜப்பானியப் பேரரசர்.

சீனா நிகழ்த்திய போரின் முக்கியத்துவம் வரலாற்றில் முறையாகப் பதிவாகவில்லை என்கிறார் ஆக்ஸ்போர்டு

பேராசிரியர் ரானா மிட்டர். "மறக்கப்பட்ட நட்புநாடு" (*Forgotten Ally*) என்கிற நூலில் மிட்டர் சொல்கிறார்: "போர் நடந்த எட்டு ஆண்டுகளில் சாதரணச் சீனக் குடிமகன் தினசரி மரணங்களைச் சந்திக்க வேண்டியிருந்தது. சீனாவின் கடுமையான எதிர்ப்பு இல்லாமலிருந்திருந்தால் ஜப்பான் 1938இலியே சீனாவைக் கைப்பற்றி இருக்கும்; அதன் கவனம் தென்கிழக்காசியாவின் மீது அப்போதே திரும்பியிருக்கும். சீனா பலவீனமாக இருந்திருந்தால் பிரிட்டிஷ் இந்தியாவைக் கைப்பற்றுவதும் ஜப்பானுக்கு சாத்தியமாகியிருக்கும்".

ஜெர்மனியும் ஜப்பானும்

இரண்டாம் உலகப் போருக்குப் பிற்பாடு, ஜெர்மனி தனது நாஜித் துருப்புகளின் சகல அராஜகங்களுக்கும் பாதிக்கப்பட்ட நாடுகளிடம் மன்னிப்புக் கோரியது; இழப்பீடுகளும் வழங்கியது. நேட்டோ, ஐரோப்பிய யூனியன் போன்ற அமைப்புகள் எதிரிகளை இணைத்தன. மாறாக ஆசியாவில் அப்படியான இணக்கம் ஏற்படவில்லை.

ஜெர்மனி தனது போர்க் குற்றங்களை மறைக்க முயலவில்லை. அவுஷ்விட்ஸ் கொலைமுகாம்களுக்கு யூதர்கள் சரக்கு ரயிலில் மிருகங்களைப்போல் அடைத்து அனுப்பிவைக்கப்பட்டதைச் சித்தரிக்கும் வெண்படிகப் பிரதிமை ஜெர்மெனியில் நிறுவப் பட்டிருப்பதைத் தனது "பெர்லின் நினைவுகள்" நூலில் எழுதுகிறார் பொ.கருணாகரமூர்த்தி. அவர் மேலும் சொல்கிறார்: "நாங்கள் குடியிருக்கும் வீட்டின் வாசலில்கூட 'இங்கே வாழ்ந்த யூதர்கள் தியா குண்ட்மான், லினா குண்ட்மான் 1943இல் முன்பனிக்காலத்தில் அவுஷ்விட்ஸ் அனுப்பப்பட்டு அங்கே மறைந்தார்கள்' என்ற வாசகம் பதித்த பித்தளைத் தகடு தரையில் பதிக்கப்பட்டுள்ளது. இப்படிப் பல்லாயிரம் நினைவுத் தகடுகளைப் பல வீட்டு வாசல்களிலும் பெர்லினில் இன்றும் காணலாம்".

ஜெர்மனியைப்போல் ஜப்பானால் வரலாற்றுக்கு நேர்மையாக முகம் கொடுக்க முடியவில்லை. 2015 ஆகஸ்டு 15 அன்று ஜப்பானிய அரசு தாங்கள் சரணடைந்ததை நினைவுகூர்ந்தது. ஜப்பானியப் பிரதமர் ஷின்சோ அபேயின் உரையில் நிறைய வார்த்தைகள் இருந்தன. சுற்றி வளைத்துப் பேசும் சாமர்த்தியம் இருந்தது. ஆனால் சீனர்கள் எதிர்பார்த்த மன்னிப்பு என்கிற சொல் மட்டும் இடம் பெறவில்லை. வருங்காலச் சந்ததியினர் தொடர்ந்து மன்னிப்புக் கேட்க வேண்டுமென்று எதிர்பார்க்கக் கூடாது என்றும் அபே தெரிவித்தார். இந்த உரையைத் தொடர்ந்து அவருக்கு உள்நாட்டு

தேசியவாதிகளின் ஆதரவு பெருகிவருவதாக ஜப்பானிய ஊடகங்கள் தெரிவித்தன.

இரண்டாம் உலகப் போருக்குப் பிற்பாடு ஜப்பானில் நிகழ்ந்த மாற்றங்களையும் குறிப்பிட வேண்டும். கடந்த 70 ஆண்டுகளில் ஜப்பான் எந்தப் போரிலும் ஈடுபடவில்லை; அணு ஆயுதம் தயாரிக்கவில்லை. அதேவேளையில் ஜப்பானின் அரசியல் தலைவர்கள் ஜப்பானின் போர்க்குற்றங்களை நினைவுகூரவோ அதற்காக மன்னிப்புக் கேட்கவோ விரும்பவில்லை.

மன்னிப்பு எனும் சொல்

இந்த இடத்தில் முன்னாள் அமைச்சர் சசி தரூர் ஆக்ஸ்போர்டு யூனியன் சொசைட்டியில் 'பிரிட்டன் தனது காலனி நாடுகளுக்கு இழப்பீடு தர வேண்டுமா?' என்ற விவாதத்தில் நிகழ்த்திய உரையைக் குறிப்பிடலாம் (நாள்: 28.5.2015). இந்தியாவின் வளங்களை பிரிட்டன் எப்படியெல்லாம் கொள்ளை அடித்தது என்று பட்டியலிட்ட தரூர், பிராயச்சித்தமாக பிரிட்டன் இழப்பீடு எதுவும் கொடுக்க வேண்டாம், மாறாக இந்தியாவிடம் மனதார மன்னிப்புக் கேட்க வேண்டும் என்று பேச்சை முடித்திருந்தார். அவருடைய ஆதங்கம் பல இந்தியர்களுக்கும் இருக்கிறது. அதனால்தான் அவரது உரையை யூடியூபில் ஒரு கோடிக்கும் மேற்பட்டோர் பார்த்திருக்கிறார்கள்.

சீனாவைப் பொறுத்தமட்டில் அது ஆதங்கமாக அல்ல, ஆறாத ரணமாக இருக்கிறது. இப்போது சீனாவிடம் செல்வம் இருக்கிறது. ராணுவ பலமும் இருக்கிறது. 2015, செப்டம்பர் 3ஆம் நாள் நடந்த பேரணியில் அவை வெளியானது. கூடவே அதன் போர்க்காயங்கள் ஆறாமல் இருப்பதும் தெரிந்தது.

அறத்திற்கு மட்டுமில்லை, வீரத்திற்கும் அன்பே துணையாகும் என்கிறார் வள்ளுவர். அதுபோலப் போரிடுவதற்கு மட்டுமில்லை, மன்னிப்புக் கேட்பதற்கும் துணிவு வேண்டும். அப்படியான துணிவு ஜப்பானியத் தலைவர்களுக்கு வர வேண்டும். அப்போதுதான் சீனாவின் காயங்களும் ஆறும்.

இந்து தமிழ் திசை 3.9.15

9

வலசை போகும் சீனர்கள்

புத்தாண்டு தினம்தான் சீனர்களின் முக்கியமான பண்டிகை. நவம்பரில் தொடங்கும் உறையவைக்கும் குளிர் மார்ச் மாதத்தில் முடியும். வரவிருக்கும் வசந்த காலத்தை வரவேற்கும் கொண்டாட்டமாகவும் இது அமையும். மனைவி, மக்கள், பெற்றோர், உற்றார் உறவினர்களுடன் ஒன்றுகூடி வட்ட வடிவ மேசையைச் சுற்றி அமர்ந்து விருந்துண்பது கொண்டாட்டத்தில் முக்கியப் பங்கு வகிக்கும். இந்தப் பண்டிகைக்காக நகரங்களில் பணியாற்றும் சுமார் 25 கோடித் தொழிலாளர்கள் ரயில்களிலும் பேருந்துகளிலும் படகுகளிலும் மாறிமாறிப் பயணம் செய்து தொலைதூரங்களில் உள்ள கிராமங்களை வந்தடைவார்கள். பண்டிகைக் காலம் முடிந்ததும் மீண்டும் நகரங்களுக்குத் திரும்புவார்கள். இந்த யாத்திரைக் காலம் பிப்ரவரி 4 முதல் மார்ச் 15 வரை 40 நாட்கள் நீளும். 2015ஆம் ஆண்டு சுமார் 280 கோடிப் பயணங்கள் மேற்கொள்ளப்பட்டன. இது முந்தைய ஆண்டைக் காட்டிலும் 10 கோடி அதிகம். 240 கோடிப் பயணங்கள் சாலையிலும், 30 கோடி ரயிலிலும், 5 கோடி நதியிலும், 5 கோடி ஆகாயத்திலுமாக அமைந்தன. இந்தக் காலகட்டத்தில் சாலைகளும் ரயில் தடங்களும் புனரமைக்கப்பட்டன, பொதுப்போக்குவரத்து அதிகரித்தது, வாகனங்கள் பகலிரவாக மக்களைச் சுமந்தபடி விரைந்தன. பருவகாலங்களை ஒட்டிப் பறவைகள் புலம்பெயருவதை ‘வலசை போவது’ என்பார்கள். இங்கே கோடிக்கணக்கான மக்கள் குறிப்பிட்ட கால அளவில் வலசை போகிறார்கள்.

ஆனால் இந்த வலசை சீனா நகர்மயமாகி வருவதன் இன்னொரு முகத்தைக் காட்டுகிறது.

உலகின் முன்னணி நிறுவனங்கள் அனைத்தும் தங்களின் தொழிற்சாலைகளைச் சீன நகரங்களில் நிர்மாணித்திருக்கின்றன. அவற்றை நோக்கி கிராமங்களிலிருந்து ஆண்களும் பெண்களும் சாரை சாரையாக வருகிறார்கள். தொழிற்சாலைகளிலும், கட்டிடப் பணித்தலங்களிலும், உணவகங்களிலும் அங்காடிகளிலும் பணியாற்றுகிறார்கள். பெய்ஜிங்கில் மட்டும் 65 லட்சம் புலம் பெயர்ந்த தொழிலாளர்கள் இருப்பதாகச் சொல்கிறது ஒரு புள்ளிவிவரம். இவர்களின் உழைப்புதான் சீனாவின் அபரிமிதமான வளர்ச்சிக்கு ஒரு முக்கியக் காரணி, ஆனால் இவர்களால் நகரவாசிகளாக முடிவதில்லை. காரணம் சீனாவின் ஹுக்கு முறை. ஹுக்கு என்பது குடும்ப அட்டை போன்றது; உள்நாட்டுப் பாஸ்போர்ட் என்று சிலர் சொல்கிறார்கள். இது ஒரு முக்கியமான ஆவணம். உடமையாளரின் ஊராட்சி இதை வழங்கும். கிராமத்து ஹுக்குவை நகரத்து ஹுக்குவாக மாற்றுவது சுலபமில்லை. நகரத்து ஹுக்கு இல்லையென்றால் கல்வி, மருத்துவம், வீட்டுவசதி, ஓய்வூதியம் முதலான அரசு வழங்கும் சலுகைகள் எதையும் நகரத்தில் பெற முடியாது. ஆகவே கிராமங்களிலிருந்து வருபவர்கள் தொழிற்சாலைகள் கட்டியிருக்கும் பல படுக்கைகள் கொண்ட பெரிய துயிற்கூடத்தில் (டார்மிட்டரி) தங்கிக்கொள்வார்கள். அவர்களது பிள்ளைகளும் பெற்றோர்களும் கிராமங்களில் வசிப்பார்கள். இவர்கள் ஒரு நாளில் 8 மணிநேரம், சமயங்களில் 12 மணிநேரம், வாரத்தில் ஆறு நாட்கள், சமயங்களில் ஏழு நாட்கள், வருடத்தில் 11 மாதங்கள் உழைப்பார்கள். சேமிப்பார்கள். அதை எடுத்துக்கொண்டு புத்தாண்டு விடுமுறையின்போது தத்தமது கிராமங்களுக்கு வலசை போவார்கள். ஒரு மாத விடுமுறை கழிந்ததும் நகரங்களுக்குத் திரும்புவார்கள்.

சீனாவின் 5.8 கோடிக் குழந்தைகள், அதாவது சீனக் குழந்தைகளில் நான்கில் ஒன்று, புலம் பெயர்ந்து நகரங்களில் வாழும் பெற்றோருக்குப் பிறந்தவை. கிராமங்களில் தாத்தா–பாட்டிகளின் பராமரிப்பில் வளர்பவை. இது சீனா நகர்மயமாகி வருவதன் கவலை தரும் அம்சம் என்கிறார் சமூக ஆர்வலர் ஹூ ஷூலாய். அவரைப் போலவே பலரும் இதைச் சீர்படுத்த வேண்டும் என்கிறார்கள்.

ஒன்றிய அரசு நகரங்களுக்குப் புலம் பெயர்ந்தவர்களுக்குப் படிப்படியாக நகர ஹுக்கு வழங்க வேண்டும் என்று சொல்லிவருகிறது. ஆனால் இவற்றை வழங்கும் அதிகாரமுள்ள

மாநில அரசுகளும் நகராட்சிகளும் தயங்குகின்றன. தண்ணீர், மின்சாரம், சாலைகள், மருத்துவமனைகள், பள்ளிக்கூடங்கள், வீடுகள், கடைகள் முதலான உள்கட்டமைப்பு வசதிகளை மேம்படுத்திவிட்டு, அதற்கேற்ப நகர ஹூக்குவை வழங்குவோம் என்று அவை சொல்லிவருகின்றன.

சீனா அதிவேகமாக நகர்மயமாகி வருகிறபோதும் அதன் நகரங்களில் இந்தியாவைப் போலவோ பிரேசிலைப் போலவோ சேரிகள் இல்லை என்று சமீபத்தில் ‘த எகனாமிஸ்ட்’ இதழ் எழுதியிருந்தது. அதே வேளையில் சீனாவிற்குள் ஹூக்கு முறையால் சமன்பாடற்ற நிலை இருப்பதையும் இதழ் சுட்டிக்காட்டியது.

1990களில் சீனாவின் நகரங்களில் 30 சதவீதத்திற்கும் குறைவான மக்களே வசித்தார்கள். 2015இல் 54% பேர் நகரவாசிகள்; இதில் 36% மக்களுக்கே நகர ஹூக்கு இருக்கிறது; மீதமுள்ள 18% பேர், அதாவது 25 கோடி மக்கள், கிராம ஹூக்குவுடன் நகரங்களில் பணியாற்றுகிறார்கள். இவர்களுக்குப் படிப்படியாக நகர ஹூக்கு வழங்க வேண்டும் என்பதுதான் அரசின் திட்டம்.

இது நடந்தால் சீனாவில் அது மிகப் பெரிய மாற்றங்களை உருவாக்கும். ஹூக்கு வழங்குவதற்கேற்ப நகரங்களின் உள்கட்டமைப்பு வளரும். தங்கள் ஊதியத்தின் பெரும்பகுதியைச் சேமிக்கும் கிராமத்தவர்கள், தங்களுக்கு நகரங்களில் குடும்பத்தாருடன் வாழ்வதற்கான உத்திரவாதம் கிடைக்கும்போது அதிகமாகச் செலவழிக்க முன்வருவார்கள். உற்பத்தி செய்யப்படுகிற பொருட்கள் மிகுதியும் ஏற்றுமதி செய்யப்படுகிற நிலைமாறி அவை உள்நாட்டுச் சந்தையிலும் சகாய விலைக்குக் கிடைக்கும். இது தொழிலாளர்களின் வாழ்க்கைத் தரத்தையும் கூடவே ஒட்டுமொத்தப் பொருளாதாரத்தையும் மேம்படுத்தும்.

சீனா தொழில்மயமான வரலாற்றில் இந்தியாவிற்குப் பாடங்கள் இருக்கின்றன. 1951இல் இந்தியாவில் 17 சதவீதமாக இருந்த நகரவாசிகளின் எண்ணிக்கை 2010இல் 30 சதவீதத்தைத் தாண்டியது. 2030இல் இது 40% ஆகும் என்று எதிர்பார்க்கப்படுகிறது. பிரதமர் மோடியின் ‘இந்தியாவில் உருவாக்குவோம்’ (மேக் இன் இந்தியா) திட்டம் தேசத்தைத் தொழில்மயமாக்கும் நோக்கம் கொண்டது. அதற்கான மனிதவளம் இந்தியாவிடம் இருக்கிறது. தொழில் வளர்ச்சியோடு நகரங்களின் உள்கட்டமைப்பும் வளரவேண்டும். புலம் பெயரும் தொழிலாளர்களின் கண்ணியமான வாழ்க்கைக்கும் வகை செய்யப்பட வேண்டும்.

சீனா அதற்கான முயற்சிகளில் ஈடுபட்டுவருகிறது. புலம் பெயர்ந்த கிராமத் தொழிலாளர்களுக்கு நகர ஹூக்கு வழங்குவது

மு. இராமனாதன்

என்ற சுய நிர்ணய இலக்கைச் சீனா அடைந்துவிட்டால், அது சீனாவிற்குப் மிகப்பெரும் பாய்ச்சலாக அமையும். அப்போது கிராமத்திலிருந்து புலம்பெயர்ந்த தொழிலாளர்களுக்கு நகரங்கள் பிழைப்பதற்கான இடமாக மட்டுமல்லாமல் வாழ்வதற்கான இடமும் ஆகும். அப்போது பலரும் மனைவி, மக்கள், பெற்றோருடன் புத்தாண்டை நகரங்களிலேயே கொண்டாடுவார்கள். சீனர்கள் வலசை போவதும் குறையும்.

இந்து தமிழ் திசை, 19.2.15

10

இரண்டு ஒலிம்பிக்ஸ், இரண்டு சீனா

சீனா இரண்டு ஒலிம்பிக் போட்டிகளை நடத்தியிருக்கிறது. 2008இல் கோடைகால ஒலிம்பிக்ஸ், 2022இல் குளிர்கால ஒலிம்பிக்ஸ். இரண்டு ஒலிம்பிக்கிலும் உலகின் தலைசிறந்த வீரர்கள் களமாடினார்கள். கூடவே அரசியலும் விளையாடியது. ஒலிம்பிக்கில் அரசியல் கலப்பது இதற்கு முன்பும் நடந்திருக்கிறது. 1972 மியூனிக் ஒலிம்பிக்கில் யூத வீரர்கள் பாலஸ்தீனியத் தீவிரவாதிகளால் கொல்லப்பட்டார்கள். தென்னாப்பிரிக்காவின் நிறவெறிக்கு எதிராக 1976 மான்ட்ரியல் ஒலிம்பிக்கை 25 ஆப்பிரிக்க நாடுகள் புறக்கணித்தன. பனிப்போர் உச்சத்திலிருந்த 1980இல் நடந்த மாஸ்கோ ஒலிம்பிக்கை அமெரிக்கா புறக்கணித்தது. அதற்கு நான்கு ஆண்டுகளுக்குப் பிறகு நடந்த லாஸ் ஏஞ்சலீஸ் ஒலிம்பிக்கை சோவியத் ரஷ்யா புறக்கணித்தது. ஆனால் புத்தாயிரமாண்டிற்குப் பிறகு உலகம் மேலும் சுருங்கியிருந்தது. தகவல் தொழிநுட்பம் வளர்ந்திருந்தது. நாடுகளுக்கு இடையேயான வணிகம் பெருகியிருந்தது. ஆகவே அரசியலைப் பின்னுக்குத் தள்ளி விளையாட்டு முன்னால் வந்திருக்க வேண்டும். ஆனால் அப்படி நடக்கவில்லை.

குளிர்கால ஒலிம்பிக்ஸ்

2022 பிப்ரவரியில் பெய்ஜிங்கில் குளிர்கால ஒலிம்பிக்ஸ் நடந்தது. பனிச் சறுக்கு, ஸ்கேடிங்,

ஐஸ் ஹாக்கி போன்ற சொற்களே நம்மைப் போன்ற வெப்ப மண்டலவாசிகளுக்கு அந்நியமானவை. ஆனால் 91 நாடுகளிலிருந்து பெய்ஜிங் வந்திருந்த 3000 வீரர்கள் 109 தங்கப் பதக்கங்களுக்காகப் போட்டியிட்டார்கள். தங்கம் வென்றவர்களின் பதக்கப் பட்டியலில் நார்வே, ஜெர்மனி ஆகிய நாடுகளுக்கு அடுத்த இடத்தில் இருந்தது சீனா. கூடுதலாகச் சீனாவிற்கு இன்னொரு பதக்கமும் கிடைத்தது. கோடை, குளிர் ஆகிய இரண்டு ஒலிம்பிக்கையும் நடத்திய ஒரே நாடு என்கிற பெருமை.

2022 ஒலிம்பிக்ஸ், 2008 ஒலிம்பிக்கைவிடப் பல விதத்திலும் வேறுபட்டது. அது குளிருக்கும் கோடைக்கும் இடையிலான வேறுபாடு மட்டுமல்ல. 2022 ஒலிம்பிக்கில் கொரோனாக் கட்டுப்பாடுகளைக் சீனா கடுமையாக அனுசரித்ததால் பார்வையாளர்கள் அனுமதிக்கப்படவில்லை. போட்டியாளரும் பயிற்றுநரும் 'பாதுகாப்புச் சிமி'ழுக்குள் பேணப்பட்டார்கள். போட்டி முடிந்ததும் சிமிழுக்குள் போய்விட வேண்டும். முதல் முறையாக, முற்றிலும் செயற்கையாக உருவாக்கப்பட்ட பனியின் மீது போட்டிகள் நடந்தன. வேறுபாடுகள் இந்த இடத்தில் முடியவில்லை. 2008இல் இருந்த சீனாவிற்கும் 2022இன் சீனாவிற்கும் இடையிலான வேற்றுமையையும் நாம் சேர்த்துக்கொள்ள வேண்டும்.

அது வேறு காலம்!

2008இல் சீனா வளர்முகத்தில் இருந்தது. உலகின் தொழிற்சாலையாக உருவாகிக்கொண்டிருந்த சீனாவை, யாருடைய கண்ணும் படாமல் வளர்க்க வேண்டுமென்று விரும்பினார் அப்போதைய சீனத் தலைவர் டெங் சியோபிங். சீன அரசியலர்களுக்கு அவர் வழங்கிய அறிவுரை இது: 'அமைதியாக அவதானி. உன் இடத்தை உறுதி செய்துகொள். உன் சக்தியை வெளிக்காட்டாதே. அடக்கிவாசி.' சீனா அவ்வண்ணமே செய்தது. அது பல காலம் தன் சக்தியை வெளிக்காட்டிக்கொள்ளவில்லை.

கடந்த நாற்பதாண்டுகளில் சீனா அடக்கிவாசித்த சம்பவங்கள் அநேகம். 2008 ஒலிம்பிக்ஸ் அவற்றுள் ஒன்று. அதற்கு முன்பும் பின்பும் அப்படி ஒரு விமரிசையான கொண்டாட்டத்தை வேறு எந்த நாட்டாலும் காட்சிப்படுத்த முடியவில்லை. அந்தத் திருவிழா அல்ல, அது தொடங்குவதற்கு முன்னால் நடந்த சம்பவம்தான் சீனாவின் அடக்கி வாசிக்கும் திறனுக்கு ஓர் எடுத்துக்காட்டு.

ஒலிம்பிக் போட்டிகள் நடைபெறும்போது அரங்கத்தின் மையத்தில் உள்ள கொப்பரையில் ஒரு ஜோதி கொழுந்துவிட்டு எரியும். விளையாட்டு தொடங்குவதற்குப் பல மாதங்கள் முன்பே

உலகின் பல நகரங்கள் வழியாக இந்த ஜோதி, தொடர் ஓட்டம் மூலமாகக் கொண்டுவரப்படும். அந்தப் பந்தத்தை அந்தந்த நகரங்களின் சிறந்த விளையாட்டு வீரர்கள் ஏந்திக்கொண்டு ஓடுவார்கள். இது பன்னெடுங்கால சம்பிரதாயம். ஆனால் 2008இல் இந்தப் பந்தம் பவனி வந்தபோது உலகின் பல நகரங்களில் சீன எதிர்ப்பாளர்கள் சீனாவின் திபெத் கொள்கைக்கு எதிராக ஆர்ப்பாட்டத்தில் ஈடுபட்டனர்.

இந்தத் தொடர் ஓட்டம் உலகின் பல்வேறு நாடுகளின் 19 நகரங்களைக் கடந்துதான் சீன நகரங்களை அடைந்தது. தார் இ சலாம் (தான்சானியா), மஸ்கட் (ஓமன்) போன்ற நகரங்களில் ஓட்டத்திற்கு எதிர்ப்பேதுமில்லை. ஆப்பிரிக்க–அரேபிய நாடுகளுடன் சீனாவிற்கு உள்ள வணிக உறவுதான் காரணம். ஹோசி மின் நகரம் (வியட்னாம்), போயங் யாங் (வட கொரியா) நகரங்களிலும் பவனி சிறப்பாகவே நடந்தது. இந்த நாடுகளிலும் சீனாவிற்குச் செல்வாக்கு அதிகம். பாங்காக் (தாய்லாந்து), கோலாலம்பூர் (மலேசியா) ஆகிய நகரங்களில் ஓட்டத்திற்குப் பலத்த காவல் தேவைப்பட்டது. ஜக்கார்த்தாவில் (இந்தோனேசியா) ஓட்டம் நடந்த பகுதியில் குறிப்பிட்ட விருந்தினர்களுக்கு மட்டும் அனுமதி வழங்கப்பட்டது; ஆர்ப்பாட்டக்காரர்கள் வெகுதொலைவில் நிறுத்தப்பட்டனர். பாதுகாப்புக் காரணங்களால் இஸ்லாமாபாத்தில் (பாகிஸ்தான்) அரங்கத்திற்குள்ளேயே நடந்தது ஓட்டம். கான்பராவிலும் (ஆஸ்திரேலியா) சியோலிலும் (தென் கொரியா) சீன எதிர்ப்பு ஆர்ப்பாட்டங்கள் நடந்தன. அந்த இரு நாடுகளில் வசித்த சீனர்கள், ஆயிரக்கணக்கில் திரண்டு சீனாவிற்கு ஆதரவாகவும், ஆர்ப்பாட்டக்காரர்களுக்கு எதிராகவும் முழக்கமிட்டனர்.

புது தில்லியில் 3 கிமீ தூரம் நடந்த ஓட்டத்தில் விளையாட்டு வீரர்களும் பிரமுகர்களுமாக வெறும் 70 பேர் மட்டுமே பங்கு பெற்றனர். ஒருபோதும் உய்த்து உணர முடியாத, ஒரு நொடியின் நூற்றிலொரு பாக வித்தியாசத்தில் பதக்கத்தை இழந்த ஒருவரை சில வயசாளிகளுக்கு நினைவிருக்கலாம். 1984 லாஸ் ஏஞ்சலீஸ் ஒலிம்பிக்ஸில் 400 மீட்டர் தடை ஓட்டத்தில் 0.01நொடி பின்னால் வந்ததால் வெற்றிப் படிக்கட்டுகளில் ஏறும் வாய்ப்பை நழுவ விட்டவர் பி.டி உஷா. தீபமேந்தி பவனி வந்தவர்களில் அவரும் இருந்தார். இடது கையை உயரத் தூக்கி அசைத்தார். அந்த வீராங்கனைக்குப் பெருமிதமிக்க தருணமாக அது அமைந்திருக்க வேண்டும். ஆனால் அது அப்படி அமையவில்லை. அவருடைய கையசைப்பைத் தொலைக்காட்சிக் காமிராக்கள் படம் பிடித்தன. திரும்பக் கையசைப்பதற்குத்தான் பார்வையாளர்கள் இல்லை.

அவர்களுக்கு அனுமதி வழங்கப்படவில்லை. உஷாவைச் சுற்றி நீல உடையில் சீனப் பாதுகாவலர்கள், அவர்களைச் சுற்றி கறுப்பு – சிவப்பு உடையில் இந்தியப் பாதுகாவலர்கள், அடுத்த வளையத்தில் ஆயுதமேந்திய காவலர்கள். தொலைவில், இந்தியாவில் வசிக்கும் திபெத்தியர்கள் சீனாவிற்கு எதிரான ஆர்ப்பாட்டத்தில் ஈடுப்பட்டிருந்தனர்.

இந்த ஆர்ப்பாட்டங்கள் உச்சத்தில் இருந்த மூன்று நகரங்கள்: லண்டன், சான்பிரான்ஸிஸ்கோ, பாரிஸ் ஆகியன. இங்கே ஆர்ப்பாட்டம் செய்தவர்கள் திபெத்தியர்கள் அல்லர், அந்தந்த நாட்டின் மனித உரிமை ஆர்வலர்கள். துடுப்புப் படகில் ஐந்து முறை தங்கம் வென்றவர் ஸ்டீவ் ரெட்க்ரேவ். லண்டனில் ஓட்டத்தைத் தொடங்கிவைத்த ஸ்டீவ், தனது கைகளிலிருந்து பந்தத்தை யாரும் பறிப்பார்கள் என்று எதிர்பார்க்கவில்லை. இன்னொரு ஆர்ப்பாட்டக்காரர் சிறிய தீயணைப்புக் கருவியின் மூலம் ஜோதியை அணைக்க முயற்சித்தார். ஓட்டம் இடையிடையே நிறுத்தி வைக்கப்பட்டது. ஒரு கட்டத்தில் தீபம் அணைக்கப்பட்டு அருகிருந்த பேருந்தினுள் கொண்டு வைக்கப்பட்டது. திபெத் விடுதலைக்கு ஆதரவான குரல்கள் வழியெங்கும் ஒலித்தன. பந்தம் கைமாறும் போதெல்லாம் தள்ளு முள்ளு நடந்தது.

சான்பிரான்ஸிஸ்கோவில் ஓட்டத்தின் தூரம் குறைக்கப் பட்டது. வழிகள் மாற்றப்பட்டன. ஆனாலும் ஆர்ப்பாட்டக்காரர்கள் ஓட்டப் பாதையைக் கண்டறிந்து பின்தொடர்ந்துகொண்டே இருந்தனர். என்றாலும் இவ்விரண்டு நகரங்களைக் காட்டிலும் சீனர்கள் அதிகம் காயம்பட்டது பாரிஸில்தான்.

ஜின் ஜிங், சக்கர வண்டி வாள் சண்டையில் (*paralympic fencing*) சீனாவின் குறிப்பிடத்தக்க வீராங்கனை. அவரது கால்களைக் கான்சர் காவு கொண்டிருந்தது. ஆனால் வாள் சுழற்றும் திறனைத் தன் கைகளில் குவித்து வைத்திருந்தார் ஜின். பாரிஸில் அவரது கைகளிலிருந்து ஒரு ‘மேற்கு நாட்டு மனிதன்’ பந்தத்தைப் பறிக்க முயன்றபோது சக்கர வண்டியில் அமர்ந்தபடி பந்தத்தை நெஞ்சோடு சேர்த்து அணைத்துக்கொண்டார் ஜின். வாள் சுழற்றித் திடமேறிய கரங்களிலிருந்து பந்தத்தைப் பறிக்க முடியவில்லை. அடுத்த தினம் அந்தக் காட்சி சீன மொழி இணைய வெளியெங்கும் காணக் கிடைத்தது. அந்தப் பந்தம் ஒன்றரை அடி நீளமும் ஒரு கிலோ எடையுமுள்ள ஒரு உலோகம் மட்டுமில்லை. அதில் மேகங்கள் வரையப்பட்டிருந்தன. மேகங்கள் சீனாவின் கட்டிடங்கள், ஓவியங்கள், இதிகாசங்கள் அனைத்திலும் இடம்பெறும் கலாச்சாரக் குறியீடு. அது சீனர்களின் செயல்

திறமையையும் வளர்ச்சியையும் குறித்தது. பந்தம் ஒரு காகிதச் சுருள் போல வடிவமைக்கப்பட்டிருந்தது எதேச்சையானதல்ல. காகிதம் சீனா உலகிற்களித்த கொடை. அது முகநூலும் வாட்சப்பும் டிவிட்டரும் இல்லாத காலம். எனினும் சீன மொழி இணைய தளங்களிலும் வலைப்பூக்களிலும் ஜின்னின் சாகசத்திற்குப் புகழாரங்கள் குவிந்தன. ஜின்னைச் 'சக்கரவண்டி தேவதை' எனறு எழுதியது சீனாவின் செய்தி நிறுவனம் சின்ஹூவா.

இந்தச் சம்பவங்கள் நடந்தபோது, ஒலிம்பிக் போட்டிக்காக நூற்றுக்கணக்கான வீரர்கள் தங்கள் உடலை வருத்தித் தயாராகியிருந்தனர். பெரும் பொருட்செலவில் சர்வதேசக் கட்டிடக் கலைஞர்கள் வடிவமைத்த ஸ்டேடியங்கள், தடகளங்கள், சாலைகள், விடுதிகள், விமான நிலையங்கள் எல்லாம் தயாராகியிருந்தன. சூழலை மாசுபடுத்தும் தொழிற்சாலைகள் மூடப்பட்டன. வாகனங்கள் நகருக்கு வெளியே நிறுத்தப்பட்டன. டாக்ஸி ஓட்டுநர்களுக்கும், ஊழியர்களுக்கும் நான்காண்டுகளாக ஆங்கில வகுப்புகள் நடந்தன. ஆக, சீனர்கள் அப்போது ஒலிம்பிக்கைக் குறித்துப் பெரும் எதிர்பார்ப்பில் இருந்தனர். அப்படியான வேளையில் அந்நியர்கள் விளையாட்டில் அரசியலைக் கலந்து தங்களது பெருமிதத்தைப் பங்கப்படுத்துவதாகக் கருதினார்கள். அது அவர்களைக் கோபப்படவைத்தது.

தேசிய எழுச்சி ஒரு அலைபோலச் சீனாவெங்கும் உயர்ந்தது. சீனர்களது கோபம் *Carrefour* அங்காடிகளின் மீது திரும்பியது. சீனாவில் 100 நகரங்களுக்கு மேல் கிளை பரப்பியிருக்கும் *Carrefour* பிரான்ஸிற்குச் சொந்தமானது. பெய்ஜிங், அன்ஹாய், ஹெனான், வுகான், ட்சிங் டாவ் என்று சீனாவெங்கும் இந்த அங்காடிகளின் முன் ஆயிரக்கணக்கான சீனர்கள் ஆர்ப்பாட்டம் நடத்தினர். நிலைமை உணர்ச்சிகரமாக மாறுவதை உணர்ந்த அப்போதைய பிரெஞ்சு அதிபர் நிக்கோலஸ் சர்கோஸி தனது சிறப்புத் தூதுவராக செனட் தலைவர் கிறிஸ்டியன் போன்செலட்டை சீனாவிற்கு அனுப்பிவைத்தார். போன்செலட் ஜின்னிடம் பிரான்சில் நடந்த 'வலி மிகுந்த சம்பவத்திற்கு' வருத்தம் தெரிவித்தார்.

இதுபோன்ற அந்நியர்களுக்கு எதிரான தேசிய எழுச்சிகள் அதற்கு முன்பும் சீனாவில் நடந்திருக்கின்றன. 1999இல் பெல்கிரேடில் சீனத் தூதரகத்தின் மீது அமெரிக்கா ('தவறுதலாக') குண்டு வீசியபோதும், ஜப்பான் போர்க்காலத்தில் சீனாவின் மீது நிகழ்த்திய கொடுமைகளை 2005இல் வெளியிட்ட வரலாற்று நூல்களில் பூசி மெழுக முயற்சித்தபோதும், இது போன்ற போராட்டங்கள் நடந்தன. ஒலிம்பிக்கிற்கு முன்னதாகக் காட்டப்பட்ட எதிர்ப்பில்

முன்னெப்போதைக் காட்டிலும் தீவிரம் மிகுந்திருந்தது என்று அரசியல் அவதானிகள் கூறினார்கள்.

ஆனால் போராட்டம் வேகமெடுப்பதைச் சீன அரசு விரும்பவில்லை. 2008 ஏப்ரல் பிற்பகுதியில் கம்யூனிஸ்ட் கட்சியின் அதிகாரபூர்வ நாளிதழான மக்கள் தினசரி 'தங்கள் தேசப்பற்றை மக்கள் விவேகத்தோடு வெளிப்படுத்த வேண்டும்' என்று கேட்டுக்கொண்டது. சீனத் தலைவர்கள் போராட்டக்காரர்களை மட்டுப்படுத்தினர். ஏனெனில், அது சீனா அடக்கிவாசித்த காலம். பல நாட்டினர் வந்து குழுமவிருக்கும் ஒலிம்பிக்ஸ் போட்டிகளுக்கு முன்னர் அந்நிய எதிர்ப்பு தீவிரப்படுவது நல்லதல்ல என்பது சீனத் தலைவர்களுக்குத் தெரிந்திருந்தது. மேலும், பந்தத்தின் பவனி என்பது ஒரு சடங்கு. விளையாட்டுதான் முக்கியம். அதுவும் அவர்களுக்குத் தெரிந்திருந்தது. அவர்களின் பொறுமைக்குப் பலனிருந்தது.

அந்த ஒலிம்பிக்ஸ் பெரும் கோலாகலத்தோடு நடந்தது. சீனா 100 பதக்கங்களை அள்ளியது. அதில் சரி பாதித் தங்கம். பதக்கப் பட்டியலில் சீனாதான் முதலில் இருந்தது. அந்த ஒலிம்பிக்கின் முடிவில் உலக நாடுகளிடையே சீனாவின் மதிப்பு உயர்ந்தது.

இது வேறு காலம்!

2022இல் காலம் மாறிவிட்டது. இந்த முறையும் விளையாட்டில் அரசியல் கலந்தது. 2022 ஒலிம்பிக் போட்டிகளில் பங்கெடுத்தபோதும், பல ஐரோப்பிய நாடுகளும், அமெரிக்க, கனடா, ஆஸ்திரேலியா உள்ளிட்ட நாடுகளும் துவக்க விழாக் கொண்டாட்டங்களைப் புறக்கணித்தன. கடந்த முறை சீன எதிர்ப்புக்குக் காரணம் திபெத்; இந்த முறை உய்குர். லடாக்கை ஒட்டி இருக்கும் சின் ஜியாங் மாநிலத்தில் வசிக்கும் உய்குர் முஸ்லிம்கள் இனத்தால், மொழியால், மதத்தால் பெரும்பான்மைச் சீனர்களிடமிருந்து வேறுபட்டவர்கள். அங்கு மறுகல்வி முகாம்கள் அமைக்கப்பட்டு உய்குர்கள் பெரும் இன்னலுக்கு உள்ளாகிறார்கள் என்கிற குற்றச்சாட்டு நெடுநாளாக இருந்துவருகிறது. இதுதான் மேலை நாடுகளின் புறக்கணிப்பிற்குக் காரணம். முதலில் இந்தப் புறக்கணிப்பிலிருந்து இந்தியா தள்ளி நின்றது. ரஷ்யா கேட்டுக்கொண்டதும் ஒரு காரணம். ஆனால் போட்டி துவங்குவதற்கு முன்னர் ஒலிம்பிக் பந்தத்தை ஏந்தப் போகிறவர்களில் ஒருவர், 20 இந்திய வீரர்கள் கொல்லப்பட்ட கால்வன் யுத்தத்தில் (2020) பங்கேற்ற சீன அதிகாரி என்பது தெரிந்ததும் இந்தியாவும் புறக்கணிப்பில் சேர்ந்துகொண்டது.

ஆனால் 2008ஐப் போல் 2022இல் சீனா அடக்கி வாசிக்கவில்லை. இந்த முறை குரலை உயர்த்தியது. ராஜீய விழாக்களைப் புறக்கணிக்கும் நாடுகள் விளையாட்டில் அரசியலைக் கலக்கின்றன என்று கடுமையாகச் சாடியது. இப்போது சீனாவின் முகம் மாறிவிட்டது. அதன் வளம் பன்மடங்கு பெருகிவிட்டது. இப்போது சீனா வெளிப்படையாக மோதுகிறது. அமெரிக்காவுடனான வணிக யுத்தத்திலும், தென்சீனக் கடல் ஆக்கிரமிப்பிலும், இந்திய எல்லையைத் தாண்டுவதிலும் அது வெளிப்படுகிறது.

ஜார்ஜ் ஆர்வெல் ஒருமுறை இப்படி எழுதினார்: 'விளையாட்டுப் போட்டி வெறும் விளையாட்டல்ல. அது பகையும் பொறாமையும் அகங்காரமும் நிறைந்த போர்.' ஆர்வெல் மைதானத்திற்குள் நடக்கும் போட்டிகளைப் பற்றித்தான் எழுதினார். மைதானத்திற்கு வெளியேயும் போட்டிகள் நடக்கின்றன. 2008இல் சீனாவின் கை மைதானத்திற்குள் ஓங்கியிருந்தது. 2022இல் மைதானத்திற்கு வெளியேயும் ஓங்கியிருக்கிறது. இந்தச் சூழலுக்கு இந்தியா தன்னைத் தகவமைத்துக்கொள்ள வேண்டும்; அதுதான் 2022இன் குளிர்கால ஒலிம்பிக் நமக்கு வழங்கிய செய்தி.

இந்து தமிழ் திசை, 16.2.22, வார்த்தை, ஜூன் 2008.

11

சீனாவின் ஒற்றைக் குழந்தைகள்

கருப்பை வரை நீண்ட அதிகாரத்தின் கரம்

வைபோ என்பது சீனாவின் ட்விட்டர். 2021ஆம் ஆண்டு ஜூன் மாதம் ஒன்றாம் தேதி பிற்பகலில் இந்தக் குறுங்கதை வைபோவில் மீண்டும் மீண்டும் பகிரப்பட்டது: "நான் மூன்று ரோல்ஸ் ராய்ஸ் கார்களை வாங்கப் போவதில்லை. அப்படி வாங்கிக் கொள்வதற்குத் தடையேதும் இல்லை. ஆனால் மூன்று கார்களை வாங்கும் அளவிற்கு என்னிடம் பணமில்லை". அன்றைய தினம் முற்பகலில் கூடிய சீனக் கம்யூனிஸ்ட் கட்சியின் பொலிட்பீரோ இனிமேல் தம்பதிகள் மூன்று பிள்ளைகள் வரை பெற்றுக்கொள்ளலாம் என்று அனுமதி நல்கியிருந்தது. அதைப் பகடி செய்த குறுங்கதைதான் வைரலானது. ஒரு நகரவாழ் நடுத்தர வர்க்கத்தின் பிரதிநிதிதான் அதை எழுதியிருக்க வேண்டும். ஆனால் இந்த மூன்று வரிகளுக்குள் சீனாவின் அரை நூற்றாண்டு காலக் குடும்பக் கட்டுப்பாட்டுக் கதையைச் சுருக்கிவிட முடியாது.

இந்தச் சீனக் கதை 1979இல் தொடங்குகிறது. எல்லாப் பிரச்சனைகளுக்கும் மக்கள் தொகைதான் காரணம் என்று உலகெங்கும் உள்ள பொருளியல் அறிஞர்களும் மக்கள்தொகை ஆய்வாளர்களும் நம்பிய காலமது. சீன அரசும் அப்படித்தான் நம்பியது. ஆனால் அது ஒரு படி மேலே போனது. உலகில் முன்னுதாரணமும் பின்னுதாரணமும் இல்லாத

'ஒற்றைக் குழந்தைத் திட்ட'த்தை 1980இல் அறிவித்தது. சீனாவின் அரசு இயந்திரம் வலுவானது. அது திட்டத்தைத் தீவிரமாக நிறைவேற்றியது. அந்தக் கதை வலியும் வேதனையும் நிறைந்தது. ஆயுதத்தால் எழுதப்பட்டது. குருதியால் நனைந்தது. சமூகத்தில் திருத்த முடியாத பல விளைவுகளை உண்டாக்கிவிட்டது. ஆனால் சீன அரசு திருத்த முயற்சிக்கிறது. அதுவே மூன்று குழந்தை-அறிவிப்பிற்குக் காரணம். 2021ஆம் ஆண்டு ஜூன் மாதம் 11ஆம் தேதி சீனாவின் ஆறாவது மக்கள் தொகைக் கணக்கெடுப்பு வெளியானபோதே இப்படியொரு அறிவிப்பு எதிர்நோக்கப்பட்டது.

இந்த கணக்கெடுப்பின்படி சீனாவின் மக்கள் தொகை 141 கோடி. உலகிலேயே அதிக மக்கள் வசிக்கும் நாடு சீனாதான். இது எல்லோருக்கும் தெரியும். அடுத்த இடத்தில் இருப்பது இந்தியா. இதுவும் தெரியும். 2011இல் வெளியான இந்தியாவின் 15ஆவது மக்கள் தொகைக் கணக்கெடுப்பின்படி இந்திய மக்கள்தொகை 121 கோடியாக இருந்தது; இப்போதைய மதிப்பீடு 140 கோடியைத் தாண்டிவிட்டது. 2023ஆம் ஆண்டில் இந்திய மக்கள்தொகை சீனாவைத் தாண்டிவிடும். இதில் கவலை கொள்வதற்கு ஒன்றுமில்லை. மாறாக நாம் இந்தச் சூழலுக்குத் தயாராக வேண்டும்.

சீனா இப்போது இரண்டு பிரச்சனைகளை நேரிடுகிறது. முதலாவதாக, குறைவான குழந்தைப் பிறப்பால், ஒருபுறம் உழைக்கும் வயதினர் குறைந்துவிட்டார்கள், மறுபுறம் மருத்துவ வளர்ச்சியால், மக்கள் நீடு வாழ்கிறார்கள், அதாவது முதியவர்கள் அதிகமாகி வருகிறார்கள். இரண்டாவதாக, பெண்களின் எண்ணிக்கை குறைந்துவிட்டது, பாலின சமத்துவம் குலைந்துவிட்டது. சீனாவின் குடும்பக் கட்டுப்பாட்டு வரலாற்றை நெருங்கிப் பார்ப்பது இந்தப் பிரச்சனைகளைப் புரிந்து கொள்ள உதவும்.

சீனாவின் குடும்பக் கட்டுப்பாடு- முதல் கட்டம்

1949இல் 54 கோடியாக இருந்த சீனாவின் மக்கள்தொகை இருபது ஆண்டுகளில் 80 கோடியாக உயர்ந்தது. நாடு வறுமையில் இருந்தது. அப்போது சீனாவில் மட்டுமில்லை, உலகெங்கும் பல பொருளாதார வல்லுநர்கள் மக்கள் தொகைப் பெருக்கமே வறுமைக்குக் காரணம் என்று நம்பினார்கள். சீனாவின் குடும்பக் கட்டுப்பாட்டுத் திட்டம் 1970இல் தொடங்கியது. அரசு கருத்தடைச் சாதனங்களை ஊக்குவித்தது. தீவிரமான பரப்புரைகளை மேற்கொண்டது. 'தாமதமாகத் திருமணம், குறைவாகக் குழந்தைகள், பிள்ளைகளுக்கு இடையில் இடைவெளி' என்கிற மூன்று அம்சங்கள் பரப்புரையில் பிரதானமாக இடம் பெற்றன. அது எல்லாக் கிராமங்களையும் சென்றடைந்தது.

அதற்குப் பலன் இருந்தது. ஒரு பெண் சராசரியாகப் பிரசவிக்கும் குழந்தைகளின் எண்ணிக்கை கருவள விகிதம் எனப்படுகிறது. இந்த விகிதம் ஆறிலிருந்து மூன்றாகக் குறைந்தது. ஆனால் தலைவர்கள் திருப்தி அடையவில்லை. மனித நேயத்துடனும் அறிவியலின் துணையுடனும் அணுக வேண்டிய பிரச்சனையில் அரசியல் சேர்ந்துகொண்டது. சீனப் புரட்சிக்குத் தலைமை தாங்கிய மா சேதுங் 1976இல் காலமானார். மாவோவின் தலைமையில் நடந்த பெரும் பாய்ச்சலும் (1958–1962) கலாச்சாரப் புரட்சியும் (1966–1976) முறையே பொருளாதார, கலாச்சாரப் பின்னடைவுகளை ஏற்படுத்தியிருந்தன.

ஒற்றைக் குழந்தைத் திட்டம்

மாவோவின் மறைவிற்குப் பிறகு வந்த தலைவர்களுக்குத் தங்களை நிலை நிறுத்திக்கொள்ள வேண்டிய அவசியம் இருந்தது. டெங் சியோபிங் சீனாவைப் புரட்டிப் போடுகிற இரண்டு தீர்மானங்களை எடுத்தார். முதலாவது தீர்மானம் 1978இல் எடுக்கப்பட்டது. சீனாவின் கதவுகளை அகலத் திறந்தார் டெங். அந்நிய முதலீடுகள் குவிந்தன. புதிய தொழிற் சமூகம் உருவாகியது. சீனாவின் பொருளாதாரம் வளர்ந்தது. பெரும் மக்கள் திரள் பட்டினியிலிருந்து மீண்டது.

இரண்டாவது தீர்மானம் செப்டம்பர் 25, 1980 அன்று அமலானது. அதுதான் ஒற்றைக் குழந்தைத் திட்டம். அதன் விதிகள் இரும்பால் அடிக்கப்பட்டவை. மீற முடியாது. மீறுபவர்களின் கருக்கள் கலைக்கப்பட்டன. பெரும் அபராதங்கள் (ஆண்டு வருமானத்தின் பத்து மடங்கு) விதிக்கப்பட்டன. விதிவிலக்காக கிராமப்புறங்களிலும் சிறுபான்மை இனத்தவர்களிடத்திலும் இரண்டாம் குழந்தை அனுமதிக்கப்பட்டது. ஆனால் ஐந்தாண்டு இடைவெளி இருக்க வேண்டும். விதிகளைப் போலவே சலுகைகளும் இரும்பால் அடிக்கப்பட்டவை.

ஒரு புறம் நாட்டின் வளம் பெருகியது. உள்கட்டமைப்பு வளர்ந்தது. வாழ்க்கைத் தரம் உயர்ந்தது. மறுபுறம் அரசின் அதிகாரம் பெண்களின் கருப்பை வரை நீண்டது. அப்போது சிலர் நாட்டின் வளர்ச்சிக்கு ஒற்றைக் குழந்தைத் திட்டந்தான் காரணம் என்று வியாக்கியானம் செய்தனர். அது பிழையானது என்பதைக் காலம் சொன்னது.

குறையும் உழைக்கும் கரங்கள்

எண்பதுகளுக்குப் பிறகு சீனா உலகத் தொழில் அனைத்தையும் உவந்து செய்தது. அப்படிச் செய்வதற்கான மனிதவளம் சீனாவிடம்

இருந்தது. அதற்குக் காரணம் அறுபதுகளிலும் எழுபதுகளிலும் சீனத் தாய்மார்கள் பெற்றெடுத்த பிள்ளைகள். அவர்கள் வளர்ந்து வாலிபர்களாகி இருந்தார்கள். உழைத்தார்கள். சீனாவை உலகின் தொழிற்சாலை ஆக்கினார்கள். மாறாக எண்பதுகளுக்குப் பிறகான ஒற்றைக் குழந்தைத் திட்டம் சீனாவின் உழைக்கும் வயதினரின் (16 முதல் 59 வயது) எண்ணிக்கையைக் குறைத்துவிட்டது. 2010இல் மக்கள்தொகையில் 70% பேர் உழைக்கும் வயதினராக இருந்தனர். இப்போது அது 63%ஆகக் குறைந்துவிட்டது. மறுபுறம் இதே காலகட்டத்தில் 13%ஆக இருந்த முதியவர்களின் வீதம் 19%ஆக உயர்ந்துவிட்டது.

சீனாவிற்கு நேரெதிராக, இந்தியாவில் உழைக்கும் வயதினரின் எண்ணிக்கை கூடி வருகிறது. 2013இல் இது 63% ஆக இருந்தது. 2018இல் 66%. அடுத்த 30 ஆண்டுகளுக்கு இது ஏறுமுகமாக இருக்கும் என்பது ஆய்வாளர்களின் கணிப்பு. ஆனால் இந்த உழைக்கும் வயதினரை ஒரு தொழில் சமூகமாக மாற்றும் பெரிய திட்டங்கள் எதுவும் இந்தியாவிடம் இருப்பதாகத் தெரியவில்லை. நம்மிடம் போதிய வேலை வாய்ப்புகள் இல்லை. ஒரு புள்ளி விவரத்தின்படி கொரோனாவிற்கு முன்பாகவே இந்தியாவில் உழைக்கும் வயதினரில் பாதிப்பேர் வேலையின்றி இருந்தனர். இப்போது இது கூடியிருக்கும். நம்முடைய கல்வி, சுகாதாரம் குறித்த புள்ளிவிவரங்களும் நம்பிக்கை அளிப்பனவாக இல்லை. இந்தியா இவற்றில் கவனம் செலுத்தினால் மட்டுமே நமது மனிதவளத்தால் பயனீட்ட முடியும்.

பாலியல் சமநிலை

பல்வேறு சர்வதேச ஊடகங்களும் சீனாவிற்கு வயதாகி வருகிறது என்று எழுதின. ஒற்றைக் குழந்தைத் திட்டம் சீனாவின் உற்பத்திச் சங்கிலியில் ஏற்படுத்தியிருக்கும் பாரதூரமான விளைவுகளைப் பற்றியும் எழுதின. ஆனால் சீனாவின் ஒற்றைக் குழந்தைத் திட்டம் உண்டாக்கிய இன்னொரு சேதம் பரவலாகப் பேசப்படவில்லை. சீனாவின் ஒற்றைக் குழந்தைத் திட்டத்தால் நாட்டின் பாலியல் சமநிலை பிறழ்ந்தது. இந்தியாவைப் போலவே சீனாவிலும் ஆண் குழந்தை மோகம் இருக்கிறது. ஒவ்வொரு பெயரிலும் குடும்பப் பெயர் இருக்கும். இது ஆண் பிள்ளைகளுக்கே போகும். பெண் பிள்ளைகள் திருமணமானதும் கணவனின் குடும்பப் பெயரைத் தரிப்பார்கள். ஆகவே ஆண் பிள்ளைகளே குடும்பத்தின் வாரிசாகக் கருதப்படுகிறார்கள். ஒரு குழந்தை மட்டும் பெற்றுக்கொள்ள வேண்டும் என்பது அரச கட்டளையாக இருந்தது. அந்தக் குழந்தை ஆணாகவும் இருக்கலாம், பெண்ணாகவும் இருக்கலாம். அதுதான் இயற்கை. ஆனால் குழந்தை ஆணாக இருக்க

வேண்டும் என்பதே பெரும்பாலான தம்பதிகளின் விழைவாக இருந்தது. அது ஆண் குழந்தை மோகத்தால் விளைந்தது. அந்த விழைவு சீனர்களின் மரபணுவில் எழுதப்பட்டு இருந்தது.

சீனாவின் மிகப் பழமையான நூல் ஷிழ் சிங். சுமார் 3000 ஆண்டுகளுக்கு முந்தையது. இதில் சில பாடல்களை 'வாரிச் சூடினும் பார்ப்பவரில்லை' (மொ–ர்: பயணி, காலச்சுவடு, 2012) என்னும் நூலில் படிக்கலாம். ஒரு பாடலில் குழந்தை பிறந்த பிறகு எப்படி வளர்ப்பது என்கிற அறிவுரை வருகிறது. ஆண் குழந்தை பிறந்தால்,

உறங்க வைத்திட தொட்டில் கிடைக்க
அணிந்து கொள்ள அங்கிகள் கிடைக்க
வைத்து விளையாட ரத்தினக்கோல் கிடைக்க

வாழ்த்துகிறது பாடல். அதுவே பெண் குழந்தையாக இருந்தால்,

உறங்க வைத்திட கட்டாந்தரை கிடைக்க
அணிந்துகொள்ளத் துணிகள் கிடைக்க
வைத்து விளையாட தறித்தட்டை கிடைக்க

என்பதாகப் பெண் குழந்தையின் தேவைகள் குறைந்துவிடுகின்றன. ஆண் குழந்தையை இளவரசனாக வளர்க்கச் சொல்லும் பாடல், பெண் குழந்தையை ஒரு மனைவியாக வளர்க்கச் சொல்கிறது. பாடலின் கடைசிப் பகுதியில் அறிவுரைகள் இடம்பெறுகின்றன. அவை , 'புருஷன் வீட்டில் வாழப்போகும் பொண்ணே, சில புத்திமதிகள் சொல்லுறேன் கேளு முன்னே' எனும் ரகத்தைச் சேர்ந்தவை.

இந்த மனப்போக்கு ஆயிரக்கணக்கான ஆண்டுகளாகத் தொடர்கிறது. ஒற்றைக் குழந்தை எனும் கட்டுப்பாடு காலாகாலமாக இருந்து வந்த ஆண் குழந்தை மோகத்தை நெய்யூற்றி வளர்த்துவிட்டது. ஒரு குழந்தைக்குத்தான் அனுமதி என்பதால் அது எப்படியாகவாவது ஆணாக இருக்க வேண்டும் என்று பெற்றோர்கள் விரும்பினார்கள். அதனால் குழ்ந்தையின் பாலினத்தை அறியத் துடித்தார்கள். பல நகரங்களில் சட்டத்திற்குப் புறம்பான சோதனைச் சாலைகள் இருந்தன. உருவாகும் குழந்தை, பெண் என்று அறிந்தால் அதைக் கலைத்தார்கள். கருக்கலைப்பு இலவசம். எந்தக் கேள்வியும் கேட்கப்படமாட்டாது.

மாத்திரைகள், லூப் (IUD), ஆணுறை முதலான கருத்தடைச் சாதனங்களைவிட, கருத்தடை அறுவை சிகிச்சையையே அரசு ஊக்குவித்தது. முதல் பிரசவத்திற்குப் பிறகு பல தாய்மார்களுக்கு அறுவை சிகிச்சை செய்யப்பட்டது. குழந்தைப் பிறப்பையும் கருத்தடையையும் கண்காணிக்க மிகப் பெரிய வலைப் பின்னல் இருந்தது. குடும்பக் கட்டுப்பாட்டு அமைச்சகத்தின் கீழ் 50 இலட்சம்

முழுநேர ஊழியர்களும் 8.5 கோடி பகுதி நேர ஊழியர்களும் பணியாற்றினர். இவர்களுக்கு 'மக்கள் தொகைக் கண்காணிப்பாளர்' என்று பெயர். இவர்கள் செய்விக்க வேண்டிய கருத்தடை அறுவை சிகிச்சைகளுக்கு இலக்கு நிர்ணயிக்கப்பட்டிருந்தது. சிலர் இலக்கைத் தாண்டவும் செய்தனர். அவர்களுக்கு ஊதியத்துடன் ஊக்கத் தொகையும் வழங்கப்பட்டது.

இந்தியாவிலும் இலக்கு நிர்ணயிக்கப்பட்டு கட்டாய அறுவை சிகிச்சை நடந்த காலம் ஒன்று இருந்தது. அது நெருக்கடி நிலைக் காலம் (1975–77). இந்திரா காந்தியின் இருபது அம்சத் திட்டத்திற்கு நிகராக சஞ்சய் காந்தியின் ஐந்து அம்சத் திட்டமும் பரப்புரை செய்யப்பட்டது. ஒரு கட்டத்தில் இந்த ஐந்து அம்சங்களில் ஒரேயொரு அம்சமே பிரதான இடம் வகித்தது. அது குடும்ப நலத்திட்டம். பல வட மாநிலங்களில் கட்டாயக் கருத்தடை அறுவை சிகிச்சைகள் நடந்தேறின. ஆனால் இந்திய மக்கள் வாக்காளர்களும் ஆவார்கள். 1977 தேர்தலில் பல வடமாநில வாக்காளர்கள் காங்கிரஸ் கட்சிக்கு எதிராக வாக்களித்தனர். நெருக்கடி நிலை காலகட்டத்தில் சர்வ வல்லமையோடு விளங்கிய இந்திரா காந்தியும் சஞ்சய் காந்தியுமே 1977 தேர்தலில் தோற்றுப் போனார்கள். சீன மக்களுக்கு அப்படியான ஒரு வாய்ப்பு கிடைக்கவில்லை. ஒற்றைக் குழந்தைத் திட்டத்தைப் பலரும் மனதார வெறுத்தார்கள். ஆனால் அந்த எதிர்ப்பை அவர்கள் உள்ளுக்குள் பூட்டி வைத்துக்கொள்ள வேண்டியவர்களாக இருந்தார்கள். சீனாவில் நடப்பது ஒரு கட்சி ஆட்சி. கம்யூனிஸ்ட் கட்சிதான் ஆட்சியாளர்களைத் தெரிவு செய்யும். மக்களுக்கு இதில் எந்தப் பங்கும் இல்லை.

ஒவ்வொரு ஊரிலும் 'மக்கள் தொகைக் கண்காணிப்பாளர்'களால் பெண்கள் அவதானிக்கப்பட்டார்கள். இந்தக் கண்காணிப்பாளர்கள் சிலரை நேர் கண்டிருக்கிறார் மெய் ஃபாங். அவர் ஓர் இதழாளர். புலிட்சர் பரிசு பெற்றவர். சீனர். வாஷிங்டனில் வசிக்கிறார். ‘வால் ஸ்ட்ரீட் ஜர்ன’லின் செய்தியாளராகச் சில காலம் சீனாவில் பணியாற்றினார். அப்போதுதான் அவர் மக்கள் தொகைக் கண்காணிப்பாளர்கள் சிலரை நேர் கண்டார். அந்த நேர்காணல்கள் அவர் எழுதிய *One Child– The Story of China's Most Radical Experiment (Oneworld, 2012)* எனும் நூலில் இடம் பெற்றிருக்கிறது.

மா குவிங்ஜூ ஒரு 45 வயதுப் பெண்மணி. ஹுவாங் ஜெய்பூ எனும் சிற்றூரில் வசிக்கிறார். பெட்டிக்கடை வைத்திருக்கிறார். கடையில் ஒரு அட்டவணை தொங்குகிறது. ஊரில் வசிக்கும் பெண்களின் சகல விவரங்களும் அட்டவணையில் இருக்கிறது.

வயது, முகவரி, மணமானவரா, பிள்ளை பெற்றவரா, கருத்தடை செய்து கொண்டவரா, கருத்தடைச் சாதனம் பயன்படுத்துபவரா முதலான எல்லா விவரங்களும். 'சின்ன ஊர்தானே, விவரங்களைச் சேகரிப்பது சிரமமில்லை' என்று ஃபாங்கிடம் சொல்கிறார் மா.

காவோ இன்னொரு கண்காணிப்பாளர். பியூஜியான் மாநிலத்தில் யோங்கே எனும் ஊரைச் சேர்ந்தவர். பல மாநிலங்களில் முதற் குழந்தைக்கே அனுமதி பெறவேண்டும். பியூஜியானிலும் அப்படித்தான். அனுமதி பெறாத கருத்தரிப்புகள் கலைப்பதற்குத் தகுதியானவை. இரண்டாவது கருத்தரிப்பாக இருந்தால் சொல்ல வேண்டுவதில்லை. அப்படி அனுமதியின்றிக் கருவுற்றவர்கள் ஊரை விட்டு ஓடிப் போவார்கள். ஆனால் அவர்களை வரவழைக்கும் தந்திரம் காவோவிடம் இருந்தது. வீட்டில் பெரியவர்களைச் சிறைப் பிடிப்பார். அதற்கு அவருக்கு அதிகாரம் இருந்தது. தப்பியோடியவர்கள் திரும்பும்போது சிலருக்கு ஆறேழு மாதமாக இருக்கும். கரு எத்தனை வளர்ந்திருந்தாலும் கலைக்கிற திறன் செவிலியருக்கு இருந்தது. சுமார் 1500 கருச்சிதைவுகள் தனது மேற்பார்வையில் நடந்திருக்கும் என்கிறார் காவோ. சிதைக்கப்பட்ட கருக்கள் பலவும் பல மாதங்கள் வளர்ந்தவைதாம் என்று ஃபாங்கிடம் ஒப்புக்கொள்கிறார் காவோ. ஒற்றைக் குழந்தைத் திட்டத்தின் 35 ஆண்டு கால வரலாற்றில் ஒவ்வொரு கிராமத்திலும் இப்படி ஆயுதத்தாலும் குருதியாலும் எழுதப்பட்ட கதைகள் இருக்கும்.

இந்தத் திட்டம் உண்டாக்கி வரும் பொருளாதார, சமூகச் சீர்கேடுகளை அரசு உணர்ந்திருக்கிறது. ஆகவேதான் இரண்டு குழந்தைகள் பெற்றுக் கொள்ளலாம், மூன்று குழந்தைகள் பெற்றுக் கொள்ளலாம் என்று சொல்கிறது. ஆனாலும் மக்கள் தயாராக இல்லை. நகர வாழ்க்கையில் செலவினங்கள் மிகுந்துவிட்டது. பிள்ளைகளின் மீது பெற்றோர்களுக்கு எதிர்பார்ப்பு மிகுந்துவிட்டது. கடுமையாகப் பணியாற்றினால் மட்டுமே வேலையில் நீடிக்க முடியும் என்பதால் தம்பதிகளால் பிள்ளை வளர்ப்புக்காகக் கணிசமான நேரத்தை ஒதுக்க முடியவில்லை. தம்பதிகளின் முதிய பெற்றோர்களுக்கு நகரத்தில் வாழ அனுமதி கிடைப்பதில்லை. ஆகவே புதிய தளர்வுகளைப் பயன்படுத்திக் கொள்வோர் குறைவாக இருக்கிறார்கள்.

ஒரு காலத்தில் அரசின் அனுமதியின்றி கரு உருவாவதைத் தடுக்கவும், அப்படி உருவானால் அதைப் பிடுங்கி வீசவும் அரசால் இயன்றது. ஆனால் அதே அதிகாரத்தின் கரங்களால் இன்று நினைத்த மாத்திரத்தில் இரண்டாவது, மூன்றாவது பிள்ளைப் பேற்றை உருவாக்க முடியவில்லை.

சீனாவின் இந்தப் பாலியல் சாய்வால் சுமார் 4 கோடி இளைஞர்கள் பிரம்மச்சாரிகளாக இருப்பதாக ஓர் ஆய்வு தெரிவிக்கிறது. இப்படியான இளைஞர்களைச் சீனச் சமூகம் 'மொட்டைக் கிளைகள்' என்றழைக்கிறது. சீனாவில் பெற்றோர் ஏற்பாடு செய்யும் திருமணங்கள் குறைவு. பெண்கள்தான் இணையைத் தேர்ந்தெடுப்பார்கள். வசதியும் வேலையும் கல்வியும் உள்ள இளைஞர்களுக்குத் திருமணமாகிவிடும். மற்றவர்கள் திருமணச் சந்தையில் பின்தங்கிப் போவார்கள்.

ஆனால் நிலைமை மாறி வருகிறது. பத்தாண்டுகளுக்கு முன்னால் சீனாவில் சராசரியாக 100 பெண் குழந்தைகளுக்கு 118 ஆண் குழந்தைகள் பிறந்தன. இப்போது ஆண் குழந்தைகளின் எண்ணிக்கை 111 ஆகியிருக்கிறது. 100 பெண் குழந்தைகளுக்கு 103 ஆண் குழந்தைகள் என்பதை ஏற்கத்தக்க விகிதமாக ஐநா கருதுகிறது. உலக சராசரி 100:106. இந்தியாவில் இது 100:107. ஆண் மேலாதிக்கம் கோலோச்சுகிற இந்தியாவால் உலகச் சராசரியை எட்டிப் பிடிக்க முடிகிறது. ஆனால் பெண் கல்வியிலும் பெண் விடுதலையிலும் இந்தியாவைக்கால் பல படிகள் முன்னேறியுள்ள சீனா, பெண் குழந்தைப் பிறப்பில் பின் தங்கியிருக்கிறது. இதற்கு ஒற்றைக் குழந்தைத் திட்டமே காரணம் என்று யூகிப்பது சிரமமன்று.

ஒற்றைக் குழந்தைத் திட்டத்தின் மோசமான பின்விளைவுகளைச் சீன ஆட்சியாளர்கள் 2000ஆம் ஆண்டிலேயே உணர்ந்தனர். கல்விப்புலத்தில் பல ஆய்வுக் கட்டுரைகள் வெளியாகின. எனினும் 2015இல்தான் இரண்டு குழந்தைகள் பெற்றுக் கொள்ளலாம் என்று சட்டத்தைத் தளர்த்தினர். ஆனால் அதற்குப் பிறகும் குழந்தைப் பிறப்பு விகிதம் கூடவில்லை.

இப்போது சீனாவின் கருவள விகிதம் 1.69. சர்வதேச அளவில் 'பதிலீட்டு விகிதம்' என்பது 2.1. அதாவது ஒரு பெண் சராசரியாக 2.1 குழந்தைகளை ஈன்றால் அந்தச் சமூகத்தில் மக்கள் தொகை நிலையாக இருக்கும். இந்தியாவின் கருவள விகிதம் 2015இல் 2.7ஆக இருந்தது, இப்போது பதலீட்டு விகிதமான 2.1ஐ எட்டியிருப்பதாக ஆய்வுகள் தெரிவிக்கின்றன. நல்லது. நமது மக்கள்தொகையை மனிதவளமாக மாற்றவேண்டும். அதற்குக் கல்வி, சுகாதாரம், வேலை வாய்ப்பு எனும் மூன்று அம்சங்களிலும் நாம் முன்னேற வேண்டும்.

உலகெங்கும் எந்தெந்த நாட்டிலெல்லாம் பெண் கல்வி, பெண் தொழிலாளர், மக்களின் ஆயுள், மருத்துவம், உடல் நலம், பொருளாதாரம் போன்றவை வளர்கின்றனவோ அங்கெல்லாம் கருவள விகிதம் குறைந்து வருகிறது. சீனாவும் விலக்கல்ல. ஆனால் கடுமையாக அமலாக்கப்பட்ட ஒற்றைக் குழந்தைத் திட்டம் சீனச்

சமூகத்தில் செயற்கையான இடையீடாக அமைந்துவிட்டது. இயல்பான போக்கை மாற்றிவிட்டது. உழைக்கும் மக்களின் எண்ணிக்கையைப் பெருமளவில் குறைத்துவிட்டது; முதியவர்களின் எண்ணிக்கையைக் கூட்டிவிட்டது.

விகிதம் மாறுமா?

இந்தச் சூழலில் மூன்று குழந்தை– அறிவிப்பிற்குச் சீன மக்களிடையே உற்சாகமான வரவேற்பில்லை. சீனாவின் சமூக வலைதளங்களில் '4:2:1' என்றொரு விகிதம் பிரசித்தமானது. இதில் நடுவிலுள்ள 2 என்பது கணவனையும் மனைவியையும் குறிக்கிறது. இவர்கள் இருவரும் ஒற்றைக் குழந்தைகளாகப் பிறந்தவர்கள். மருத்துவ வளர்ச்சி இவர்களது பெற்றோர்களுக்கு நீடித்த ஆயுளை நல்குகிறது. 4 என்பது இவர்களின் இரண்டு பெற்றோர்களைக் குறிக்கிறது. கடைசியாக உள்ள 1 என்பது தம்பதிகளின் ஒற்றைக் குழந்தை. நடுவிலே இருக்கிற 2 பேருக்குப் பொறுப்பு அதிகம். அவர்கள் முந்தைய தலைமுறையினரான 4 பேரையும் அடுத்த தலைமுறையைச் சேர்ந்த தங்களது 1 குழந்தையையும் போற்ற வேண்டும்.

இந்த 4:2:1 என்கிற விகிதத்தைத்தான் இப்போது சீன அரசு மாற்ற முயற்சிக்கிறது. அதற்கு ஒரு வைபோ பயனரின் எதிர்வினை இப்படி இருந்தது: "ஒற்றைக் குழந்தைகளாகப் பிறந்த நாங்கள் இருவரும் மணந்தோம். நாங்கள் நான்கு பெற்றோர்களையும் மூன்று பிள்ளைகளையும் காப்பாற்ற வேண்டும் (4:2:3), 65 வயதில் ஓய்வு பெறு வேண்டும், எப்போதும் பொதி சுமக்க வேண்டும்"

4:2:1 என்கிற விகிதம் 4:2:3 என்று மாறுமா? அது எளிதாக நடக்கப் போவதில்லை என்பது சீன அரசுக்கும் தெரியும். ஒற்றைக் குழந்தைத் திட்டத்தின் விளைவுகளை சீனா இன்னும் பல ஆண்டுகளுக்குச் சுமக்க வேண்டிவரும். இதுவும் அரசு அறியாததல்ல. ஆகவே குழந்தை வளர்ப்பிலும் பிள்ளைகளின் கல்வியிலும் அரசு உதவும் என்று அறிவித்திருக்கிறது. இன்னும் மருத்துவம், ஓய்வூதியம், சமூக நலம், முதியோர் உதவித் தொகை தொடர்பான திட்டங்களையும் அரசு அறிவிக்கும் என்கிற எதிர்பார்ப்பும் இருக்கிறது. புலம்பெயரும் தொழிலாளர்கள் பெற்றோர்களையும் பிள்ளைகளையும் உடன் அழைத்துச் செல்லவும் அனுமதிக்கபடலாம். சீனா இந்த இக்கட்டிலிருந்து மீண்டு வருமானால் அது சீன வரலாற்றில் இன்னொரு திருப்புமுனையாக அமையும்.

***விகடன்.காம்*, 8.6.21, *அவள் விகடன்*, 22.6.21.**

12

ஹாங்காங்கின் 25 ஆண்டுகள்

2022 , ஜூலை 1ஆம் நாள் சீன அதிபர் ஷி ஜிங்பிங் ஹாங்காங் வந்தார். கொரோனா பரவத் தொடங்கிய காலம் முதல் அன்றுவரை சீனாவைத் தாண்டி அவர் எங்கும் பயணிக்கவில்லை. ஆகவே இந்தப்பயணம்சர்வதேசஊடகங்களில்செய்தியானது. ஹாங்காங் சீனாவின் ஒரு மாநிலம்தானே ? பிறகு ஏன் இது செய்தியாக வேண்டும்? சீனாவின் இன்ன பிற மாநிலங்களைப் போன்றதன்று ஹாங்காங். அது தன்னாட்சி அதிகாரங்களும் ஜனநாயக உரிமைகளும் கொண்டது. ஹாங்காங் சீனாவிற்கு உள்ளேதான் இருக்கிறது. ஆனால் சீனாவின் பிற பகுதிகளிலிருந்து ஹாங்காங்கிற்குச் செல்ல விசா வேண்டும். அதாவது ஹாங்காங் சீனாவிற்கு வெளியில் இருக்கிறது.

ஹாங்காங் சீனக் குடையின் கீழ் வந்து 25 ஆண்டுகள் ஆகிவிட்டன. இந்த வெள்ளி விழாக் கொண்டாட்டத்தில் பங்கேற்கத்தான் ஷி ஜிங்பிங் வந்தார். இந்த நாளில் சர்வதேச ஊடகங்கள் அனைத்திலும் ஹாங்காங் இடம் பெற்றதற்கு வேறொரு காரணமும் இருக்கிறது. அது ஹாங்காங்கின் தனித்துவம்.

ஹாங்காங் ஒரு நகரம். ஹாங்காங் ஒரு மாநிலம். ஹாங்காங் ஒரு நாடு. ஓப்பிய யுத்தத்தில் 1842ஆம் ஆண்டு ஹாங்காங்கைக் கைப்பற்றியது பிரிட்டன். அது முதல் 155 ஆண்டுக் காலம் அது பிரிட்டிஷ் காலனியாக இருந்தது. தன் தனித்துவத்தின் ஒரு

மு. இராமனாதன்

சிறு பகுதியை அது பிரிட்டிஷாரிடமிருந்து பெற்றிருக்கலாம். 1997இல் சீனாவோடு இணைந்தது ஹாங்காங். தன் தனித்துவத்தின் பிறிதொரு பகுதியை அது தாய் மண்ணிலிருந்து பெற்றிருக்கலாம். எனில், ஹாங்காங்கின் தனித்துவத்தின் பெரும் பகுதியை அதன் குடிமக்களே உருவாக்கினார்கள். ஹாங்காங்கின் வரலாறு அதைத்தான் சொல்கிறது.

ஹாங்காங் அதன் தடையற்ற வர்த்தகத்திற்காக அறியப்படுவது. நகரின் துறைமுகமும் விமான நிலையமும் திறன்மிக்கவை. ஹாங்காங்கில் தனி மனித சுதந்திரம் நிலவுகிறது, நீதித்துறை சுயேச்சையானது. 97% மக்களுக்கு வேலைவாய்ப்பு இருக்கிறது. நகரம் பாதுகாப்பானது. ஆரோக்கியாமானதும்கூட. சராசரி ஆயுள்: 83 ஆண்டுகள். உலகின் ஆகச்சிறந்த 100 பல்கலைக்கழகங்களில் மூன்று ஹாங்காங்கில் இருக்கின்றன. 99.9% மெட்ரோ ரயில்கள் காலம் தாழ்த்துவதில்லை. குடிமக்கள் யாருக்கும் கையூட்டு தர வேண்டியதில்லை. 175 நாடுகளை உள்ளடக்கிய ஊழலற்ற நிர்வாகங்களின் தரவரிசையில் ஹாங்காங் 17ஆவது இடத்தில் இருக்கிறது.

ஏகதேசம் சென்னைப் பெருநகரத்தின் பரப்பளவும் மக்கள்தொகையும் கொண்டது ஹாங்காங். 1997இல் ஹாங்காங்கில் காலனி ஆட்சி முடிவுக்கு வந்தது. அதுகாறும் ஹாங்காங்கில் நிலவிவந்த முதலாளித்துவமும் ஜனநாயகமும் அடுத்த 50 ஆண்டுகளுக்கு, அதாவது 2047வரை பேணப்படும் என்று வாக்குறுதி நல்கியிருந்தார் மறைந்த சீனத் தலைவர் டெங் சியோபிங். இப்போது அதன் சரி பாதித் தூரம், அதாவது 25 ஆண்டுகள் கடந்துவிட்டன. டெங்கின் வாக்குறுதி எந்த அளவுக்கு நிறைவேற்றப்படுகிறது என்பதைப் பரிசீலிக்க இந்த மைல்கல் சரியான தருணமாக இருக்கும். பெய்ஜிங் ஒன்றிய அரசு 2020இல் கடுமையான விதிகளைக் கொண்ட தேசியப் பாதுகாப்புச் சட்டத்தைக் கொணர்ந்தது. தொடர்ந்து ஜனநாயகச் செயல்பாட்டாளர்கள் கைது செய்யப்பட்டனர். இவையெல்லாம் ஹாங்காங்கின் தனித்துவம் நீடிக்குமா என்கிற ஐயத்தைத் தோற்றுவித்திருக்கிறது. அதைப் பரிசீலிப்பதற்குக் கடந்த 25 ஆண்டு காலத்தைத் திரும்பிப் பார்க்க வேண்டும். இந்த 25 ஆண்டுகளை ஒரு வசதிக்காக ஐந்தாகப் பகுத்துக்கொள்ளலாம்.

தேனிலவுக் காலம் (1997-2002)

பிரிட்டன், ஹாங்காங்கைச் சீனாவிற்கு திரும்பக் கொடுத்த வைபவம், 1997 ஜூன் 30 நள்ளிரவில் நிகழ்ந்தது. அப்போதைய சீன ஜனாதிபதி ஜியாங் ஜெமின் பிரிட்டிஷ் இளவரசர் சார்லஸின்

கைகளை இறுக்கமாகக் குலுக்கியபோது யூனியன் ஜாக் கொடி இறக்கப்பட்டு, மக்கள் சீனத்தின் கொடியும் கூடவே ஹாங்காங்கின் தனிக்கொடியும் ஏற்றப்பட்டன. அடுத்த நிமிடம் முதல், அதாவது 1997 ஜூலை 1 முதல் ஹாங்காங்கில் 'ஒரு நாடு ஈராட்சி முறை' (One Country Two Systems) அமலுக்கு வந்தது.

சீனாவில் ஒரு கட்சி ஆட்சி நடை பெறுகிறது. அதிபர் உள்ளிட்ட அமைச்சரவையும் மாநில அமைச்சரவையும் கம்யூனிஸ்ட் கட்சியின் மத்தியக் குழுவால் தேர்ந்தெடுக்கப்படுகின்றன. என்றாலும் ஹாங்காங்கிற்கு விலக்கு அளிக்க மறைந்த சீனத் தலைவர் டெங் சியோபிங் ஒப்புக்கொண்டார். அவர் முன்மொழிந்ததுதான் இந்த ஈராட்சி முறை. அதாவது, சீனத்தின் ஒன்றிய அரசின் கட்டுப்பாட்டில் உள்ளபோதும், ஹாங்காங் 'சிறப்பு நிர்வாகப் பகுதி'யாக (Special Administrative Region) விளங்கும். அயலுறவு, பாதுகாப்பு நீங்கலாகப் பிற துறைகளில் ஹாங்காங் தன்னாட்சியோடு விளங்கும். முதலாளித்துவம், பேச்சுச் சுதந்திரம், தனி நாணயம், தனிக் குடியுரிமை, தனிக் கடவுச்சீட்டு, தனிக் கொடி, கட்டற்ற வணிகம், சுயேச்சையான நீதித்துறை போன்ற ஹாங்காங்கின் அடையாளங்கள் தொடரும். ஆட்சி மாற்றத்திற்கான இந்த விதிமுறைகள் 1984ஆம் ஆண்டே வகுக்கப்பட்டு, சீன-பிரிட்டிஷ் அரசுகளால் ஏற்கப்பட்டன. அதன்படியே ஹாங்காங்கிற்கான 'ஆதார விதி'களும் (Basic Law) உருவாக்கப்பட்டன. அதன் அடிப்படையில் சட்டத்தின் மாட்சிமையைப் (rule of law) பேண வேண்டும் என்பதும் ஏற்கப்பட்டது. இந்த ஆதார விதிகளை ஹாங்காங்கின் குட்டி அரசியலமைப்புச் சட்டம் எனலாம். ஹாங்காங்கின் செயலாட்சித் தலைவர் (Chief Executive) ஒரு காலகட்டம்வரை ஒன்றிய அரசுக்கு ஆதரவான உயர்மட்டக் குழுவாலும், பின்னர் மக்களால் நேரடியாகவும் தெரிவு செய்யப்படுவார் என்பதும் ஆதார விதிகளில் இருக்கிறது.

1997இல் துங் சீ வா ஹாங்காங்கின் முதல் செயலாட்சித் தலைவராகத் தெரிவு செய்யப்பட்டார். தனது அமைச்சர்களை ஒன்றிய அரசின் ஒப்புதலோடு அவர் நியமித்தார். அவரது ஆட்சியின் தொடக்கம் சுமுகமாக இல்லை. அவர் பதவியேற்ற 48 மணிநேரத்தில் தாய்லாந்தின் நாணயம் பட் தலை குப்புற வீழ்ந்தது. மலேசியாவின் ரிங்கட், இந்தோனேசியாவின் ரூபியா, பிலிப்பைன்சின் பீசோ என்று ஆசியப் பொருளாதார வீழ்ச்சி தொடர்ந்தது. ஹாங்காங்கின் ரியல் எஸ்டேட் மதிப்பு சரிந்தது. வேலையின்மை அதிகரித்தது. எனினும் பல்வேறு உள்கட்டமைப்புப் பணிகள் பணப்புழக்கத்திற்கும் வேலை வாய்ப்பிற்கும் உதவின.

ஹாங்காங் செல்வந்த நாடு. அதன் இருப்பு நிதியிலிருந்து செலவழிக்க அதன் செயலாட்சித் தலைவர்கள் தயங்கியதேயில்லை. ஹாங்காங், பொருளாதாரப் பின்னடைவிலிருந்து மீண்டது.

டெங் சியோபிங் ஒருமுறை சொன்னதுபோல 1997க்குப் பிறகும் ஹாங்காங்கின் குதிரைப் பந்தயங்களும் பங்குச் சந்தை பேரங்களும் எந்த பாதிப்புமின்றித் தொடர்ந்தன. ஊடகங்களும் நீதித்துறையும் சுதந்திரமாக இயங்கின. காலனி ஆட்சி முடிவுக்கு வந்தபோது மக்கள் கலவையான மனநிலையில் இருந்தனர். தாய்நாட்டோடு இணைகிற பெருமிதம் சிலருக்கு இருந்தது. என்றாலும் சீனாவின் ஆளுகையில் ஹாங்காங்கின் சுதந்திரக் காற்றுக்குப் பங்கம் நேருமோ என்கிற அச்சம் பலருக்கு இருந்தது. ஹாங்காங்கின் சுயாட்சியில் பெய்ஜிங் பெருமளவில் தலையிடவில்லை. முதல் ஐந்து ஆண்டுகளின் முடிவில் அப்படியான அச்சத்திற்கு அவசியமில்லை என்கிற முடிவுக்குப் பலரும் வந்தனர்.

ஸார்ஸிலிருந்து மீண்டெழுந்த காலம் (2002-2007)

2002இல் துங் சீ வா இரண்டாவது முறையாகச் செயலாட்சித் தலைவராகத் தெரிவு செய்யப்பட்டார். எல்லாம் நன்றாகத் துவங்கியது போலத்தான் இருந்தது. 2003 மார்ச் மாதத்தில் சர்வதேச ஊடகங்களில் ஹாங்காங் தலைப்புச் செய்தியாகியது. அதற்கான காரணம் துரதிருஷ்டவசமானது. ஸார்ஸ் (SARS– Severe Acute Respiratory Syndrome) எனும் தொற்று நோய் நகரின் மத்தியில் சம்மணமிட்டு அமர்ந்திருந்தது. 2003 மார்ச்சுக்கும் ஜூனுக்கும் இடையில் சுமார் 1800 பேரைப் பாதித்து 300 பேரைக் காவுகொண்டது. மற்றவர்களின் சுவாசக் காற்றின் மீதேறி மரண தூதன் பயணிக்கிறானோ என்று மக்கள் பீதியுற்றிருந்த அசாதாரண காலம் அது. பல நாடுகள் ஹாங்காங்கைத் தவிர்க்கச் சொல்லித் தம் குடிமக்களை அறிவுறுத்தின. பங்குச் சந்தையும் ரியல் எஸ்டேட்டும் வீழ்ச்சி கண்டன. வணிகம், தொழில், சுற்றுலா அனைத்தும் பாதிக்கப்பட்டன. ஆனால் அந்தச் சூழலிலும் அரசாங்கமும் நிர்வாக இயந்திரமும் வல்லுநர்களும் மக்களும் விவேகத்தோடு நடந்துகொண்டார்கள்; திண்மையோடு நோயைப் புறங்கண்டார்கள். அனைவரும் ஒற்றைக்கட்டாக நின்று நகரத்தை மீட்டு எழுப்பினார்கள்.

இந்த இக்கட்டான தருணத்தில் 'ஆதார விதி'களில் பிரிவு 23ஐச் சட்டமாக்கும் முயற்சியில் இறங்கியது துங் சீ வாவின் அரசு. தேசத்துரோகம், பிரிவினை, ஆட்சிக்கெதிரான கிளர்ச்சி போன்றவற்றை அடக்குவதற்கு தேசப் பாதுகாப்புச் சட்டத்தை

முன்மொழிந்தது. அதன் முன்வரைவு சில கடுமையான விதிகளைக் கொண்டிருந்தது. இதற்கெதிராக 2003 ஜூலை 1ஆம் தேதி ஐந்து லட்சம் மக்கள் வீதிகளில் திரண்டனர். அரசியல் அவதானிகள் யாரும் அப்படியொரு பேரணி நடக்கக்கூடும் என்று கணித்திருக்கவில்லை. ஹாங்காங்கில் எழுந்த அதிர்ச்சி அலைகள் பெய்ஜிங் வரை உயர்ந்தன. அரசு சட்டத்தை மீளப்பெற்றது. செயலாட்சித் தலைவர் துங் சீ வா பின்னாளில்(2005) பதவி விலகினார். அதற்கு இந்தப் பேரணியே காரணமாக அமைந்தது.

ஸார்ஸைத் தொடர்ந்து ஏற்பட்ட பொருளாதாரப் பின்னடைவிலிருந்து ஹாங்காங்கை மீட்பதற்காக, சீனாவின் பிற பகுதிகளிலிருந்து ஹாங்காங்கிற்கு சுற்றுலா வரும் பயணிகளுக்கான விசா விதிகளைத் தளர்த்தியது ஒன்றிய அரசு. இதனால் பிற மாநிலங்களில் வசித்த சீனர்கள் பெருந்திரளாக ஹாங்காங்கிற்கு வந்தனர், செலவு செய்தனர். நகரின் பொருளாதாரம் தலை நிமிர்ந்தது. இது தவிர, அண்டை மாநிலங்களோடு சிறப்புப் பொருளாதார ஒப்பந்தங்கள் நிறைவேற்றப்பட்டன.

மக்கள் மத்தியில் செல்வாக்கை இழந்திருந்த துங் சீ வா, தனது பதவிக்காலம் முடியும் முன்பே 2005இல் பதவி விலகினார். அவர் பெரும் தொழிலதிபர். கப்பல் நிறுவனத்தின் உரிமையாளர். அவருடைய இடத்திற்கு வந்தவர் டொனால்ட் செங். ஹாங்காங் தெருக்களில் விளையாடி வளர்ந்தவர். உள்ளூர்ப் பள்ளிகளிலும் கல்லூரிகளிலும் படித்தவர். ஹாங்காங்கின் தலைமைச் செயலராக இருந்தார், செயலாட்சித் தலைவருமானார்.

அமைதிக் காலம் (2007-12)

சீனா உலகின் தலையாய சக்திகளுள் ஒன்றாக உருவெடுத்த காலமிது. ஒன்றிய அரசு ஹாங்காங்கின் மீது பரிவோடு நடந்து கொண்டது. பல திட்டங்கள் நிறைவேற்றப்பட்டன. மக்கள் மனதில் ஒன்றிய அரசுக்கு ஆதரவான மனநிலை உருவாகியது.

பெய்ஜிங்கில் 2008ஆம் ஆண்டு நடந்த ஒலிம்பிக் போட்டிகள் சர்வதேச அரங்கில் சீனாவின் மதிப்பை உயர்த்தியது. அதற்கான ஒலிம்பிக் பந்தம் உலகின் பல நகரங்கள் வழியாக பெய்ஜிங்கை அடைந்தது. சீன மண்ணில் பந்தத்தின் தொடர் ஓட்டம் துவங்கிய இடம் ஹாங்காங். மக்கள் பெரு மகிழ்வுடன் அந்த நிகழ்வில் பங்கேற்றனர். ஒரு தேசியப் பெருமிதம் மக்கள் மத்தியில் நிலவிய காலமது. ஹாங்காங் சீனாவோடு நெருங்கி வருவது போல் தோன்றியது. தங்கள் தாய் மண்ணை ஹாங்காங் சீனர்கள் மீண்டும் கண்டுகொண்டதாக பெய்ஜிங் ஊடகங்கள் எழுதின.

இந்தக் காலகட்டத்தில் சட்டமன்றமும் அரசியல் கட்சிகளும் அவற்றுக்கு விதிக்கப்பட்ட வரையறைகளுக்குள் வட்டாடின. ஹாங்காங் அரசியல் கட்சிகளின் வரலாறு எண்பதுகளில்தான் துவங்கியது. ஹாங்காங் அரசியல் கட்சிகளும் இயக்கங்களும் பெய்ஜிங் ஆதரவுக் கட்சிகள் என்றும் ஜனநாயக ஆதரவுக் கட்சிகள் என்றும் வகைப்படுத்தப்படுகின்றன. 1991இல் பிரிட்டிஷ் அரசு நடத்திய முதல் தேர்தலில் வெற்றிபெற்ற ஜனநாயக ஆதரவாளர்களால் 1994இல் துவங்கப்பட்டதுதான் ஜனநாயகக் கட்சி. அதற்கு முன்பாகவே 1992இல் பெய்ஜிங் ஆதரவாளர்களால் துவங்கப்பட்டது டி.ஏ.பி (Democratic Alliance For Betterment of Hong Kong– DAB). இன்னும் பல ஜனநாயக ஆதரவு-பெய்ஜிங் ஆதரவுக் கட்சிகள் அரசியல் அரங்கில் உள்ளன.

ஹாங்காங்கின் ஜனநாயகம் முழுமையானதல்ல. அதன் சட்டமன்ற உறுப்பினர்களை மக்கள் தேர்ந்தெடுக்கிறார்கள். ஆனால் செயலாட்சித் தலைவரை ஓர் உயர்நிலைக் குழு தேர்ந்தெடுக்கிறது. 1997இல் 400 உறுப்பினர்களுடன் தொடங்கப்பட்ட குழுவில் இப்போது 1200 பேர் உள்ளனர். இந்தக் குழுவின் உறுப்பினர்கள் பல்வேறு அமைப்புகளால் தேர்வு செய்யப்படுகிறார்கள். எனினும் இந்த அமைப்புகள் பலவும் பெய்ஜிங்கிற்கு ஆதரவானவை. செயலாட்சித் தலைவர் சட்டமன்ற உறுப்பினர்களுக்குப் பதிலளிக்கக் கடமைப்பட்டவர்.

கார் காலம் (2012-17)

லியுங்சுன் இங் என்பவர் 2012இல் செயலாட்சித் தலைவரானார். தேசியக் கல்விக் கொள்கை அமலானதும் இந்த ஆண்டில்தான். பாடங்கள் சீன அடையாளத்தையும் தேசாபிமானத்தையும் மையப்படுத்தியிருக்க வேண்டும் என்கிற விதி வந்தது. இந்தக் கல்வித்திட்டம் ஹாங்காங்கின் தனித்தன்மையை இழக்கச் செய்யும் என்றனர் பல கல்வியாளர்கள். விவாதங்கள் வளர்ந்தன. ஒன்றிய அரசின் மீதும் லியுங் அரசின் மீதும் அவநம்பிக்கை படர்ந்தது. அதுவே 2014ஆம் ஆண்டில் 'சென்ட்ரலை ஆக்கிரமிப்போம்' எனும் போராட்டமாக உருவெடுக்கக் காரணமாக அமைந்தது.

அடுத்த செயலாட்சித் தலைவருக்கான தேர்தல் 2017இல் நடைபெறவிருந்தது. செயலாட்சித் தலைவரை மக்கள் நேரடியாக வாக்களித்துத் தேர்ந்தெடுப்பதற்கு 2014இல் பெய்ஜிங் ஒப்புக்கொண்டது. ஆனால் வேட்பாளர்களை ஏற்கெனவே உள்ள தேர்வுக் குழுதான் நியமிக்கும் என்றும் அறிவித்தது. இதற்கு ஜனநாயக ஆதரவாளர்கள் ஒப்பவில்லை. சட்டமன்றத்தில் அங்கம் வகித்த ஜனநாயகக் கட்சிகளும் ஆதரிக்கவில்லை. ஆனால் அந்தக்

கட்சிகளுக்குள் ஒற்றுமை இல்லை, நம்பகமான தலைமையும் இல்லை. இந்தச் சூழலில்தான் கல்வியாளர்கள் சிலர் 'சென்ட்ரலை ஆக்கிரமிப்போம்' என்ற இயக்கத்தைத் தொடங்கினார்கள். நகரின் வணிக மையமான சென்ட்ரலில் ஆதரவாளர்களைக் கூட்டி எதிர்ப்பைத் தெரிவிப்பது அவர்களின் திட்டம். இவர்களுக்குப் பரந்துபட்ட மக்களின் ஆதரவு இல்லை.

ஆனால் சென்ட்ரல் இயக்கம் 2014, செப்டம்பர் 28 அன்று ஆக்கிரமிப்பிற்கு அழைப்பு விடுத்தபோது ஆயிரக்கணக்கானோர் திரண்டனர். அவர்கள் அரசியல் கட்சிகளையோ சென்ட்ரல் இயக்கத்தையோ சார்ந்தவர்கள் அல்லர். அவர்கள் மாணவர்கள். மேலும் அவர்கள் ஆக்கிரமித்தது சென்ட்ரலை மட்டும் அல்ல; தலைமைச் செயலகம் இயங்கும் அட்மிராலிட்டி, கடைத்தெருக்கள் மிகுந்த மாங்காக், காஸ்வேபே ஆகிய பகுதிகளிலுள்ள பிரதான சாலைகளை. இங்கெல்லாம் அவர்கள் கூடாரமிட்டுத் தங்கினார்கள். குடைகளுடன் வீதிகளில் அமர்ந்துகொண்டார்கள். (மேற்கு ஊடகங்கள் இந்தப் போராட்டத்தைக் குடைப் புரட்சி என்றுழைத்தது.) இதை யாரும் எதிர்பார்க்கவில்லை. இந்தப் பகுதிகளின் இயல்பு வாழ்க்கை பாதிக்கப்பட்டது. இந்த ஆக்கிரமிப்பு இரண்டரை மாதம் நீடித்தது. ஆனால் பரவலான ஆதரவைப் பெறவில்லை. எனினும் பின்னால் வரவிருந்த பெரும் கிளர்ச்சிகளுக்கு அடித்தளம் அமைத்தது இந்த முற்றுகைப் போராட்டம்தான்.

2015இல் மக்களில் ஒருவரே செயலாட்சித் தலைவராகப் போட்டியிட வேண்டும், மக்களே தம் தலைவரை நேரடியாகத் தேர்ந்தெடுக்க வேண்டும் என்கிற கோரிக்கைகள் சட்டமன்றத்தில் விவாதிக்கப்பட்டன. ஆனால் அரசு அவற்றைப் புறந்தள்ளியது.

சிதைவுகளின் காலம் (2017–22)

2017இல் கேரி லாம் செயலாட்சித் தலைவராகத் தேர்ந்தெடுக்கப்பட்டபோது அடுத்த ஐந்து ஆண்டுகளில் ஹாங்காங் எதிர்கொள்ளவிருக்கும் சிதைவுகளை அவர் எதிர்பார்த்திருக்க மாட்டார். 2019 பிப்ரவரி மாதம் விசாரணைக்காகக் கைதிகளை நாடு கடத்தும் மசோதா ஒன்றை அவர் முன்வைத்தார். அப்போது ஹாங்காங் இளைஞன் ஒருவன் தன் காதலியைத் தைவானில் கொன்றுவிட்டு அரவமின்றி ஹாங்காங் திரும்பிவிட்டான். குற்றம் கண்டறியப்பட்டது. ஆனால் குற்றவாளியைத் தைவானுக்குக் கைமாற்ற முடியவில்லை. இரண்டு நாடுகளுக்கிடையில் அதற்கான ஒப்பந்தம் இல்லை. அதற்கான மசோதாவைத் தயாரித்தது

ஹாங்காங். இதுவரை பிழையில்லை. ஆனால் இந்த மசோதாவில் தைவானோடு சீனாவும் சேர்க்கப்பட்டது.

சீனாவில் கைதிகள் முறையாக விசாரிக்கப்பட மாட்டார்கள் என்று ஹாங்காங் ஜனநாயக ஆதரவாளர்கள் அஞ்சினார்கள். பிற்காலத்தில் எதிர்க் குரல்களை அடக்க இந்த மசோதா பயன்படலாம் என்கிற அச்சமும் சேர்ந்தது. ஜூன் 9 அன்றும் 16 அன்றும் ஹாங்காங் வீதிகளில் லட்சக்கணக்கானோர் அணி வகுத்தனர். முந்தையது வெண்சட்டைப் பேரணி. பின்னது கருஞ்சட்டைப் பேரணி. ஹாங்காங் அரசு மசோதாவை முடக்கிவைப்பதாக அறிவித்தது. ஆனால் போராட்டக்காரர்கள் பலருக்கும் அது மட்டும் போதுமானதாக இல்லை. மசோதாவைத் திரும்பப்பெற வேண்டும், செயலாட்சித் தலைவர் பதவி விலக வேண்டும் எனப் பல கோரிக்கைகள் அவர்களுக்கு இருந்தன.

அடுத்த சில மாதங்களில் நிகழ்ந்தவை ஹாங்காங்கில் முன்னுதாரணம் இல்லாதவை. எதிர்பாரத இடங்களில் எதிர்பாரத நேரத்தில் ஆர்ப்பாட்டங்கள் தொடர்ந்தன. பிரதான வீதிகளிலும் மெட்ரோ ரயில் நிலையங்களிலும் விமான நிலையத்திலும் போராட்டக்காரர்கள் போலிஸாரை எதிர்கொண்டனர். பலரும் அகிம்சையைக் கீழே போட்டுவிட்டு அதற்குப் பதிலாகக் கையில் கிடைத்த கற்களையும் போத்தல்களையும் போக்குவரத்துக் கூம்புகளையும் எடுத்துக்கொண்டார்கள். அவை எறிகணைகளாகின. சிலர் போலிஸாரை எதிர்க்க லேசர் ஒளிக்கதிர்களைப் பயன்படுத்தினார்கள். போலீஸார் கண்ணீர்ப் புகையையும் ரப்பர் தோட்டாவையும் ஏவியபோது, போராடிய இளைஞர்கள் தலைக்கவசங்களும் முகமூடிகளும் கண்ணாடிகளும் கையுறைகளும் தரித்திருந்தனர். மரச் சட்டங்கள், போக்குவரத்து அறிவிப்புப் பலகைகள், இஸ்திரி மேசைகள், குடைகள் முதலானவை அவர்கள் கேடயங்களாயின. சட்டமன்றமும் ஒன்றிய அரசின் அலுவலகங்களும் போராட்டாக்காரர்களால் பலத்த சேதங்களுக்கு உள்ளாயின. இந்தப் போராட்டங்களுக்குத் தலைமை இல்லை. சமூக ஊடகங்கள் வாயிலாகத் தங்களை ஒருங்கிணைத்துக்கொண்ட இளைஞர்களின் போராட்டமாக இது இருந்தது.

ஆறு மாதங்களுக்கு மேல் நீண்ட போராட்டம், 2020இன் துவக்கத்தில் முடிவுக்கு வந்தது. காரணம்: கொரோனா. தொடர்ந்து கொரோனாவை எதிர்கொள்வதில் அனைவரின் கவனமும் குவிந்தது. 2020ஆம் ஆண்டு ஒன்றிய அரசு ஜூன் 30ஆம் நாள் தேசியப் பாதுகாப்புச் சட்டத்தைக் கொணர்ந்தது. 2003இல் முன்மொழியப்பட்டு மீளப்பெறப்பட்ட அதே சட்டம்.

அதன் விதிமுறைகள் கடுமையானவை. அரசியலர்களும் போராட்டக்காரர்களும் கைதாகினர். ஆப்பிள் என்கிற தினசரி நின்றுபோனது. தொடர்ந்து தேர்தல் விதிமுறைகளும் கடுமையாகின. சீனாவையும் சீனக் கம்யூனிஸ்ட் கட்சியையும் மதிக்கும் 'தேசாபிமானிகள்' மட்டுமே தேர்தலில் போட்டியிட முடியும் என்றானது. 2021 சட்டமன்றத் தேர்தலை ஜனநாயக ஆதரவுக் கட்சிகள் புறக்கணித்தன.

மறுபுறம் கொரோனாவும் ஹாங்காங்கின் மீது கருணையோடு நடந்து கொள்ளவில்லை. நான்கு அலைகளுக்குத் தாக்குப் பிடித்த ஹாங்காங், 2022இல் ஒமிக்ரான் மேலெழும்பியபோது தடுமாறிப்போனது. மருத்துவமனைகள் நிரம்பி வழிந்தன. 12 லட்சம் பேர் பாதிக்கப்பட்டனர். 9000 பேர் உயிரிழந்தனர். உலகம் நம்ப முடியாமல் பார்த்தது.

மே 2022இல் காவல் துறை அதிகாரியாக இருந்த ஜான் லீ பெய்ஜிங் ஆதரவு உயர்மட்டக் குழுவால் செயலாட்சித் தலைவராகப் போட்டியின்றித் தேர்ந்தெடுக்கப்பட்டார். வெள்ளி விழாக் கொண்டாட்டத்தின் ஒரு பகுதியாக, அவரும் அவரது அமைச்சரவையும் சீன அதிபர் ஷி ஜிங்பிங்கின் முன்னிலையில் பொறுப்பேற்றார்கள்.

சீரமைப்பின் காலம் (2022–)

ஹாங்காங்கின் பொருளாதார பலம் அது ஒரு வணிக முனையம் என்பதிலும் சுற்றுலா மையம் என்பதிலும் இருக்கிறது. போராட்டங்களும் கொரோனாவும் இதில் பெரும் பாதிப்பை உண்டாக்கிவிட்டது. எனினும் ஹாங்காங்கை முந்தைய நிலைக்கு உயர்த்த முடியும் என்று புதிய செயலாட்சித் தலைவர் நம்புகிறார். தனது தலைமையில் புதிய அத்தியாயம் தொடங்கும் என்றும் அவர் சொல்லியிருக்கிறார்.

ஹாங்காங் மக்கள் தனித்தன்மை மிக்கவர்கள். ஹாங்காங் மீண்டெழுவது அவர்களின் பங்களிப்பில்லாமல் நிகழாது. அவர்கள் அதிகாரத்தோடு பேசத் தயங்காதவர்கள். 'அது அவர்கள் டி.என்.ஏ.வில் இருக்கிறது' என்கிறார் பத்திரிகையாளர் ஜெஃபி லாம். புதிய செயலாட்சித் தலைவருக்கு இது தெரியும். இதை மனதில் கொண்டு சீரமைப்பு நடவடிக்கைகளை அவர் மேற்கொள்ள வேண்டும்.

ஹாங்காங் கல்வி சிறந்த நாடு. ஒழுக்கத்தை ஓம்புகிற நாடு. இதன் பாதுகாப்பும் சட்டத்தின் மாட்சிமையும் பல்லாண்டு கால உழைப்பில் உருவானவை. போராடும் இளைஞர்கள்

அதை உணர வேண்டும். ஹாங்காங்கின் தனித்தன்மையை மக்கள் விட்டுக்கொடுக்க மாட்டார்கள் என்பதையும், அவர்கள் வாழ்நிலை முன்னேற்றப்பட வேண்டும் என்பதையும், அவர்களது அரசியல் வேட்கையையும் உணர்ந்து செயலாற்ற அரசு முன்வர வேண்டும். 2003இல் ஸார்ஸ் தனது கொடுங்கரங்களை நீட்டியபோது ஹாங்காங் மக்களும் அரசும் ஒற்றைக்கட்டாக நின்று நகரத்தை மீட்டு எழுப்பினார்கள். அவர்கள் மீண்டும் ஒரு முறை அதைச் செய்துகாட்ட வேண்டும். இரு தரப்பும் இணைந்து செயலாற்றுவதன் மூலமே அதைச் செய்ய முடியும்.

ஹாங்காங் நல்லதோர் வீணை. அரசும் மக்களும் அதை இணைந்து மீட்ட வேண்டும். மீட்டிய பிறகும் அதன் நாதம் நெடுநேரம் ஒலித்துக்கொண்டிருக்கும்.

அருஞ்சொல்.காம், 30.6.22
இந்து தமிழ் திசை, 27.11.19, 20.8.19, 20.6.19, 16.12.14, 13.10.14

13

ஹாங்காங் தமிழ் வகுப்புகள் – கடந்து வந்த பாதை கடினமானதுதான்

தாய்மொழிக் கல்வியின் மகத்துவத்தை உலகெங்குமுள்ள மொழியியல் அறிஞர்கள் உரக்கச் சொல்லிவருகிறார்கள். என்றாலும் ஆங்கில மோகத்தில் திளைக்கும் இந்தியத் தமிழர்கள் பலரது செவிகளில் அது விழுவதில்லை. தமிழை இரண்டாம் பாடமாகக்கூடப் படிக்காத ஒரு தலைமுறை தமிழ்நாட்டு நகரங்களில் உருவாகிவிட்டது. ஆனால் புலம் பெயர்ந்து வாழும் தமிழர்களில் கணிசமானோர் தமது பாரம்பரியத்தின் வேர்கள் தாய்மொழியில் இருப்பதை உணர்ந்திருக்கிறார்கள். அதனால் தமது பிள்ளைகள் தமிழைக் கற்க வேண்டுமென்று விரும்புகிறார்கள். ஆனால் பல நாடுகளில் இது நடைமுறைச் சாத்தியமாக இருப்பதில்லை. ஹாங்காங்கிலும் அப்படித்தான் இருந்தது. ஆனால் இப்போது நிலைமை மாறிவிட்டது. தமது பிள்ளைகள் தமிழ் படிக்க முடியவில்லையே என்ற பெற்றோர்களின் ஏக்கம், ஹாங்காங் இளம் இந்திய நண்பர்கள் குழு (Young Indian Friends Club-YIFC) எனும் அமைப்பினரின் 'YIFC கல்விக்கழகம்' (YIFC Academy for Education and Enrichment) நடத்தி வரும் தமிழ் வகுப்பால் கழிந்தது!

19 பிப்ரவரி, 2022 அன்று கழகத்தின் பொதுக்குழுக் கூட்டம் நடந்தது. அப்போது நகரம் கடுமையான கொரோனா கட்டுப்பாடுகளுக்கு இடையில்

மு. இராமனாதன்

இயங்கி வந்தது. கூட்டங்களுக்கு அனுமதியில்லை. ஆகவே பொதுக்குழுக் கூட்டம் மெய்நிகர் சந்திப்பாக நடந்தது. தமிழ் வகுப்பின் அமைப்பாளர்களும், ஆசிரியர்களும், பெற்றோர்களும் ஆலோசகர்களும் இணையவழியில் கலந்துரையாடினார்கள். கடந்த இரண்டு ஆண்டுகளாகத் தமிழ் வகுப்புகளும் இணைய வழியாகத்தான் நடந்துவருகின்றன. ஆகவே பொதுக்குழுவில் கலந்துகொண்ட அனைவரும் இப்படியான இணையச் சந்திப்புகளுக்குப் பழகியிருந்தார்கள். தலைவர் தனது ஆண்டறிக்கையில் இத்தனை இன்னல்களுக்கிடையிலும் தமிழ் வகுப்பெனும் தொடர் ஓட்டத்தை இடைநிறுத்தாமல் செலுத்திக்கொண்டிருக்கும் அனைவரையும் நினைவுகூர்ந்தார். அவரது குரலில் நன்றியுணர்வு இருந்தது. பெருமிதமும் இருந்தது. தலைவர் வழங்கியது 17ஆம் ஆண்டறிக்கை. அதாவது ஹாங்காங் தமிழ் வகுப்புகள் 17 ஆண்டுகளைக் கடந்துவிட்டது. அடுத்த கல்வியாண்டு(2022-23) வகுப்புகளின் 18ஆம் ஆண்டு.

ஹாங்காங் தமிழ் வகுப்புகள் 2004ஆம் ஆண்டு துவக்கப்பட்டன. அப்போது தமிழ் நாட்டில் தமிழைத் தாய்மொழியாகக் கொண்ட பிள்ளைகள்கூடத் தமிழ் மெர்ழியை ஒரு பாடமாகப் படிக்க வேண்டுமென்பது கட்டாயமில்லாத நிலைதான் இருந்தது. 2006 முதல் தமிழக அரசு படிப்படியாகத் தமிழ்க் கல்வியைக் கட்டாயமாக அமலாக்கியதன் பலனாக, 2016 முதல் தமிழகமெங்கும் பத்தாம் வகுப்புத் தேர்வு எழுதிய பிள்ளைகளில் பலர் தமிழை ஒரு பாடமாகவேனும் படித்திருந்தார்கள். ஆனால் எவ்விதமான வற்புறுத்தலும் இல்லாமல் கடந்த 17 ஆண்டுகளாக ஹாங்காங் பிள்ளைகள் தமிழ் கற்றுவருகிறார்கள்.

ஹாங்காங் தமிழ் வகுப்பின் இந்தத் தொடரோட்டம் முக்கியத்துவம் வாய்ந்தது. ஹாங்காங் தமிழ்ச் சமூகம், ஹாங்காங்கின் சிறுபான்மைச் சமூகங்களில் ஒன்று. எந்த விதமான நல்கைகளோ நிதி உதவியோ கணிசமான மனிதவளமோ இல்லாத நிலையிலும் ஹாங்காங் தமிழ்ச் சமூகத்தால் தாய்மொழியைத் தனது இளம் தலைமுறையினருக்குக் கற்பிக்க முடிகிறது. இந்த வகுப்புகள் 17 வருடங்களைக் கடந்து உறுதியாகவும் பயணிக்கிறது.

இதன் ஆசிரியர்கள் அனைவரும் தன்னார்வலர்கள். இவர்களில் பலரும் ஆசிரியப் பயிற்சி பெற்றவர்களில்லை; ஆனால் இளைய சமுதாயத்திற்குத் தாய்மொழியைக் கற்றுக் கொடுப்பதை விரும்பிச் செய்பவர்கள். இதன் அமைப்பாளர்களில் யாரும் தமிழ்ப் பண்டிதர்களில்லை. ஆனால் தமிழின்பால் பற்றுடையவர்கள். 125 மாணவர்கள் இந்த வகுப்புகளில் தமிழ் கற்றுவருகிறார்கள்.

வெளிநாடுகளில் வாழும் சிறுவர்கள் அன்னியக் கலாச்சாரத்தைச் சுவாசிக்கிறார்கள்; ஆங்கிலம் வழி கற்கிறார்கள்; காலப்போக்கில் தாய்மொழியை வீட்டு மொழியாகப் பயன்படுத்துவதைப் படிப்படியாகக் குறைத்துவிடுகிறார்கள். ஹாங்காங் இந்திய மாணவர்களும் அப்படித்தான். அவர்கள் தத்தமது தாய்மொழியை ஒரு பாடமாகக் கற்கிற வாய்ப்பு இங்கு மிகக் குறைவுதான். இந்தியர்களும் பாகிஸ்தானியர்களும் நேப்பாளிகளும் அதிகமாகப் பயிலும் எல்லிஸ் கடோரி என்கிற அரசுப் பள்ளியில் இந்தியும் உருதும் கற்பிக்கப்படுகின்றன. குரு கோவிந்த சிங் கல்வி அறக்கட்டளை சீக்கிய மாணவர்களுக்குப் பஞ்சாபி கற்பிக்கிறது. இவற்றைத் தவிர ஹாங்காங்கில் முறையாகக் கற்பிக்கப்படும் இந்திய மொழிக் கல்வி என்கிற பெருமை இந்தத் தமிழ் வகுப்பையே சேரும்.

கிழக்கும் மேற்கும் சந்திக்கிற புள்ளியாக ஹாங்காங் எப்போதும் கருதப்பட்டுவந்திருக்கிறது. இங்கு சீனக் கலாச்சாரத்தோடு வளர்ந்த நாடுகளின் வசதிகளும் உள்கட்டமைப்பும் இணைந்து விளங்குகின்றன. ஹாங்காங்கின் மக்கள் தொகை 76 இலட்சம். இதில் சுமார் 92 சதவீதம் பேர் சீனர்கள்தாம். வெளிநாட்டினரில் ஃபிலிப்பைன்ஸினர், இந்தோனேசியர் மற்றும் ஆங்கிலேயர்களுக்கு அடுத்தபடியாக சுமார் 38,000 இந்தியர்கள் வசிக்கிறார்கள். இன்னும் நேபாளம், தாய்லாந்து, பாகிஸ்தான் மக்களும் ஹாங்காங்கின் பன்முகக் கலாச்சாரத்தில் பங்கு பெறுகிறார்கள். எல்லாச் சமூகத்தினரும் தமது அடையாளங்களைப் பேண முடிகிறது. ஹாங்காங் இந்தியர்களிடையே தமிழர்களின் எண்ணிக்கை சிந்திகளையும் குஜராத்திகளையும்விடக் குறைவு. ஹாங்காங்கில் தமிழர்களின் எண்ணிக்கை கிட்டத்தட்ட இரண்டாயிரமாக இருக்கலாம் என்பது ஒரு மதிப்பீடு. 25 ஆண்டுகள் முன்புவரை கணிசமான தமிழர்கள் நவரத்தின வணிகத்தில் ஈடுபட்டிருந்தனர். பின்னால் வந்தவர்கள் நிதி, வங்கி, தகவல் தொழில்நுட்பம் முதலான துறைகளில் பணியாற்றுகிறார்கள்.

இந்தச் சிறிய தமிழ்ச் சமூகத்தினரிடமிருந்துதான் 125 மாணவர்கள் வாரம்தோறும் தமிழ் வகுப்புகளுக்கு வருகிறார்கள். ஹாங்காங்கில் உள்ள ஆரம்பப் பள்ளிக்குச் செல்லும் தமிழ்க் குழந்தைகளில் பெரும்பாலானோர் இந்த வகுப்புக்கு வருகிறார்கள். ஆனால், YIFC கல்விக் கழகத்திற்கு இந்த இடத்திற்கு வந்து சேர்வது அத்தனை எளிதாக இருக்கவில்லை. இது ஒரு புது முயற்சியாக இருந்தபடியால் இந்த வகுப்புகளின் அமைப்பாளர்களுக்கு, எந்த ஒரு முன்மாதிரியோ, வழிகாட்டுதலோ இல்லாமல் இருந்தது.

பில் பிரைசனின் A Short History of Nearly Everything பிரபலமான புத்தகம். அதில் பிரைசன், எளிய மொழியில் அறிவியல் கூறுகளை விளக்குவார். இந்த நூலில் சிக்கலான வாசகங்கள் இராது; கடினமான சூத்திரங்கள் இராது. நகைச்சுவை மிளரப் பிரபஞ்சத்தின் பிறப்பு, உலகத்தின் உருவாக்கம் என்று நம்மை நடத்திக்கொண்டு செல்வார். பரிணாம வளர்ச்சி, தனிமங்களின் கண்டுபிடிப்பு என்று பல அம்சங்களைப் பற்றிக் கூறுவார். புத்தகத்தின் முதல் வாக்கியமே நம்மைக் கவர்ந்துவிடும். அது இப்படி இருக்கும்: "நல்வரவு! வாழ்த்துகள்! நீங்கள் இதுவரை வர முடிந்தது என்னை மிகுந்த மகிழ்ச்சியில் ஆழ்த்துகிறது. இந்த இடத்திற்கு வந்து சேருவது அத்துணை எளிதானதல்ல. எனக்குத் தெரியும். நீங்கள் நினைப்பதைவிட அது கடினமானதாக இருந்திருக்கும் என்றே நான் நினைக்கிறேன்."

இந்த வாக்கியம் நாம் ஒரு புதிய ஐபாட் அல்லது நுண்ணலை அடுப்பு அல்லது குளிர்சாதனப் பெட்டி வாங்கும்போது அதனுடன் தரப்படும் வழிகாட்டுக் கையேட்டின் தொடக்க வாசகத்தைப் போல் ஒலிக்கிறது. தொடர்ந்து எவ்வாறு கோடிக்கணக்கான அணுக்கள் மிகத் துல்லியமாகவும், நுணுக்கமாகவும் ஒன்று சேர்ந்து உங்களை - அதாவது அவரது புத்தகத்தைப் படிப்பவர்களை, அதாவது மனித குலத்தை - உருவாக்கியது என்று பிரைசன் சொல்கிறார். பிரைசன் மனித குலத்தின் பரிணாம வளர்ச்சிக்குச் சொல்வது ஹாங்காங் தமிழ் வகுப்புகளுக்கும் பொருந்தும். இந்தத் தமிழ் வகுப்பின் அமைப்பாளர்களும் ஆசிரியர்களும் பெற்றோர்களும் இளம் மாணவர்களும் இந்த இடத்திற்கு வந்து சேருவது அத்துணை எளிதானதாக இருக்கவில்லை. நீங்கள் நினைப்பதைவிட அது கடினமானதாக இருந்தது.

தமிழ் வகுப்புகள் 2004ஆம் ஆண்டு துவக்கப்பட்டதும், செய்தி செவிவழியாகப் பரவியது. 30 குழந்தைகள் சேர்ந்தார்கள். தமிழ்ச் சமூகத்தின் புரவலரான டாக்டர் ஜவஹர் அலி, அவருடைய உணவகத்தில் சனிக்கிழமை மதியம்தோறும் இடமளித்தார். இன்றைக்கு டாக்டர் அலி அமரராகிவிட்டார். 'அலாடின் கார்மே' என்ற அவருடைய உணவகம் 'சுன் கிங் மேன்ஷன்ஸ்' என்ற கட்டிடத்தின் ஒன்பதாவது தளத்தில் இருந்தது. சுன் கிங் மேன்ஷன்ஸ் தெற்கு ஆசியர்கள், மத்திய கிழக்கினர், நைஜீரியர்கள் மற்றும் ஐரோப்பியர்கள் சந்திக்கும் இடமாக இருந்து வருகிறது. அந்தப் பதினேழு மாடிக் கட்டிடத்தில் ஐந்து தொகுதிகள் உள்ளன. ஒவ்வொரு தொகுதிக்கும் இரண்டு மின் தூக்கிகள் மட்டுமே. சுன் கிங் கட்டிடம் ஐம்பது வருடங்களுக்கு முன்பு, அன்றைய காலகட்டத்தின் தேவைகளைக் கருத்தில் கொண்டு

கட்டப்பட்டிருந்தது. ஆனால், இன்று அதைப் பயன்படுத்துவோரின் எண்ணிக்கை பல மடங்கு அதிகமாகிவிட்டது.

ஹாங்காங் சீனப் பல்கலைக்கழகத்தின் மானுடவியல் பேராசிரியர் கோர்டன் மாத்யூஸ், ஒவ்வொரு ஆண்டும் குறைந்தது 120 நாடுகளைச் சேர்ந்த மக்கள் சுன் கிங் மான்ஷன்ஸிற்கு வந்து போகிறார்கள் என்று மதிப்பிட்டிருக்கிறார். அதன் காரணமாக மின்தூக்கியில் ஏறுவதற்கு ஒருவர் மிக நீண்ட வரிசையில் காத்திருக்க வேண்டும். தமிழ் வகுப்பின் ஒருங்கிணைப்பாளர்கள் குழந்தைகளை சுன் கிங் மேன்ஷன்ஸ் வாயிலிலிருந்து அழைத்து வந்து மின்தூக்கியில் ஏற்றி, தற்காலிக வகுப்பறையில் இருத்தி, பின் வகுப்பு முடிந்த பின்பும் இதேபோல் மேன்ஷன்ஸ் வாயிலில் உள்ள நேத்தன் சாலைவரை அழைத்துச் செல்வார்கள்.

முதன் முதலாக வகுப்பு தொடங்கியபோது, மாணவர்கள் அட்டைகளை மடியில் வைத்துக்கொண்டு அதன் மீது எழுதினார்கள். பின்பு உணவகத்தின் மேசைகள் மாற்றி அமைக்கப்பட்டன. ஆசிரியர்களும் மாணவர்களின் நோட்டுப் புத்தகங்களிலேயே பாடங்களையும் பயிற்சிகளையும் எழுதிக் கொடுத்தார்கள். பின்னர் மார்க்கர் பேனாவுடன் கூடிய வெள்ளைப் பலகைக்கு மாறினார்கள். உணவகத்தின் ஒரு சிறிய பகுதியில் தொடங்கிய வகுப்புகள் பின்னர் சமையலறையைத் தவிர எல்லா இடங்களையும் ஆக்கிரமித்தன. மாணவர்களின் எண்ணிக்கையும் அதிகரித்தது. இடப்பற்றாக்குறை காரணமாக மாணவர்கள் சேர்க்கை ஒரு கட்டத்தில் நிறுத்தப்பட்டது.

கூடுதல் வகுப்பறைகளுக்கான அவசியம் உணரப்பட்டது. 2007இல் *Democratic Alliance For Betterment of Hong Kong* (டி.ஏ.பி) என்ற அரசியல் கட்சியின் உதவியுடன் யாவ் மாவ் தை-யில் உள்ள நியூமேன் கத்தோலிக்கக் கல்லூரியில் நான்கு வகுப்பறைகள் கிடைத்தன. நீண்ட தாழ்வாரங்கள், விசாலமான வகுப்பறைகள், பல்லூடக வசதிகள், இருக்கைகளுக்கு நடுவே நடந்து செல்ல இடம் என எல்லாம் ஒரே சமயத்தில் கிடைத்தது. கனவு நனவானதுபோல் இருந்தது. நான்காம் ஆண்டு 56ஆக இருந்த மாணவர்களின் எண்ணிக்கை அடுத்த ஆண்டு 70ஆக உயர்ந்தது. நியூமேன் கத்தோலிக்கக் கல்லூரி நிர்வாகம் தமிழ் வகுப்புகள் நடத்த ஆறு ஆண்டுகள் இடம் அளித்தது. வகுப்புகளைத் தவிர பெற்றோர்-ஆசிரியர் சந்திப்புகள், பொங்கல், ரம்ஜான் புத்தாண்டுக் கொண்டாட்டங்கள், சிறப்புக் கூட்டங்கள் போன்றவையும் பள்ளி வளாகத்திலேயே நடந்தன.

மார்ச் 2013இல் நியூமேன் நிர்வாகம் YIFC கல்விக் கழகத்தினரை அழைத்து. பள்ளியின் பராமரிப்பு, மராமத்து, அபிவிருத்திப்

பணிகளுக்காக அவர்களது வகுப்பறைகளை இனித் தமிழ் வகுப்புகளுக்காகத் தர இயலாது என்றும், அடுத்த கல்வியாண்டில் புதிய இடத்திற்கு மாறிக்கொள்ளும்படியும் சொன்னது. இது அமைப்பாளர்கள் முற்றிலும் எதிபாராதது. பத்தாம் ஆண்டில் அடியெடுத்து வைக்கும் நேரத்தில் தலை சுற்றியது. என்றாலும் யாரும் தளர்ந்துவிடவில்லை. மீண்டும் டி.ஏ.பி. உதவிக்கு வந்தது. இந்த முறை டி.கே.டி.எஸ் பாங்-சுயூ-ச்யூன் பள்ளி வளாகத்தில் வகுப்பறைகளைப் பெற்றுத் தந்தார்கள். பிப்ரவரி 2013ஆம் ஆண்டு முதல் தமிழ் வகுப்புகள் இங்கு நடந்துவருகின்றன.

கடந்த இரண்டு ஆண்டுகளுக்கும் மேலாக ஹாங்காங்கின் இயக்கம் கொரோனாவால் முடங்கியிருக்கிறது. பல அலுவலகங்களும் பள்ளிகளும் இணையத்திற்கு மாறின. ஹாங்காங் தமிழ் வகுப்பும் இந்த வழியைப் பின்பற்றியது. ஒவ்வொரு சனிக்கிழமை மாலை மூன்று மணிக்கு ஒவ்வொரு வகுப்பின் ஆசிரியரும் மாணவர்களும் கணினியின் முன் இருப்பார்கள். ஒவ்வொரு வகுப்பிலும் ஒரு அமைப்பாளரும் சேர்ந்துகொள்வார். மாணவர்கள் ஆறு நிலைகளாகப் பிரிக்கப்பட்டு ஒவ்வொரு நிலைக்கும் இரண்டு தன்னார்வ ஆசிரியர்கள் பணியாற்றுகிறார்கள். இந்த வகுப்புகளின் முன்னாள் மாணவர்கள் - இப்போது பள்ளி இறுதி ஆண்டிலும் கல்லூரியிலும் பட்டிப்பவர்கள் - ஆசிரியர்களுக்கு உதவுகிறார்கள். தமிழ் வகுப்பின் அமைப்பாளர்கள் பதின்மர். இவர்கள் அனைவரும் தங்களது நேரத்தையும், சக்தியையும் தமிழ் வகுப்பிற்காகச் செலவிடுகிறார்கள். எந்தப் பிரதிபலனும் எதிர்பார்க்காமல் கடுமையாக உழைக்கிறார்கள். ஹாங்காங் தமிழ்ச் சமூகத்தைப் போலவே தமிழ் வகுப்புகளிலும் இந்துக்களும் இஸ்லாமியர்களும் நல்லிணக்கம் பேணுகிறார்கள்.

சுவர் இருந்தால்தான் சித்திரம் தீட்ட முடியும். அந்தச் சுவர்தான் உள்கட்டமைப்பு. அதாவது வகுப்பறைகளும் இன்னபிற வசதிகளும்; இது மெதுவாக உருக்கொண்டது. உள்ளடக்கம்தான் சித்திரம். அதாவது பாடத்திட்டம். அதுவும் வளர்ந்துள்ளது. மாணவர்கள் வெவ்வேறு வயதினராக இருந்தனர். அவர்களுடைய மொழி அறிவைக் கருத்தில் கொண்டபோது, ஒரே வயதுள்ள குழந்தைகளை ஒரு வகுப்பில் சேர்ப்பது சாத்தியமாக இல்லை. ஆரம்பகாலத்தில் பிள்ளைகளின் மொழித்திறனை அளவுகோலாகக் கொண்டே வகுப்புகள் பிரிக்கப்பட்டன. காலப்போக்கில் இந்தப் பிரச்சினைகளைத் தீர்த்திருக்கிறார்கள். ஒவ்வொரு குழந்தையும் சரியான வயதில் முதல் வகுப்பில் சேருவதால் ஒரே வயதுள்ள குழந்தைகளே அந்தந்த நிலையில் பயில்கிறார்கள். மாணவர்களை வெவ்வேறு நிலைகளாகப் பிரித்த பிறகு பாடத்திட்டத்தின் தேவை உணரப்பட்டது.

வகுப்புகள் ஆரம்பிக்கப்பட்டபோது குறிப்பிட்ட பாடத்திட்டம் இல்லை. எழுத்துக்கள், வார்த்தைகள், வாக்கியங்கள் எல்லாவற்றையும் ஆசிரியர்கள் நோட்டுப் புத்தகங்களில் எழுதி, அதைப்பார்த்து மாணவர்கள் எழுதினார்கள். பிற்பாடு தமிழ்நாட்டுப் பாடநூல்களின் ஒளிநகல்கள் பயன்படுத்தப்பட்டன. பல்வேறு பாடத்திட்டங்களைப் பரிசீலித்த பிறகு சிங்கப்பூரின் தமிழ்ப் பாடப் புத்தகங்கள், பல்வேறு கலாச்சாரம், பல இனங்களைக் கொண்ட சமுதாயத்திற்காக உருவாக்கப்பட்டிருந்ததை உணர முடிந்தது. அதனால் அவை ஹாங்காங் சூழலுக்கும் பொருத்தமானதாக இருந்தன. இரண்டாம் ஆண்டுமுதல், அதாவது 2005ஆம் ஆண்டுமுதல் சிங்கப்பூரின் 'தமிழோசை' நூல்களையே மிகுதியும் பயன்படுத்துகிறார்கள். கூடவே, தமிழகத்தில் தனியார் நிறுவனங்கள் வெளியிட்டிருக்கும் பயிற்சிப் புத்தகங்களையும் இலக்கண நூல்களையும் பயன்படுத்துகிறார்கள்.

இன்னொரு பிரச்சினையும் இருந்தது. இந்தியாவில் மொழியைப் படிப்பதில் எழுதும் திறனுக்கே மிகுந்த முக்கியத்துவம் கொடுக்கப்படுகிறது. ஆனால், மொழி அறிவு நான்கு முக்கியத் திறன்களை உள்ளடக்கியது. அதாவது, கேட்டல், பேசுதல், வாசித்தல், எழுதுதல் ஆகியன. ஹாங்காங் பள்ளிகளில் படிக்கும் மாணவர்களுக்கு இவ்வகையான மொழிக்கல்வியே போதிக்கப்படுகிறது. மாணவர்கள் இந்த நான்கு திறன்களிலும் தேர்ந்து, முழுமையான மொழியறிவு பெற வழிவகை செய்கிறது.

ஹாங்காங் தமிழ் மாணவர்கள் ஆங்கிலத்தையும் பிற மொழிகளையும் இந்த முறையிலேயே படிக்கிறார்கள். அதனால் தமிழையும் இதே முறையில் பயில விரும்பினார்கள். இந்த முறைக்கு ஏற்றாற்போல் பாடத்திட்டம் அமைக்கப்பட்டது. இது மனப்பாடம் செய்யும் முறை அல்ல. வகுப்புகள் இறுதித் தேர்வை மட்டும் குறிக்கோளாகக் கொண்டவையல்ல. வாய்மொழித் தேர்வுகளும் சொல்லி எழுதும் தேர்வுகளும் உண்டு. வகுப்பறையில் குழந்தைகளின் திறன் தொடர்ந்து பரிசீலிக்கப்படுவதால் ஆண்டிறுதியில் வரும் எழுத்துத் தேர்வின் முக்கியத்துவம் குறைக்கப்படுகிறது.

மாணவர்களின் தமிழ்க் கல்விக்கே முக்கியத்துவம் வழங்கப்பட்டதால் புறமே நடத்தப்படும் தேர்வுகளில் அமைப்பாளர்கள் ஆர்வம் காட்டவில்லை. ஆனால் பலருக்கும் இது ஒரு குறையாக இருந்தது. நமது பிள்ளைகளின் கல்வித் தரத்தை வேறு உரைகல்களில் உரசிப்பார்க்க வேண்டும் என்று அவர்கள் விரும்பினார்கள். தமிழக அரசின் தமிழ் இணையக் கல்விக் கழகம் (TVA) மூலம் ஆரம்பக் கல்வி (சான்றிதழ்), உயர் நிலை

(மேற்சான்றிதழ்), பட்டயம், பட்டம் என்று பல நிலைகளில் தமிழைக் கற்க முடியும். ஹாங்காங் YIFC கல்விக் கழகம், தமிழ் இணையக் கல்விக் கழகத்தில் தேர்வு மையமாகப் பதிவு செய்துகொண்டது. 2016 முதல் விருப்பமுள்ள மாணவர்கள் இணையக் கல்விக் கழகத்தின் தேர்வையும் எழுதுகிறார்கள். 2021ஆம் ஆண்டு ஆரம்பக் கல்வியின் அடிப்படை, இடைநிலை, மேல்நிலை ஆகிய தேர்வுகளை எழுதியவர்களின் எண்ணிக்கை முறையே 19, 12, 8. தேர்ச்சி விகிதம் இதுவரை எல்லா ஆண்டுகளிலும் 100%.

ஆக, சுவர் கட்டியாகிவிட்டது, சித்திரமும் வரைந்தாகிவிட்டது. கொரோனாக் காலத்திலும் வகுப்புகள் நிற்கவில்லை. கடந்த 17 ஆண்டுகளில் வெகு அபூர்வமாகவே சனிக்கிழமை வகுப்புகள் ரத்து செய்யப்பட்டிருக்கின்றன. ஆள்பலமோ பணபலமோ பெரும் செல்வாக்கோ இல்லாத சிறுபான்மையினரின் அமைப்பொன்று அன்னிய நாட்டில் தாய்மொழியைப் பயிற்றுவித்துவருகிறது. இதற்குத் தங்கள் நேரத்தையும் உழைப்பையும் செலவிடும் ஆசிரியர்களும் அமைப்பாளர்களும் ஒரு காரணம். தமிழ் படித்தால் பொருளீட்ட முடியுமா என்று கேட்காமல் தங்கள் பிள்ளைகளை இந்த வகுப்புகளுக்கு அனுப்பிவைக்கும் பெற்றோர்கள் ஒரு காரணம். சுயவிருப்போடும் ஆர்வத்தோடும் தமிழ் கற்கும் மாணவர்கள் முக்கியமான காரணம். இந்தத் தமிழ் வகுப்பின் வெற்றிக்குப் பின் இன்னொரு காரணமும் உள்ளது. அது ஹாங்காங் சமூகம் சிறுபான்மையினரான தமிழ் இனத்திற்கு வழங்கிவரும் ஆதரவு. இந்த வகுப்புகள் வருங்காலங்களில் தமது தொடர்ச்சியாலும் வளர்ச்சியாலும் உலகத் தமிழர்களின் கவனத்தை ஈர்க்கும்.

இந்தத் தமிழ் வகுப்பின் அமைப்பாளர்களுக்கும் ஆசிரியர்களுக்கும் மாணவர்களுக்கும் பெற்றோர்களுக்குமான செய்தியை, எழுத்தாளர் பில் பிரைசனின் வார்த்தைகளில் இப்படிச் சொல்லலாம். "வாழ்த்துகள்! நீங்கள் இதுவரை வர முடிந்தது என்னை மிகுந்த மகிழ்ச்சியில் ஆழ்த்துகிறது. இந்த இடத்திற்கு வந்து சேருவது அத்துணை எளிதானதல்ல. நீங்கள் கடந்து வந்த பாதை கடினமானதுதான்."

பிரைசனின் வார்த்தைகளோடு நான் மேலும் சேர்த்துக்கொள்வேன்: "நீங்கள் இதில் திருப்தி அடைந்துவிடக் கூடாது. தொடர்ந்து முன்னோக்கிச் செல்ல வேண்டும்"

காக்கைச் சிறகினிலே, ஜூன் 2022
இந்து தமிழ் திசை, 11.8.14 & 30.6.19
திண்ணை.காம், 6.2.05

14

செய்யும் தொழிலே தெய்வம்

2019இல் ஒன்றிய அரசின் புள்ளிவிவர அமைச்சகம் ஓர் அறிக்கை வெளியிட்டது. அது 2017-18 காலகட்டத்தில் இந்தியாவில் நிலவிய தொழிலாளர் எண்ணிக்கையையும் வேலைவாய்ப்பையும் மதிப்பிட்டது. அதற்கு முந்தைய அறிக்கை 2012இல் வெளியானது. அப்போது வேலைக்குச் செல்பவர்களில் தொழிலாளர்களின் பங்கு 55.5%ஆக இருந்தது. இரண்டாவது அறிக்கையில் அது 49.7%ஆகக் குறைந்துவிட்டது. ஒருபுறம் மக்கள்தொகை நாள்தோறும் பெருகிவருகிறது. மறுபுறம், 2012இல் 46.77 கோடியாக இருந்த தொழிலாளர் எண்ணிக்கை, 2018இல் 46.15 கோடியாகக் குறைந்துவிட்டது. இரண்டாவது அறிக்கை தரும் இன்னொரு விவரம் 15 முதல் 29 வயது வரையிலான இளைஞர்களில் 17.8% பேருக்கு வேலையில்லை. இது முந்தைய கால அளவைவிட அதிகம். அதாவது ஒரு பக்கம் வேலையின்மை அதிகரிக்கிறது. இன்னொரு பக்கம் தொழிலாளர் எண்ணிக்கை குறைகிறது. தொழிலாளர்கள் அதிகமாக உற்பத்தியில் பங்கு கொண்டால் அதன் மூலம் வேலையின்மையைக் கணிசமாகக் குறைக்க முடியும். ஆனால் அப்படி நடக்கவில்லை. ஏன்?

நமது நாட்டில் சமத்துவமின்மை என்பது சாதிகளில் மட்டுமல்ல; அது பல்வேறு விஷயங்களிலும் கிளை பரப்பியிருக்கிறது. நம் சமூகம் உடலுழைப்பைத் தாழ்வானதாகவும் மூளையுழைப்பை மேலானதாகவும் கருதுகிறது. எல்லோரும் தத்தமது

மு. இராமனாதன்

பிள்ளைகள் ஆடை கசங்காமல் அலுவலகங்களில் பணிபுரிய வேண்டுமென்றுதான் விரும்புகிறார்கள். இந்த ஏற்றத்தாழ்வைச் சாதாரணமானதாகக் கருதும் மனோபாவத்தால் நாம் இழப்பது ஏராளம்.

எனது சமீபத்திய அனுபவத்துடன் தொடங்கலாம். நண்பரொருவர் தென் தமிழகத்தின் சிறு நகரமொன்றில் வீடு கட்டிக்கொண்டிருந்தார். அதைக் காட்டுவதற்கு என்னை அழைத்துப் போனார். ஒப்பந்தக்காரர் பொறியியல் படித்த ஓர் இளைஞரைப் பணிக்கு அமர்த்தியிருந்தார். அங்கு பணியாற்றிய கொத்தனார்கள், தச்சர்கள், கொல்லர்கள், சிற்றாள்கள் எல்லோரும் இளைஞரை 'சார்' என்று அழைத்தார்கள். இளைஞர் தொழிலாளர்களைப் பெயர் சொல்லி அழைத்தார். தொழிலாளர்கள் வயதில் மூத்தவர்கள். கட்டிட அறிவிலும் அனுபவத்திலுங்கூட மூத்தவர்கள். அதனாலென்ன? இளைஞர் படித்தவர். அதனால் மரியாதைக்குரியவர். கைகளில் அழுக்குப் படாமல் ஆற்றுகிற பணி அவருடையது. ஆகவே உயர்ந்தது. கட்டிடத் தொழிலாளர்கள் படிக்காதவர்கள். அவர்கள் கைகளில் அழுக்குப் புரளும். அவர்கள் பணி உடலுழைப்பைக் கோருவது. ஆகவே தாழ்வானது. இதுதான் நமது சித்தாந்தம்.

இந்த இடத்தில் எனது ஹாங்காங் அனுபவமொன்றை ஒப்பிட்டுப் பார்க்கலாம். நான் ஹாங்காங் போய்ச் சில மாதங்களே ஆகியிருந்தபோது நடந்த சம்பவமிது. புகழ்பெற்ற மருத்துவமனை ஒன்று சுங் கான் வோ என்ற மலைப்பாங்கான இடத்தில் இருந்தது. அந்தப் பகுதிக்கு மெட்ரோ ரயில் அப்போது வரவில்லை. குவுன் டாங் என்கிற இடத்தில் இருந்து 16 பேர் அமரக்கூடிய சிற்றுந்தில் செல்ல வேண்டும். மருத்துவமனை வளாகத்தினுள் தாதியர் விடுதியொன்று கட்டப்பட்டது. அதை மேற்பார்வையிடுகிற வேலை எனக்குத் தரப்பட்டது. கட்டுமானத்தோடு தொடர்புடைய அனைவரின் பயன்பாட்டிற்குமாக ஓர் அலுவலகம் ஒதுக்கப்பட்டது. அதில் ஒரு சமையலறையும் இருந்தது. ஒரு பணிப்பெண் இருந்தார். காலையில் அலுவலகத்தைத் துப்புராவாக்குவார்; மேசை நாற்காலிகளைத் துடைப்பார், அலுவலர்களுக்குத் தேநீர் தயாரிப்பார். பிறகு குவுன் டாங் செல்வார். சமையல் பொருட்கள் வாங்கி வருவார். சமைப்பார்.

முதல் நாள் மதியம் எனக்கு ஒரு ஆச்சரியம் காத்திருந்தது. வட்ட வடிவ மேசை. மையத்தில் சோறும் காய்கறிகளும் இறைச்சியும் வைக்கப்பட்டிருந்தன. கட்டுமானப் பிரிவின் அலுவலர்கள் சுற்றி அமர்ந்திருந்தனர். அவரவர்கள் தத்தமது கிண்ணத்தில் பரிமாறிக்கொண்டனர். மேசையின் ஒரு பக்கம் கட்டுமானப் பிரிவின் மேலாளர் அமர்ந்திருந்தார். அவர் பெயர்

டாங். அது குடும்பப் பெயர். டாங் சாங் என்று அழைப்பார்கள். திருவாளர் டாங் என்று பொருள்படும். மேசையின் மறுபக்கம் பணிப்பெண் அமர்ந்திருந்தார். அவரது பெயர் சின். சின் தாய் என்று அழைப்பார்கள். திருமதி சின் என்று பொருள். ஊழியர்கள் எல்லோரும் ஒரே மேசையைச் சுற்றி அமர்ந்து உண்டார்கள்.

மரியாதைக்கு முக்கியத்துவம் தரும் மொழி சீனம். எல்லாக் குடும்பப் பெயர்களையும் மரியாதைப் பின்னொட்டுடன்தான் விளிப்பார்கள். மொழியில் பொதிந்திருக்கும் பண்பாடு வாழ்க்கையிலும் தொனிக்கும். வகிக்கும் பதவியால் தாழ்ச்சியோ உயர்ச்சியோ வருவதில்லை.

அடுத்த நாள் மாலை குவுன் டாங் நிலையத்தில் ரயிலேறுவதற்கு முன் நடைமேடையில் எனக்கு இன்னொரு ஆச்சரியம் காத்திருந்தது. அன்னா லியுங் இளம் பெண். பொறியியல் கணக்கீட்டாளர். மருத்துவமனையின் கட்டிடப் பிரிவில் பணியாற்றினார். அன்னா ஓர் இளைஞரின் கைகளைக் கோர்த்துக்கொண்டு நின்றிருந்தார். அந்த இளைஞரின் முகமும் எனக்கு அறிமுகமானதாகத்தான் இருந்தது. புதிரை அன்னாவே விடுவித்தார். இளைஞரின் பெயர் வில்சன் லாம். வில்சன் தாதியர் விடுதிப் பணித்தலத்தில் கொல்லராக வேலை பார்க்கிறார். கணினியின் முன் சதா கணக்குப்போடும் அன்னாவுக்கும் கம்பிகளை வளைக்கும் வில்சனுக்கும் காதல் மலரும் என்பதை நம்புவது எனது தமிழ் மனதுக்குச் சிரமமாக இருந்தது.

ஹாங்காங்கில் அவரவர்க்கு அவரவர் செய்யும் பணி மேலானது. அதே நேரத்தில் அடுத்தவரின் பணி தாழ்வானதும் அல்ல. கருமமே கண்ணாயிருப்பார்கள். காலத்தைப் பொன்னெனப் போற்றுவார்கள். பணியில் திறன் மிக்கவர்களாக இருப்பார்கள். செய்யும் தொழில் ஒருவரது அந்தஸ்தை நிர்ணயிக்காது.

ஆனால் நாம் நேர்மாறானவர்கள். சமீபத்தில் ஒரு திருமணத்திற்குப் போயிருந்தேன். பெரிய அரசு அதிகாரி ஒருவர் காரில் வந்தார். ஓட்டுநர் முதலில் அதிகாரிக்குக் கார்க் கதவைத் திறந்துவிட்டார். வீட்டார்கள் அவரைச் சுற்றிக்கொண்டார்கள். அடுத்து ஓட்டுநர் கடிகாரச் சுற்றுக்கு எதிர்த் திசையில் சுழன்றோடி காரின் மறுபக்கக் கதவைத் திறந்துவிட்டார். அதுவரை பொறுமை காத்த அதிகாரியின் மனைவி, இட்ட அடி நோகாமல் தரையில் பாதம் பதித்தார்.

கார் ஓட்டுவது ஒரு பணி. அதிகாரி செய்வதும் ஒரு பணி. அதிகாரி தன்னைப் பெரியோர் என்றும் ஓட்டுநரைச் சிறியோர் என்றும் நினைக்கிறார். அதிகாரியின் மனைவியும் அப்படியே நினைக்கிறார். அதனால்தான் கார்க் கதவைத்

தாங்களே திறந்துகொள்வது தங்களின் கௌரவத்திற்குக் குறைச்சல் என்று இருவரும் கருதுகிறார்கள். ஓட்டுனர் சிரம் தாழ்த்தித் திறந்துவிடும்வரை காத்திருக்கிறார்கள். பிள்ளைகள் தங்கள் மதிப்பீடுகளைப் பெற்றோரைப் பார்த்துத்தான் உருவாக்கிக்கொள்வார்கள். இந்த இணையரின் பிள்ளைகள் அவர்கள் வீட்டுக் காவல்காரரோடும் பணிப் பெண்ணோடும் எப்படி நடந்துகொள்வார்கள் என்று ஊகிப்பது கடினமில்லை.

செய்யும் தொழிலால் பாராட்டப்படும் ஏற்றத்தாழ்வு இந்தியாவில் ஒரு வினோதமான சூழலை உருவாக்கியிருக்கிறது. ஒரு பக்கம் வேலையின்மை. மறுபுறும் திறன் மிகுந்த தொழிலாளர்களுக்குப் பற்றாக்குறை. வெள்ளைக் காலர் வேலைதான் மேலானது என்று பலரும் நம்புவதால் காசைக் கொட்டிப் பலரும் தனியார் கல்லூரிகளில் படிக்கிறார்கள். தமிழகத்தில் மட்டும் 550க்கும் மேற்பட்ட பொறியியல் கல்லூரிகள் உள்ளன. இதில் பட்டம் பெறுகிற பல இளைஞர்களுக்கு அவர்தம் படிப்புக்கேற்ற வேலை கிடைப்பதில்லை. அதற்கான தகுதி அவர்களுக்கு இல்லை என்கிறார்கள் முன்னணி நிறுவனங்களின் மனிதவள மேலாளர்கள். மறுபுறம் நீலக் காலர் வேலையோடு உள்ள ஒவ்வாமை காரணமாக அதற்கு முறையான பயிற்சிகள் இல்லை.

சீனா இந்தப் பிரச்சினையை எப்படிக் கையாள்கிறது என்பதில் நமக்கான பாடமும் இருக்கிறது. சீனாவில் 96% பேர் படித்தவர்கள். பள்ளிப் படிப்புக் கட்டாயம். சிறப்பாகப் படிப்பவர்கள் பட்டப்படிப்பிற்குப் போவார்கள். மற்றவர்கள் தொழிற் பயிற்சிப் பள்ளிக்குப் போவார்கள். விருப்பமுள்ள தொழிலில் பயிற்சி பெறுவார்கள். உலகின் முன்னணித் தொழில் நிறுவனங்கள் பலவும் தங்கள் ஆலைகளைச் சீனாவில் நிறுவியிருக்கின்றன. அங்கு பள்ளிக் கல்வியும் தொழிற்பயிற்சியும் பெற்ற தொழிலாளர்கள் பணிபுரிகிறார்கள். உடலுழைப்பைக் கோரும் வேலைகளை அவர்கள் தரக்குறைவாக நினைப்பதில்லை. அதனால்தான் மேலாளர் டாங் சாங்கும் பணிப்பெண் சின் தாய்யும் ஒரே மேசையில் அமர்ந்து உணவருந்த முடிகிறது. அன்னாவும் வில்சனும் கைகோர்த்துக்கொண்டு நடக்க முடிகிறது.

நமது மனநிலை மாற வேண்டும். நாம் எல்லாத் தொழில்களையும் மதிக்க வேண்டும். இதை வீட்டிலிருந்து தொடங்க வேண்டும். பள்ளிகளில் பயிற்றுவிக்க வேண்டும். தொழிற் பயிற்சிப் பள்ளிகள் பெருக வேண்டும். திறன்மிக்க தொழிலாளிகளுக்குச் சென்ற இடமெல்லாம் சிறப்புச் சேரும். நாட்டில் வேலை வாய்ப்பு பெருகும். பொருளாதாரம் மேம்படும்.

***இந்து தமிழ் திசை*, 21.11.2019**

15

தைவானில் நெருப்பு அலைகள்

இந்தக் கால வரிசையைக் கொஞ்சம் கவனியுங்கள்...

ஜூலை 28, 2022: 'நெருப்போடு விளையாடாதீர்கள். பொசுங்கிப்போவீர்கள்!' சொன்னவர் சீன அதிபர் ஷி ஜிங்பிங். தொலைபேசியின் மறுமுனையில் இருந்தவர் அமெரிக்க அதிபர் ஜோ பைடன். எது நெருப்பு? தைவான் விவகாரம். எது விளையாட்டு? அமெரிக்க நாடளுமன்ற அவைத் தலைவர் நான்சி பெலோசி தைவான் போவதாகப் போட்டிருந்த திட்டம்.

ஜூலை 31: சிங்கப்பூர், மலேசியா, தென் கொரியா, ஜப்பான் ஆகிய ஆசிய நாடுகளுக்கு பெலோசி பயணம் போவார் எனும் செய்திக் குறிப்பை அவைத் தலைவரின் அலுவலகம் வெளியிட்டது. தைவானைப் பற்றிப் பேச்சு இல்லை.

ஆகஸ்ட் 1: பெலோசி சிங்கப்பூர் விஜயம்.

ஆகஸ்ட் 2 பகல்: பெலோசி கோலாலம்பூர் வருகை. தைவானுக்குப் போவாரா? அதிகாரப்பூர்வ அறிவிப்பு ஏதுமில்லை.

ஆகஸ்ட் 2 இரவு: பெலோசி தைவானின் தலைநகர் தைபை வந்திறங்கினார். நேரம் இரவு 10:43.

ஆகஸ்ட் 3: பெலோசி தைவான் அதிபர் சாய் இங் வென்னைச் சந்தித்தார். தைவானின் ஜனநாயகத்தைக்

காப்பதில் அமெரிக்கா துணை நிற்கும் என்றார். ஜப்பானுக்குப் பயணமானார். நேரம் மாலை 6 மணி.

ஆகஸ்ட் 4: இது அமெரிக்காவின் பொறுப்பற்ற, அறிவுக்குப் பொருந்தாத, பித்தேறிய செயல் என்று சாடியது சீனா. வார்த்தைகளோடு நிற்கவில்லை. தைவானைச் சுற்றிலுமுள்ள கடற்புரத்திலும் வான்வெளியிலும் ஏவுகணைகளைச் செலுத்தியது. போர்ப் பயிற்சிகளை மேற்கொண்டது. இது நான்கு நாட்களுக்குத் தொடரும் என்றும் அறிவித்தது. தைவான் கடற்பரப்பில் நீர்வழிப் போக்குவரத்தும் வான்வழிப் பயணங்களும் நின்றுபோயின. சில பொருளாதாரத் தடைகளையும் விதித்தது சீனா.

ஆகஸ்ட் 5: தென் சீனக் கடலில் நங்கூரமிடப்பட்டிருக்கும் ரீகன் எனும் அமெரிக்க விமானந்தாங்கிக் போர்க் கப்பலை இப்போதைக்குப் பின்வாங்கிக்கொள்ளும் திட்டம் இல்லை என்று அறிவித்தார் ஜோ பைடன்.

ஆகஸ்ட் 7: தைவானைச் சுற்றி ஆறு இடங்களில் தான் மேற்கொண்ட போர்ப் பயிற்சியைச் சீனா முடித்துக்கொண்டது. அதேவேளையில், அடுத்த ஒரு வாரத்திற்குக் கொரிய தீபகற்பத்தில் போர்ப் பயிற்சிகள் தொடரும் என்றும் அறிவித்தது. அமெரிக்காவுடன் நிகழ்த்தவிருந்த ராணுவப் பேச்சுவார்த்தைகள் சிலவற்றையும் ரத்துசெய்தது சீனா.

என்ன நடந்தது தைவானில்? தைவானைச் சுற்றியுள்ள கடற்பரப்பு எங்கும் நெருப்பலைகள் ஏன் உயர்ந்தன? சீனா ஏன் சினந்தது? தைவான் ஏன் எதிர்த்தது? இதில் அமெரிக்காவின் ஆர்வமும் பங்கும் என்ன? என்று வடியும் இந்தப் பதற்றம்?

இலையும் மரமும்

அகன்று கிளை பரப்பியிருக்கும் சீன மரத்தின் அருகில் ஒரு சிறிய இலையைப் போல் மிதக்கிறது தைவான் எனும் தீவு. சீனாவிற்கும் தைவானுக்கும் இடையே ஒரு நீரிணை. அதன் அகலம் வெறும் 100 கி.மீ. ஆனால், அங்கே அரசியல் அலைகளுக்கு எப்போதும் குறைவிருக்காது.

இப்போதுசீன ஏவுகணைகளின் பாய்ச்சலால் நெருப்பலைகள் உயர்கின்றன. 'தைவான் சீனாவின் ஒரு பகுதி. அது இடையில் பிரிந்தது; மீண்டும் இணைத்துக்கொள்வோம்' என்பதுதான் சீனாவின் நிலைப்பாடு. ஆனால், நாங்கள் சுயேச்சையானவர்கள், சீனாவிற்குக் கீழடங்கி வாழ நாங்கள் தயாரில்லை என்கிறது தைவான். இந்த உரசலின் வரலாறு நெடியது.

கிழக்கும் மேற்கும்

நெருப்புக் கடலில் மிதக்கும் தீவு

16ஆம் நூற்றாண்டில் தொடங்கலாம். அப்போது தைவான் சுயேச்சையாக இருந்தது. அந்த நூற்றாண்டின் இறுதியில் சீனாவின் 'சிங் சாம்ராஜ்ஜிய'த்தின் (Qing Dynasty) கீழ் வந்தது தைவான். இது 17ஆம் நூற்றாண்டின் இறுதிவரை நீடித்தது. முதலாவது சீன - ஜப்பான் யுத்தத்தில் (1894-95) சீனா தோல்வியுற்றது; சீனாவின் சிங் அரசு, தைவானை ஜப்பானுக்குத் தாரை வார்த்தது. தைவான், ஜப்பானிய ஏகாதிபத்தியத்தின் காலனியாக மாறியது.

1912இல் சீனாவில் மன்னராட்சி முடிவுக்கு வந்தது. கோமிங்டாங் கட்சி ஆட்சியைப் பிடித்தது. அந்த அரசுக்கு 'சீனக் குடியரசு' (Republic of China-ROC) என்று பெயர். அப்போதும் தைவான் ஜப்பானியக் காலனியாகத்தான் இருந்தது. 1937இல் ஜப்பான் மீண்டும் சீனாவின் மீது போர் தொடுத்தது. இதுதான் இரண்டாவது சீன ஜப்பானிய யுத்தம். இது இரண்டாம் உலகப் போர் (1939-45) முடிவுக்கு வரும்வரை நீடித்தது. இரண்டாம் உலகப் போரில் சீனா, நேச நாடுகளின் (அமெரிக்கா - பிரிட்டன் - ரஷ்யா) கூட்டணியில் இருந்தது. ஜப்பான், அச்சு நாடுகளின் (ஜெர்மெனி - இத்தாலி) கூட்டணியில் இருந்தது. நேச நாடுகள் வென்றன. 1945இல் ஜப்பான் சரணடைந்தது, தைவானிலிருந்தும் வெளியேறியது. சீனக் குடியரசு (ROC) தனது ஆட்சிக் கரங்களைத் தைவானுக்கு நீட்டித்துக்கொண்டது.

சீனக் கம்யூனிஸ்ட் கட்சி 1921இல் உருவானது. 1927இல் செம்படையைக் கட்டியது. மா சேதுங் அதன் தளபதியானார். செம்படை, கோமிங்டாங் ராணுவத்தை எதிர்த்தது. இடைக்கால ஏற்பாடாக 1937இல் கம்யூனிஸ்ட் கட்சியின் செம்படையும் கோமிங்டாங் கட்சியின் அரசபடையும் இணைந்து, பொது எதிரியான ஜப்பானை எதிர்கொண்டன. இது ஜப்பான் தோல்வியடைந்த 1945வரை நீடித்தது. அதன் பிறகு செம்படை தனது துப்பாக்கிகளை கோமிங்டாங் படைக்கு எதிராகத் திருப்பியது. உள்நாட்டு யுத்தம் உக்கிரமானது. 1949இல் கம்யூனிஸ்ட் கட்சி வென்றது; 'மக்கள் சீனக் குடியர'சை (People Republic of China- PRC) நிறுவியது.

கோமிங்டாங் கட்சியினரும் அதன் தலைவர் சியாங் கை ஷேக்-உம் தைவானுக்குத் தப்பியோடினார்கள். இயன்றவரை சீனாவின் பொன்னையும் பொருளையும் அள்ளிக்கொண்டும் போனார்கள். தைவானில் தங்கள் ஆட்சியை நிறுவினார்கள். தங்கள் அரசுக்குச் 'சீனக் குடியரசு' (ROC) என்றே பெயரையே நீட்டித்தார்கள். இந்த ஆட்சி சில மாதங்களே தாக்குப்பிடிக்கும்

என்று அப்போது கருதப்பட்டது. ஆனால், கொரிய யுத்தம் கணக்குகளை மாற்றிப்போட்டது.

ஒருங்கிணைந்த கொரியா 1910இலிருந்தே ஜப்பானிய ஏகாதிபத்தியத்தின் பிடியில் இருந்தது. இந்த நிலை 1945இல் இரண்டாம் உலகப் போரில் ஜப்பான் தோல்வியுறும்வரை நீடித்தது. போரில் வெற்றி ஈட்டிய அமெரிக்காவும் சோவியத் ஒன்றியமும் உலகின் பல நாடுகளை தத்தமது செல்வாக்குப் பகுதிகளாகப் பிரித்துக்கொண்டன. ஒன்றாக இருந்த கொரியா, வட கொரியா, தென் கொரியா என்று இரு நாடுகளாகப் பிரிக்கப்பட்டது. முன்னதில் சோவியத் ஒன்றியமும் பின்னதில் அமெரிக்காவும் செல்வாக்குச் செலுத்தின. 1950இல் இரண்டு கொரியாக்களுக்கும் இடையில் போர் மூண்டது.

வல்லரசுகள் இரண்டும் நேரடியாகப் போரில் இறங்கின. போர் உச்சத்திலிருக்கும்போது, வட கொரியாவிற்கு ஆதரவாகக் களம் இறங்கியது சீனா. இதைப் பலரும் எதிர்பார்க்கவில்லை. அமெரிக்கா முற்றிலும் எதிர்பார்க்கவில்லை. அப்போதுதான் கிழக்காசியாவில் காலூன்றுவதற்காக பிலிப்பைன்ஸிற்கும் ஜப்பானிற்கும் இடையில் உள்ள தைவானில் தனது ராணுவ தளத்தை நிறுவியது அமெரிக்கா. கிழக்காசியச் சமன்பாடுகள் என்றென்றைக்குமாக மாறிப்போயின. (1953இல் வெற்றி தோல்வியின்றி கொரிய யுத்தம் முடித்துக்கொள்ளப்பட்டது. எனினும் இன்றளவும் கொரிய எல்லையில் பதற்றம் முடிவுக்கு வரவில்லை. அது வேறு கதை).

இரண்டாம் உலகப் போர் முடிந்ததும், 1945இல் அமைக்கப்பட்ட ஐ.நா.வில் வீட்டோ அதிகாரமுள்ள பாதுகாப்புக் கவுன்சிலுக்கான ஐந்து இடங்களையும் நேச நாடுகள் பங்கு போட்டுக்கொண்டன. சீனாவை ஆண்டு வந்த கோமிங்டாங் கட்சியின் சீனக் குடியரசிற்கு (ROC) கவுன்சிலில் ஓர் இடம் கிடைத்தது. ஆனால், உள்நாட்டு யுத்தத்தில் தோற்று, 1949இல் அது தைவான் அரசாகச் சுருங்கிப்போன பிற்பாடும் அந்த இடத்தை கோமிங்டாங்கே அனுபவித்து வந்தது. இதற்கு மேற்கு நாடுகளின் சம்மதமும் இருந்தது.

அந்த இடம் அகண்ட சீனாவை ஆளும் கம்யூனிஸ்ட் கட்சியின் அரசுக்கு (PRC) வழங்கப்படுவதுதான் முறையானது என்று அப்போது குரல் கொடுத்த நாடுகளில் இந்தியா முதன்மையான இடத்தில் இருந்தது. 1971இல்தான் சீனக் கம்யூனிஸ்ட் கட்சியின் அரசு ஐ.நா.வின் நிரந்தர உறுப்பினராக அங்கீகரிக்கப்பட்டது. தைவான் (ROC) வகித்துவந்த பாதுகாப்புக் கவுன்சில் இடம் சீனாவிற்குக் (PRC) கை மாறியது. அது முதல் தைவானுக்கு ஐ.நா.வில்

இடம் இல்லாமல் ஆகியது. சீனா என்கிற பெயர் பெய்ஜிங்கைத் தலைநகராகக் கொண்ட கம்யூனிஸ்ட் கட்சி அரசுக்கு மட்டுமே உரித்தாகியது.

தைவானை அங்கீகரிக்கும் எந்த நாட்டுடனும் சீனா ராஜீய உறவு வைத்துக்கொள்வதில்லை. இதனால் அமெரிக்கா, இந்தியா உட்பட உலக நாடுகள் பலவற்றுக்கும் தைவானோடு ராஜீய உறவுகள் இல்லை. எனினும், பல நாடுகளும் தைவானோடு 'அலுவல் சாராத' உறவைப் பேணுகின்றன. இந்திய அரசின் 'இந்திய - தைபை சங்கம்' தைவானின் தலைநகர் தைபையில் இயங்குகிறது. ஒலிம்பிக் போட்டிகளிலும் உலக சுகாதாரம், உலக வணிகம் போன்ற அமைப்புகளிலும் தைவான் 'சீனத் தைபை' *(Chinese Taipei)* என்கிற பெயரில் பங்கெடுக்கிறது.

அமெரிக்கா - தைவான் உறவு

*1979*இல் அமெரிக்கா சீனாவுடன் ராஜீய உறவைத் தொடங்கியது. அதன் உடனிகழ்வாகத் தைவானுடனான ராஜீய உறவைக் கைவிட வேண்டிவந்தது. கூடவே, தைவான் சீனாவின் பகுதி எனும் 'ஒற்றைச் சீனா' கொள்கையையும் அங்கீகரித்தது. தைவானில் நிறுவியிருந்த தனது ராணுவ தளத்தையும் கலைத்தது. எனினும் தைவானுடன் 'அலுவல் சாரா' உறவைத் தொடர்ந்தது. இதற்காகத் தைவானுடன் ஓர் ஒப்பந்தம் மேற்கொண்டது.

தொடர்ந்து சில உறுதிமொழிகளையும் வழங்கியது. தைவானுக்கு அமெரிக்காவின் ஆயுத விற்பனை தொடரும், தைவானின் இறையாண்மையை அமெரிக்கா அங்கீகரிக்கும், சீனாவுடன் சமரசமாகப் போகுமாறு தைவானை வலியுறுத்தாது முதலானவை அந்த உறுதிமொழிகள். ஆகஸ்ட் *2022*இல் பெலோசி மேற்கொண்ட தைவான் விஜயம் அமெரிக்கா ஏற்றுக்கொண்ட ஒற்றைச் சீனா கொள்கைக்கு எதிரானது, இதை ஊக்குவிக்க முடியாது, ஆகவேதான் இந்தக் கடுமையான போர்ப் பயிற்சி எச்சரிக்கைகள் என்று கூறியது சீனா.

தைவான் அற்புதம்

1950 முதலாக ராணுவ உதவிகளை மட்டுமல்ல; பொருளாதார உதவிகளையும் தைவானுக்கு வாரி வழங்கியது அமெரிக்கா. உதவிகளைச் செம்மையாகப் பயன்படுத்திக்கொண்ட தைவான், உள்கட்டமைப்பு, தொழில், வேளாண்மை என்று எல்லாத் துறைகளிலும் நாலுகால்ப் பாய்ச்சலில் முன்னேறியது. *2.3* கோடி மக்கள்தொகையே உள்ள போதும் வளர்ந்த நாடுகளின் பட்டியலில்தான் வைக்கப்பட்டிருக்கிறது தைவான்.

1965-1985க்கு இடைப்பட்ட இருபதாண்டுக் காலத்தில் தைவானின் பொருளாதாரம் 360% உயர்ந்தது என்கின்றன புள்ளிவிவரங்கள். ராணுவ ஆட்சியிலேயே இந்த அற்புதம் நடந்தது என்பது ஒரு விநோதம்.

இன்றைக்கு உலகின் செமி-கண்டக்டர் உற்பத்தியில் தைவான்தான் ஆதிக்கம் செலுத்துகிறது. செல்போன்கள், மருத்துவ உபகரணங்கள், கார்கள், போர் விமானங்கள் முதலானவற்றில் செமி-கண்டக்டர் முக்கியமான அங்கமாக விளங்குகிறது. உலகச் சந்தையில் விற்பனையாகும் செமி-கண்டக்டர்களில் 64% தைவானில் தயாராகின்றன. ஆகஸ்ட் 4 அன்று தைவானிலிருந்து சீனாவிற்கு இறக்குமதியாகும் மீன்கள், பழங்கள், மணல் முதலான பொருட்களுக்குச் சீனா தடை விதித்தது. ஆனால் செமி-கண்டக்டர்களை அந்தத் தடை தொடவில்லை. சீனா மட்டுமில்லை, இன்று உலகின் எந்த நாடும் இந்தச் சிற்றிலை தேசத்தின் செமி-கண்டக்டர் இல்லாமல் இயங்க முடியாது.

ஒற்றைச் சீனா

1949முதல் 1987வரை தைவானில் கோமிங்டாங்கின் ராணுவம்தான் அரசோச்சியது. 1980இல் ஜனநாயக ஒளிக்கதிர் பரவத் தொடங்கியது. 1987 முதல் முறையான தேர்தல் நடந்துவருகிறது. இப்போது ஜனநாயக முன்னேற்றக் கட்சியின் ஆட்சி நடக்கிறது. கோமிங்டாங் எதிர்க் கட்சி. ஜனநாயகக் கட்சி தைவானின் தனித்துவத்தைப் பேண வேண்டும் என்கிறது. கோமிங்டாங் சீனாவோடு அனுசரித்துப் போக விரும்புகிறது.

தைவான், திபெத், ஹாங்காங், மக்காவு உள்ளிட்ட 'ஒற்றைச் சீனா'வைக் கட்டுவதுதான் சீன அரசின் லட்சியம். ஹாங்காங்கைப் போலத் தைவானையும் ஒரு 'சிறப்பு நிர்வாகப் பகுதி'யாக (Special Administrative Region) மாற்றுவோம் என்று சீனா சொல்லிவருகிறது. ஹாங்காங் ஆட்சிக்கு 'ஒரு தேசம் ஈராட்சி முறை' (One Country Two Systems) என்று பெயர். ஒன்றிய அரசின் கட்டுப்பாட்டில் இயங்கும் சுயாட்சி மிக்க மாநிலம் என்பது பொருள். அரசமைப்புச் சட்டம் தனியானது. நாணயம் வேறானது. கடவுச் சீட்டு தனியானது. சட்டமன்றம் இருக்கும். செயலாட்சித் தலைவர் (Chief Executive) தேர்ந்தெடுக்கப்படுவார். இந்த மாதிரியைத்தான் தைவானுக்கு முன்மொழிகிறது சீனா.

ஹாங்காங்கில் மாணவர் போராட்டத்தைத் தொடர்ந்து 2021இல் அமல்படுத்தப்பட்ட தேசியப் பாதுகாப்புச் சட்டம் ஜனநாயக உரிமைகளுக்கு எதிரானது என்பது ஆளும் ஜனநாயக

முன்னேற்றக் கட்சியின் வாதம். எதிர்க்கட்சியான கோமிங்டாங், இயன்றவரை சீனாவுக்கு இணக்கமாகப் போக விரும்புகிறது. ஜனநாயக முன்னேற்றக் கட்சி ஒற்றைச் சீனா எனும் கொள்கையை மறுதலிக்கிறது. எனில், இரண்டு கட்சிகளும் இப்போது பெலோசியை வரவேற்றன. கோமிங்டாங் கட்சியின் இளம் தலைமுறையினர் சீனாவுடனான இணக்கத்தை விரும்பவில்லை என்கிறார்கள்.

எனினும், இந்தச் சர்ச்சைகள் எதுவும் சீனாவிற்கும் தைவானிற்கும் இடையிலான வணிக உறவுகளுக்குத் தடையாக இல்லை. தொண்ணூறுகளுக்குப் பிற்பாடு பரஸ்பர வணிகமும் முதலீடுகளும் அதிகரித்துவருகின்றன. 2019இல் தைவான்- சீனா வணிக உறவின் மதிப்பு ரூ.11 லட்சம் கோடி (இதே காலகட்டத்தில் இந்திய-சீன வணிக உறவு ரூ 6.5 லட்சம் கோடி).

வணிக உறவு செழித்தாலும் பெரும்பான்மை தைவானியர்கள் சீனக் குடையின் கீழ் ஒதுங்க விரும்பவில்லை என்கின்றன சமீபத்திய ஆய்வுகள். தைவானை 2049ஆம் ஆண்டிற்குள் சீனக் குடையின் கீழ் கொண்டு வருவதுதான் சீனாவின் இலக்கு. தைவானின் கடற்பரப்பில் இப்போது சீனா மேற்கொள்ளும் ராணுவப் பயிற்சி, அந்த இலக்கைத்தான் சுட்டுகிறது.

அடுத்த காலத்தில் சீனா தைவானின் மீது படையெடுக்குமா? அப்படிச் செய்தால் தைவானில் ரத்த ஆறு ஓடும். சீரழிவு நேரும். சர்வதேச அரங்கில் சீனாவின் மதிப்பு குன்றும். ஆகவே சீனா அப்படிச் செய்யாது என்று கருதலாம். தைவான் சீனக் குடையின் கீழ் அமைதியாக இணைந்துகொள்ளாவிட்டால், ராணுவப் படையெடுப்பிற்குச் சீனா தயங்காது என்பதுதான் சீனா தைவானுக்கு விடுக்க விரும்பும் செய்தி என்கிறார் பிபிசி செய்தியாளர் பிராங் கார்டனர். தைவானும் தனது தளவாடங்களைப் பலப்படுத்தி வருகிறது. தைவானுக்கு உதவ அமெரிக்கா தயாராக இருக்கிறது. இப்போதைய நெருப்பு அலைகள் விரைவில் தாழ்ந்துவிடும்.

ஆனால் அவை நெருப்பு அலைகள். அவியாது. கனன்றுகொண்டே இருக்கும்.

அருஞ்சொல்.காம், 9.8.22, இந்து தமிழ் திசை, 28.10.21

மு. இராமனாதன்

16

கொந்தளிக்கும் தென்சீனக் கடல்

எல்லாக் கடல்களிலும் அலைகள் எழும்பும். தென் சீனக் கடலில் மேலதிகமாகச் சர்ச்சைகளும் உயரும். கடந்த ஐம்பதாண்டுகளுக்கும் மேலாக இந்தச் சர்ச்சைகள் ஓயவில்லை. இந்தச் சர்ச்சைக் கடலுக்குள்தான் 2020 ஜூலை 13 அன்று அமெரிக்காவும் குதித்தது. இப்படியாக ஒரு தென்கிழக்காசியப் பிரச்சினையின் மீது சர்வேதசக் கவனம் குவிந்தது.

2020 ஜூன் 15 அன்று கால்வான் பள்ளத்தாக்கு இந்திய வீரர்களின் குருதியால் நனைந்தபோது எல்லைக்கு இரு புறமிருந்தும் குற்றச்சாட்டுகள் பறந்தன. அப்போது சீனப் பத்திரிகையாளர் ஒருவர் சீனாவுக்கு இரண்டு அண்டை நாடுகளோடு மட்டும்தான் எல்லைப் பிரச்சினை இருக்கிறது என்று பேசியிருந்தார். இப்படி அவர் சொல்லக் காரணம், சீனாவிற்கு 14 அண்டை நாடுகள். இந்தியா, பாகிஸ்தான், நேபாளம், பூடான், ஆகிய தெற்காசிய நாடுகள்; ஆப்கானிஸ்தான், கஜகஸ்தான், தாஜிகிஸ்தான், கிர்கிஸ்தான் ஆகிய மத்திய ஆசிய நாடுகள்; வியட்னாம், லாவோஸ், மியான்மர் (பர்மா) ஆகிய தென் கிழக்காசிய நாடுகள்; மங்கோலியா, வடகொரியா ஆகிய கிழக்காசிய நாடுகள்; கடைசியாக ஆசியாவைத் தாண்டி ஐரோப்பாவிலும் பரந்திருக்கும் ரஷ்யா- ஆக 14 அண்டை நாடுகள். இவற்றுள் இந்தியா, பூடான் தவிரப் பிற அண்டை நாடுகளுடன் சீனாவுக்கு எல்லைத் தகராறு எதுவுமில்லை என்பதுதான் அந்தப்

பத்திரிகையாளர் சொல்ல விரும்பிய செய்தி. நில எல்லையில் அவர் காட்டிக் கொண்ட பெருமிதத்தை நிச்சயமாகத் தென்சீனக் கடலின் நீர் எல்லைக்கு நீட்டிக்க முடியாது.

நீர் மேல் எழுத்து

தென்சீனக் கடலின் பரப்பு 35 லட்சம் சதுர கிமீ. இந்தக் கடற்பரப்பின் பெரும் பகுதியும் அதன் உள்ளே விரவிக் கிடக்கும் பல தீவுத் தொகுதிகளும் இரண்டாம் உலகப் போருக்கு முன் ஜப்பானிய முடியரசின் ஆதிக்கத்தில் இருந்தன. போரில் ஜப்பான் சரணடைந்தது. வெற்றி பெற்ற நேச நாடுகளின் பக்கமிருந்தது சீனா. அப்போது சீனாவை ஆட்சி செய்த கோமிங்டாங் கட்சி இந்தப் பகுதிகளுக்கு உரிமை கொண்டாடியது. 1947இல் தென்சீனக் கடலில் 'உடைகோடு-ஒன்பது' (*Nine-dash Line*) என்றொரு கோட்டை நீர் மேல் வரைந்து, கோட்டிற்கு உள்ளே வரும் பகுதிகள் அனைத்தும் சீனாவிற்கே சொந்தம் என்றது. 1949இல் மா சேதுங்கின் தலைமையில் கம்யூனிஸ்ட் கட்சி ஆட்சி அமைத்தபோது, அது இந்தக் கோட்டை மேலும் அழுத்தமாக வரைந்துகொண்டது. இதற்குச் சாதகமாக வரலாற்றில் சான்றுகள் இருப்பதாகவும் சொல்லிவந்தது.

ஆனால் இது சர்வேதசப் புரிந்துணர்வுக்கு எதிரானது. ஒவ்வொரு நாட்டின் கடற்கரையிலிருந்தும் 3 கடல் மைல்கள் (5.6 கி.மீ.) தூரத்திற்கு மட்டுமே அந்தந்த நாடுகள் உரிமை கொண்டாட முடியும். அதற்கப்பால் உள்ளவை சர்வேதச நீர் என்றழைக்கப்படும். இப்படி ஒரு விதியை 1982இல் ஐ.நா.வின் கடல் சட்ட ஒப்பந்தம் உருவாக்கியது (*United Nations Convention on the Law of the Sea-UNCLOS*). இந்த விதி பல கடல் பகுதிகளில், குறிப்பாகத் தென்சீனக் கடலில் நீர் மேல் எழுத்தாகவே இருக்கிறது.

ஐந்து நாடுகள்

ஐம்பதுகளிலும் அறுபதுகளிலும் தென்சீனக் கடலைச் சுற்றியுள்ள வியட்னாம், பிலிப்பைன்ஸ், தைவான், மலேசியா, புருணை ஆகிய ஐந்து நாடுகளும் சீனாவின் உரிமைகோரலில் கவனம் கொள்ளவில்லை. ஆனால் எழுபதுகளிலிருந்து அவை விழித்துக்கொண்டன. தத்தமது எதிர்ப்பைக் காட்டியவண்ணம் உள்ளன. தென் சீனக் கடலைச் சுற்றியுள்ள இந்த ஐந்து நாடுகளுடன் சீனா வெகு காலமாக உரசிக்கொண்டிருக்கிறது. கடல் பகுதிகள் மட்டுமில்லை, ஆளில்லாத பாராசெல்ஸ், ஸ்பார்ட்லேஸ் முதலான நூற்றுக்கணக்கான தீவுத் தொகுதிகளுக்கான உரிமையிலும் சர்ச்சை இருந்துவருகிறது. பாரெசெல்ஸ் தீவுகளுக்கு அவற்றின் அருகில் உள்ள வியட்னாமும் தைவானும் உரிமை கோருகின்றன.

அதைப்போல ஸ்பார்ட்லேஸ் தீவுகளுக்கு பிலிப்பைன்ஸ், மலேசியா, புரூணை ஆகிய நாடுகள் உரிமை கோருகின்றன. சீனா இந்தக் கோரிக்கைகளைப் புறந்தள்ளியது. இந்தத் தீவுகளில் தளங்கள் அமைத்துவருகிறது. ராணுவப் பயிற்சி முகாம்கள் நடத்துகிறது. கடற்படை ரோந்தை அதிகரித்துவருகிறது.

இந்தப் பகுதி சீனாவிற்கு ஏன் முக்கியமானதாக இருக்கிறது? இந்தத் தீவுத் தொகுதிகளைச் சுற்றிலும் அவற்றின் அடியாழத்திலும் எண்ணெய் வளமும் எரிவாயுவும் புதைந்து கிடக்கின்றன. கடல்மடி கொள்ளாத மீன் வளம் இருக்கிறது. முக்கியமாக, இந்தக் கடல் மார்க்கமாகத்தான் உலகெங்கும் ஏற்றுமதியாகும் சரக்குகளில் மூன்றில் ஒரு பங்கு மிதந்து மிதந்து போய்த் தத்தமது இலக்கை அடைகின்றன. ஆண்டுதோறும் 250 லட்சம் கோடி ரூபாய் மதிப்புள்ள சரக்குகள் இந்தக் கடல்வழிப் பாதையைக் கடக்கின்றன.

2014க்குப் பிற்பாடு சீனா, தீவுத்தொகுதிகளிலும் புதிதாகக் கடலை நிகர்த்திய பகுதிகளிலுமாக அமைத்திருக்கும் கடற் தளங்களின் பரப்பு 3000 ஏக்கரைத் தாண்டும் என்று செயற்கோள் படங்களின் உதவி கொண்டு மதிப்பிட்டிருக்கிறது ஓர் அமெரிக்க ஆய்வு நிறுவனம்.

இப்படியான ஆக்கிரமிப்புகளைத் தடுத்து நிறுத்தத் தென்சீனக் கடல் நாடுகளால் முடியவில்லை. என்றாலும் அவை சீனாவின் ஆக்கிரமிப்பைப் பலவாறாக எதிர்த்துவருகின்றன. 1974இலும் 1988இலும் வியட்னாம், சீனக் கடற்படையுடன் மோதியது. வியட்னாம் மாலுமிகளும் ஜவான்களும் கொல்லப்பட்டார்கள். 2012இல் சீனாவின் சில மீன்பிடிப் படகுகள் எல்லை மீறியதாகச் சொல்லி பிலிப்பைன்ஸ் கப்பலொன்று அவற்றைக் கைப்பற்றியது. தொடர்ந்து கடல் பரப்பில் பதற்றம் பற்றிக்கொண்டது. இரண்டு கடற்படைகளும் நேருக்கு நேர் நின்றன.

2013இல் பிலிப்பைன்ஸ் இந்தப் பிரச்சினையை ஐ.நா. விற்குக் கொண்டுசென்றது. ஐ.நா ஒரு தீர்ப்பாயத்தை நியமித்தது. மூன்றாண்டுகளுக்குப் பிறகு, 2016இல், சீனா கோரிவரும் உரிமைகளுக்கு வரலாற்று ரீதியான ஆதாரமில்லை எ்ன்றும், சீனாவின் ஆக்கிரமிப்பு சட்டவிரோதமானது என்றும் தீர்ப்பளித்தது. ஆனால், சீனா விசாரணையைப் புறக்கணித்தது. தீர்ப்பை ஏற்க மறுத்தது. ஐ.நா.வால் தனது தீர்ப்புகளை அமல்படுத்த வேண்டும் என்று உறுப்பு நாடுகளை வற்புறுத்த முடியாது. அப்படியான அதிகாரம் ஐ.நா.விடம் இல்லை.

2019இல் மலேசியா, தென்சீனக் கடலில் தனது உரிமைகளைப் பெற்றுத்தருமாறு ஐ.நா.விற்குக் கோரிக்கை வைத்தது. இந்தக்

கோரிக்கையைச் சீனா மட்டுமில்லை, பிலிப்பைன்ஸும் வியட்னாமும்கூட எதிர்த்தன. இந்தத் தென்சீனக் கடல் நாடுகள் அனைத்தும் தென்கிழக்காசிய நாடுகளின் கூட்டமைப்பான 'ஆசியா'னில் அங்கம் வகிக்கின்றன. 2020 ஜூன் 26 அன்று நடந்த ஆசியான் மாநாட்டில் பிலிப்பைன்ஸும் வியட்னாமும் தென்சீனக் கடலில் சீனாவின் போக்கிற்கு எதிராகக் குரல் கொடுத்தன.

அமெரிக்கா பராக்!

இந்த நிலையில்தான் சீனாவிற்கு எதிராகக் கடல் இறங்கியது அமெரிக்கா. 2020, ஜூன் 13 அன்று அமெரிக்க வெளியுறவு அமைச்சர் மைக் பாம்பியோ தென்சீனக் கடலில் சீனா கோரிவரும் உரிமைகளும் கட்டி எழுப்பியிருக்கும் கடற்தளங்களும் சட்ட விரோதமானவை என்றார். தென்சீனக் கடல் சீனாவின் சாம்ராஜ்யமல்ல என்றும் சாடினார். தொடர்ந்து இரண்டு விமானம் தாங்கும் போர்க் கப்பல்களைத் தென்சீனக் கடலுக்கு அனுப்பியது அமெரிக்கா. இதைத் தொடர்ந்து தென்சீனக் கடல் நாடுகள் கடல் மேல் கம்பளம் விரித்துத் தன்னை வரவேற்கும் என்று அமெரிக்கா கருதியிருக்கலாம். ஆனால் அப்படி நடக்கவில்லை.

மலேசியா மௌனமாக இருந்தது. எண்ணெய் விலை இறக்கத்தால் துவண்டுபோயிருந்த புரூணை சுல்தான் அடக்கி வாசித்தார். தைவானே அகண்ட சீனத்தின் ஒரு பகுதிதான் என்று சீனா சொல்லிவருவதால் சுற்றியுள்ள கடல் பரப்பைக் குறித்த தைவானின் கோரிக்கைகளைச் சீனா பொருட்படுத்தாது. அமெரிக்காவின் அறிவிப்பை வியட்னாம் வரவேற்றது. ஆனால் மேலதிகமாகத் தனது குரலை உயர்த்தவில்லை. பிலிப்பைன்ஸ் தனது எதிர்ப்பை அவ்வப்போது காட்டிவரும் நாடு. அமெரிக்க அறிவிப்புக்கு அடுத்த நாளே பிலிப்பைன்ஸ் வெளியுறவு அமைச்சரோடு பேசியது சீனா. ஒரு வாரத்திற்குள் வியட்னாம் வெளியுறவு அமைச்சரோடும் பேசியது. தொடர்ந்து தென்கிழக்கு ஆசிய நாடுகளிடையே கலகம் செய்ய வேண்டாம் என்று அமெரிக்காவை எச்சரித்தது சீனா.

தாங்கள் ஆண்டாண்டு காலமாய்க் கோரிவருகிற உரிமைகளை உலகின் ஆகப் பெரிய ஒரு வல்லரசு ஆதரிக்கிறபோது, ஏன் இந்த நாடுகள் ஆகா என்றெழுந்து ஆர்ப்பரிக்கவில்லை? 2016இல் ஐ.நா.வின் தீர்ப்பாயம் சீனாவிற்கு எதிராகவும் பிலிப்பைன்ஸிற்கு ஆதரவாகவும் தீர்ப்பெழுதியபோது, இது ஒரு 'உள்-கடல் பிரச்சினை', இதைச் சீனாவும் தென்கிழக்காசிய நாடுகளும் பேசித் தீர்த்துக்கொள்ள வேண்டும் என்பதுதான் அமெரிக்காவின் நிலைப்பாடாக இருந்தது. தீர்ப்பு வெளியாகி

நான்கரை ஆண்டுகளுக்குப் பிறகு அமெரிக்காவிற்கு என்ன திடீர்க் கரிசனம் என்கிற ஐயம் இந்த நாடுகளுக்கு வந்திருக்கலாம்.

2020 நவம்பரில் தேர்தலைச் சந்திக்கத் தயாராகி வந்த டிரம்ப் சீனாவை அமெரிக்காவின் எதிரியாகக் கட்டமைத்தார். 2018 முதல் சீனாவோடு வர்த்தகப் போர் தொடுத்துவந்தார். சீனப் பொருட்களுக்குத் தீர்வை விதித்தார். சீனத் தொழில்நுட்பங்களுக்கு அமெரிக்காவில் தடை விதித்தார். கொரோனாப் பரவலுக்குச் சீனாவே முழு முதற் காரணம் என்று குற்றம்சாட்டினார். ஹாங்காங் தன்னாட்சி மாநிலத்தில், சீனாவின் ஒன்றிய அரசு தேசியப் பாதுகாப்புச் சட்டத்தை நிறைவேற்றியதைத் தொடர்ந்து ஹாங்காங்கிற்கு வழங்கி வந்த சிறப்புத் தகுதியைத் திரும்பப் பெற்றுக்கொண்டது அமெரிக்கா. ஜூன் 2020இல் அமெரிக்கா விடுத்த தென்சீனக் கடல் எச்சரிக்கை, சீன எதிர்ப்பை மையமாக்கி டிரம்ப் கட்டிவந்த வாக்கு வங்கியின் ஒரு பாகம்தான் என்று பல வல்லுநர்கள் கருத்துத் தெரிவித்தனர். தென்சீனக் கடல் நாடுகளும் அப்படியே கருதியிருக்கலாம்.

2020 ஜூலை 15, 16 தேதிகளில் தென்சீனக் கடல் தீவுத் தொகுதிகளில் பிரம்மாண்டமான விமானப் படை ஒத்திகையை நிகழ்த்தியது சீனா. மேலும் சீனாவின் பல ஜே-11பி ரகப் போர் விமானங்கள் பாரசெல்ஸ் தீவுகளில் அணிவகுத்திருப்பதைச் செயற்கைக் கோள் படங்கள் காட்டின. அமெரிக்காவின் விமானம் தாங்கிக் கப்பல்கள் தென்சீனக் கடலில் நங்கூரமிட்டிருப்பதற்கு எதிராகச் சீனா மேற்கொண்டிருக்கும் நடவடிக்கைகள் இவை.

தென்சீனக் கடல் நாடுகள் இவற்றை எதிர்பார்த்திருக்கலாம். அமெரிக்காவிற்கும் சீனாவிற்குமான புதிய பனிப்போரில் தாங்கள் சிக்கிக்கொள்ள வேண்டாம் என்பது அந்த நாடுகள் பரஸ்பரம் பரிமாறிக்கொள்ளாத ஒப்பந்தத்தில் எழுதப்பட்டிருக்கலாம்.

இந்தப் பிரச்சினையில் சீனாவின் ஆக்கிரமிப்பைத் தென்சீனக் கடல் நாடுகள் எதிர்க்கின்றன. அதே வேளையில் அமெரிக்கா வலிய வந்து தரும் ஆதரவை அவை ஏற்றுக்கொள்ளவில்லை. ஏன்? தத்தமது பிரச்சினையைத் தாங்களே தனியாகவோ அல்லது கூட்டாகவோ, சீனாவோடு பேசியோ அல்லது உரசியோ தீர்த்துக்கொள்ளலாம், அதுதான் உசிதம் என்பது அந்த நாடுகளின் கருத்தாக இருக்கலாம்.

என்ன நினைக்கிறது இந்தியா?

இந்தப் பிரச்சினையில் இந்தியாவின் நிலைப்பாடு என்ன? 'இது சர்வதேசக் கடல்வழிப் பாதை. சட்டரீதியான

வணிகப் போக்குவரத்திற்கு இங்கு எல்லா சுதந்திரமும் இருக்க வேண்டும்', என்று அறிவித்திருக்கிறது இந்தியா. இந்த அறிவிப்பில் சீனாவைப் பற்றி எந்தக் குறிப்புமில்லை. அமெரிக்காவின் பெயரும் இடம்பெறவில்லை. எனினும், இந்த அறிக்கை சீனாவுக்கு எதிரானது, அமெரிக்காவுக்கு ஆதரவானது. அது எல்லோருக்கும் தெரிந்தது.

இதற்கு முன்னர், தென்சீனக் கடல் உள்ளிட்ட சீனா தொடர்பான கூறுகளைப் பற்றிக் கருத்துச் சொல்வதை இந்தியா மிகுதியும் தவிர்த்துவந்திருக்கிறது. ஆனால் 2020 ஜூன் 15க்குப் பிறகு நிலைமை மாறிவிட்டது. ஹாங்காங் ஜனநாயகப் போராட்டங்களைப் பற்றி இந்தியா முன்னர் கருத்துச் சொன்னதில்லை. எனினும், பிற்பாடு கவலை தெரிவித்தது.

இப்போதைய இந்தியாவின் எதிர்க் குரல்கள் அமெரிக்க ஆதரவு நிலைப்பாட்டிலிருந்து வருவதாகச் சில அரசியல் அவதானிகள் கருதுகிறார்கள். இந்தியா 'நாற்கரம்' என்கிற அமைப்பில் தன்னை இணைத்துக்கொண்டிருப்பதும் அதற்கு ஒரு காரணமாகலாம். அமெரிக்கா-ஆஸ்திரேலியா-ஜப்பான்-இந்தியா ஆகிய நான்கு நாடுகள் அமைத்திருக்கும் கூட்டணிதான் நாற்கரம் (Quadrilateral-Quad). இது சீன எதிர்ப்புக் கூட்டணியாகவே பார்க்கப்படுகிறது.

இன்றைக்குச் சர்வதேச உறவுகள் ஆயுத பலத்தால் மட்டுமல்ல, உற்பத்திச் சக்தி, வணிக உறவுகள் முதலான காரணிகளாலும் தீர்மானிக்கப்படுகின்றன. நாம் சர்வதேச அரங்கில் மதிப்பான இடத்தை நாடுவதற்கு உற்பத்தியிலும் வணிகத்திலும் மேலான இடம் நோக்கிச் செல்ல வேண்டும். இது உள்நாட்டுப் பொருளாதார வளர்ச்சிக்கும் உதவும். நமக்கு நீண்டகாலப் பயனும் விளையும். தென்சீனக் கடல் நாடுகள் சீன ஆக்கிரமிப்பிற்கு எதிராக அப்படியான ஒரு நிலைப்பாட்டை எடுத்திருப்பதாகத்தான் தோன்றுகிறது.

தென்சீனக் கடல் கொந்தளிக்கிறது. கடல் மட்டத்தில் தெரியும் கொந்தளிப்புகள் விரைவில் அடங்கிவிடும். அடியாழத்தில் சுழலும் கொந்தளிப்புகள் அடங்க அதிக காலம் தேவைப்படலாம். தென்சீனக் கடல் நாடுகள் தம்மளவில் பெருக்கிக்கொள்ளும் செல்வமும் செல்வாக்கும் இந்த நாடுகளிடையிலான கூட்டணியும் இதற்கு உதவும்.

ஜூனியர் விகடன், 1.8.20

17

இந்தியாவின் புதிய முன்மாதிரிகள்: வங்கதேசமும் வியட்னாமும்

2020 அக்டோபர் மூன்றாம் வாரத்தில் இந்திய ஊடகங்களில் வங்கதேசத்தின் பெயர் தொடர்ந்து இடம்பிடித்தது. முன்பெல்லாம் வங்கதேசத் தொழிலாளர்கள் இந்திய எல்லையை அத்துமீறிக் கடந்தார்கள் என்கிற ரீதியிலான செய்திகள்தான் வரும். இந்த முறை முற்றிலும் மாறான காரணத்துக்காக வங்கதேசம் செய்திகளில் வலம் வந்தது. சர்வேதச நாணய நிதியம் வெளியிட்ட உலகப் பொருளாதார அறிக்கைதான் இதற்குக் காரணம். 2020–21 நிதியாண்டில் வங்கதேசத்தின் பொருளாதாரம் 3.80% வளர்ச்சி அடையும் என்று நிதியம் கணித்தது. இந்தக் கொரோனாக் காலத்தில் பல நாடுகளின் வளர்ச்சி எதிர்த் திசையில் பயணித்தது. ஒட்டு மொத்த உலகப் பொருளாதாரம் மைனஸ் 4.4% என்கிற அளவிலும் இந்தியப் பொருளாதாரம் மைனஸ் 10.3% என்கிற அளவிலும் சுருங்கும் என்று கணித்திருக்கும் அதே அறிக்கைதான் வங்கதேசத்திற்குத் தேர்ச்சிச் சான்று வழங்குகிறது. பல அரசியலர்களும் சமூக விஞ்ஞானிகளும் இதை வங்கத்தின் எழுச்சியாகப் பார்த்தார்கள்.

இந்தத் தெற்காசிய எழுச்சி விவாதிக்கப்பட்ட அளவிற்கு தென்கிழக்கே உயர்ந்துவரும் இன்னுமொரு எழுச்சி இங்கே கவனத்தை ஈர்க்கவில்லை. அந்த தேசத்தின் பெயர் வியட்னாம். போர்களின்

நுகத்தடியில் மூன்று தசாப்தங்களைக் கழித்த நாடு. 2020–21 நிதியாண்டில் வியட்னாமின் பொருளாதார வளர்ச்சி 1.7% ஆக இருக்கும் என்பது நிதியத்தின் கணிப்பு.

இந்த இரண்டு ஆசிய நாடுகளும் ஒப்பீட்டளவில் சிறியவைதாம். ஆனால் கீர்த்தியில் பெரியவை. இவற்றின் வளர்ச்சியையும் இந்த நாடுகளைப் போலவே இதற்கு முன் சாதனைகள் நிகழ்த்திய பிற ஆசிய நாடுகளின் வளர்ச்சியையும் நெருங்கிப் பார்ப்பது இந்தியாவிற்கு நன்மை பயக்கும்.

ஆசிய அற்புதங்கள் மூன்று

பல்வேறு காலகட்டங்களில் பல ஆசிய நாடுகள் இந்தியாவின் முன்மாதிரியாகவோ இணையாகவோ சொல்லப்பட்டு வந்திருக்கின்றன. இரண்டாம் உலகப் போருக்குப் பிந்தைய காலத்தில் நாலுகால்ப் பாய்ச்சலில் முன்னேறிய ஆசிய நாடுகள் மூன்று. அவை: ஜப்பான், தைவான், தென் கொரியா. இந்த நாடுகள் ஆசியாவின் அற்புதங்கள் என்றழைக்கப்பட்டன.

ஏகாதிபத்திய சாம்ராஜ்யமாக விளங்கிய ஜப்பான் இரண்டாம் உலகப் போரில் ஆசிய நாடுகளுக்குப் பெரும் அச்சுறுத்தலாக இருந்தது. போரின் முடிவு ஜப்பானுக்குச் சாதகமாக இல்லை, ஆகவே சரணடைந்தது. அப்போது ஜப்பான் தன் காலனி நாடுகளை மட்டுமல்ல; லட்சக்கணக்கான உயிர்களையும் இழந்திருந்தது. அந்த இடத்திலிருந்துதான் அது மீட்டுருவாக்கம் பெற்றது. அதன் உற்பத்தியாளர்கள், வணிகர்கள், அரசு அதிகாரிகள், வங்கியாளர்கள் அனைவரும் ஒன்றிணைந்து இயங்கினார்கள். தொழிற்சங்கங்கள் சக்தி மிக்கவையாக இருந்தன. பத்தாண்டுகளில் ஜப்பான் மேலேழுந்தது. விரைவில் உலகின் இரண்டாவது பெரிய பொருளாதாரமாக உயர்ந்தது.

அடுத்த அற்புதம் தைவான். 1948இல் மாவோவின் தலைமையில் கம்யூனிஸ்ட் கட்சி தனது ஆட்சியைச் சீனாவில் நிறுவியபோது, தோல்வியுற்ற கோமிங்டாங் கட்சி தைவானில் தனது ஆட்சியை நிறுவிக்கொண்டது. அமெரிக்கா உதவியது. முதலில் விவாசாயத்திலும் பிற்பாடு தொழில்துறையிலும் வேகமாக முன்னேறியது. 1965இற்கும் 1986இற்கும் இடையில் தைவானின் பொருளாதார வளர்ச்சி மூன்றரை மடங்கு உயர்ந்தது.

சீனா தைவானைத் தனி நாடாக அங்கீகரிக்கவில்லை. ஒருங்கிணைந்த சீனத்தின் ஒரு பகுதிதான் தைவான் என்பது சீனாவின் நிலைப்பாடு. தைவான் இந்த இக்கட்டுகளுக்கு இடையிலும் தனது தனித்துவமான ஜனநாயக அடையாளத்தைப்

பேணுகிறது. எனினும் சீனாவிற்கும் தைவானிற்கும் இடையிலான வணிகம், குறிப்பாக தொண்ணூறுகளுக்குப் பிற்பாடு வளர்ந்து வருகிறது.

மூன்றாவது ஆசிய அற்புதம் தென் கொரியா. 1910இல் கொரியாவைக் கைப்பற்றிய ஜப்பானிய ஏகாதிபத்தியத்தின் பிடி, 1945இல் இரண்டாம் உலகப் போரில் அது தோல்வியுறும் வரை நீடித்தது. போருக்குப் பிறகு கொரியா இரண்டுபட்டது. சோவியத் ஒன்றியத்தின் ஆதரவுடன் வடகொரியாவும் அமெரிக்க ஆதரவுடன் தென்கொரியாவும் அமைந்தன. 1950-53இல் இரண்டு கொரியாக்களும் பொருதிக்கொண்டன. வல்லரசுகள் பின்னணியிலும் முன்னணியிலும் போரிட்டன. போரிலிருந்து மீண்டுவந்த தென்கொரியா வளர்ச்சிப் பாதையில் அடியெடுத்து வைத்தது. பிறகு அது பின்வாங்கவேயில்லை.

ஜப்பான், தைவான், கொரியா ஆகிய மூன்று நாடுகளும் அறுபதுகளிலும் எழுபதுகளிலும் ஆசிய அற்புதங்கள் என்றழைக்கப்பட்டாலும், இந்தியர்களுக்கு ஜப்பானே பிடித்தமானதாக இருந்தது. இந்தியாவிற்கு இணையாக அல்ல, முன்னுதாரணமாகக்கூட அல்ல, உயரத்தில் வைத்து வழிபடும் பிரதிமையாக ஜப்பான் இருந்தது. ஜப்பானியர்களின் கடும் உழைப்பை விதந்தோதும் 'தேவதைக் கதைகள்' பல இங்கே உலவின.

ஆசிய நட்சத்திரங்கள் இரண்டு

இந்த மூன்று அற்புதங்களைத் தவிர ஆசியாவில் சாதனை நிகழ்த்திய இன்னும் இரண்டு நட்சத்திரங்களும் உண்டு. அவை ஹாங்காங்கும் சிங்கப்பூரும். ஒன்று, ஓப்பிய யுத்தத்தில் தோல்வியுற்ற சீனா, பிரிட்டிஷ் ஏகாதிபத்தியத்திற்குக் கையளித்த மீனவ கிராமம்; அதைக் காலனி ஆட்சிக் காலத்திலேயே உலகத் தரமான நகரமாகக் கட்டி எழுப்பினார்கள் புலம் பெயர்ந்த சீனர்கள். மற்றொன்று மலேசியாவிலிருந்து கழட்டிவிடப்பட்ட நகரம். ஒரு சீனரின் தலைமையில் சீனர்களும், மலாய் மக்களும், தமிழர்களும் ஒன்றிணைந்து அதை உலகின் செல்வந்த நாடுகளுள் ஒன்றாக மாற்றினார்கள். இந்த இரண்டு நகரங்களின் ஒழுங்கும் வளமும் அவ்வப்போது இந்தியாவுடன் ஒப்பிடப்படுவதுண்டு. அவை சிறிய நகரங்கள், இந்தியா ஒரு துணைக்கண்டம் என்கிற சமாதனத்தோடு அது கடந்து போகப்படும்.

சிந்தியா

இந்தியாவோடு பலவிதத்திலும் ஒப்பிடத்தக்க சீனா, 1978இல் தனது இரும்புக் கதவுகளைத் திறந்தது. அதற்கு 12 ஆண்டுகளுக்குப்

பின்னால், 1990இல் இந்தியா உலகமயத்தைக் கையில் எடுத்தது. இரண்டு நாடுகளும் பொருளாதாரச் சீர்திருத்தங்களை மேற்கொண்டன. இரண்டு நாடுகளும் மிகுதியும் கிராமப்புறங்களும் விவசாயிகளும் நிறைந்தவை, மிகப் பழைய பாரம்பரியங்களிலிருந்து கிளைத்தவை. ஆனால் முற்றிலும் வெவ்வேறான பாதைகளைக் கடந்து வந்தவை.

2000க்குப் பிந்தைய ஆண்டுகளில் இரண்டு நாடுகளின் உள்நாட்டு உற்பத்தியும் உயர்ந்த வண்ணம் இருந்தன. 2009இல் உலகம் பொருளாதார வீழ்ச்சியை எதிர்கொண்டபோது, இந்தியா, சீனா- இரண்டு நாடுகளின் வளர்ச்சி விகிதங்கள் முறையே 7.8% ஆகவும், 9.4% ஆகவும் இருந்தன. 2005ல் மன்மோகன் சிங்கின் அமைச்சரவையில் அங்கம் வகித்த ஜெய்ராம் ரமேஷ் *Making Sense of Chindia* என்று ஒரு நூல் எழுதினார். அநேகமாக சிந்தியா என்கிற சொல் அப்போதுதான் முதன் முதலாகப் பயன்படுத்தப்பட்டிருக்க வேண்டும். சீனா, இந்தியா என்கிற இரண்டு சொற்களின் கூட்டில் உருவாகிய சொல் அது. உலகெங்கும் உள்ள அரசியல் நோக்கர்களை அந்தச் சொல் பிடித்துக்கொண்டது. அவர்கள் ஆயிரக் கணக்கான கட்டுரைகளை எழுதிக் குவித்தார்கள். 'உலகின் அதிக மக்கள் தொகையுள்ள இரண்டு தேசங்கள், வளர்ச்சியையும் வளத்தையும் நோக்கி முன்னேறுகின்றன. ஒன்று உற்பத்தியிலும் மற்றது தகவல் தொழில்நுட்பத்திலும் முத்திரை பதித்துவருகிறது. இந்த நூற்றாண்டு ஆசிய நூற்றாண்டாக இருக்கும். அதை சிந்தியா வழிநடத்தும்' என்பதுதான் முக்காலே மூணுவீசம் கட்டுரைகளின் மையச்சரடு. ஆனால் அப்படி எதுவும் நடக்கவில்லை. உலகின் தொழிற்சாலையாக உருவான சீனா, இப்போது பெரும் தொழில்நுட்ப சக்தியாகவும் வளர்ந்துவிட்டது. மாறாக சேவைத் துறையிலும் மென்பொருள் துறையிலும் கோலோச்சிய இந்தியா இப்போது அந்தத் துறைகளிலும் சர்வதேசப் போட்டிகளை எதிர்கொண்டுவருகிறது.

1978இல் டெங் சியோபிங்கின் சீர்திருத்த நடவடிக்கைகள் தொடங்குவதற்கு முன்னர் சீனாவின் ஓராண்டுத் தனிநபர் வருமானம் இந்தியாவைக் காட்டிலும் குறைவாக இருந்தது (1978: சீனா- 156 டாலர்; இந்தியா- 205 டாலர்). நாற்பதாண்டுகளுக்குப் பிறகு 2018இல் சீனாவின் வருமானம் இந்தியாவின் வருமானத்தைவிட ஐந்து மடங்கு அதிகமாகியிருக்கிறது (2018: சீனா- 9,770டாலர்; இந்தியா- 2,010டாலர்). 2020இல் இது ஆறு மடங்காகிவிடும் என்பது நிதியத்தின் கணிப்பு (2020: சீனா- 10,838டாலர்; இந்தியா- 1877டாலர்). இப்போது யாரும் இந்தியாவைச் சீனாவோடு ஒப்பிடுவதில்லை. சிந்தியா என்று சொல்வதுமில்லை.

வங்கதேசம்: வணிகமும் வாழ்நிலையும்

இந்தச் சூழலில்தான் வங்கதேசத்தின் எழுச்சி செய்தியாகியிருக்கிறது. 1971இல் மொழியின் பெயரால் இனத்தின் பெயரால் தனி நாடாகிய வங்கதேசத்திற்கு முஜிபுர் ரகுமான் தலைமையேற்றார்; 1975இல் அவரது ராணுவத்தாலேயே கொலையுண்டார். அடுத்த 16 ஆண்டுகள் ராணுவம் முன்னாலோ பின்னாலோ இருந்து கொண்டு ஆட்சி செய்தது. 1991இல் தேர்தல் ஜனநாயகம் மீண்டது. எதிர்க்கட்சிகள் புறக்கணிப்பு, தேர்தல் முறைகேடு, நெருக்கடி நிலை, தீவிரவாதம்- இவற்றுக்கு இடையிலும் ஜனநாயகம் தொடர்கிறது. 1991இல் நடைமுறைப்படுத்தப்பட்ட பொருளாதாரச் சீர்திருத்தங்களும் தொடர்கின்றன. நாடு தனது மனிதவளத்தைப் பயன்படுத்தி உற்பத்தி மையமாக உருவாகியது. ஆடைத் தொழில் பிரதானமாக மாறியது. மருந்து, கப்பல் கட்டுமானம், தோல் பொருட்கள் முதலான தொழில்களும் வளர்ந்தன. உற்பத்தி அனைத்தும் ஏற்றுமதியையே மையம் கொண்டிருந்தன. அது நாட்டின் பொருளாதர வளர்ச்சியை மட்டுமில்லை, மக்களின் வாழ்நிலையையும் உயர்த்தியது. இரண்டு எடுத்துகாட்டுகளைப் பார்க்கலாம்.

1970இல் ஒரு சாரசரி வங்கதேசத்தவரின் ஆயுள் 47 ஆண்டுகளாகவும் ஒரு சராசரி இந்தியரின் ஆயுள் 48 ஆண்டுகளாகவும் இருந்தது. 2020இல் இது முறையே 72 ஆண்டுகளாகவும் 69 ஆண்டுகளாகவும் உயர்ந்திருக்கிறது. அடுத்த புள்ளிவிவரம் கருவள விகிதத்தைப் பற்றியது. இந்த விகிதம் ஒரு பெண் தன் வாழ்நாளில் எத்தனை குழந்தைகளை ஈன்றெடுப்பாள் என்பதைக் குறிக்கும். 1960இல் ஒரு சராசரி இந்தியப் பெண்ணின் விகிதம் 5.9ஆகவும், சராசரி வங்கப் பெண்ணின் விகிதம் 6.7ஆகவும், இருந்தது. 2018இல் இந்தியாவின் கருவள விகிதம் 2.2ஆகவும் வங்க விகிதம் 2ஆகவும் குறைந்திருக்கிறது. இந்தப் புள்ளிவிவரம் இரண்டு செய்திகளைச் சொல்கிறது. முதலாவது நேரடியானது. இந்தியாவைக் காட்டிலும் வங்கத்தின் விகிதம் குறைந்துவிட்டது. அடுத்தது, இஸ்லாமிய நாடுகளில் பிள்ளைப் பிறப்பைக் கட்டுப்படுத்த மாட்டார்கள் என்று சிலர் சொல்லி வருகிறார்கள். அந்தக் கூற்றுக்கான எதிர்வினையாகவும் இந்தப் புள்ளிவிவரம் அமைந்துவிட்டது.

வியட்னாம் எழுச்சி

வங்கதேசத்தைப் போலவே தொழிலிலும் ஏற்றுமதி வணிகத்திலும் முத்திரை பதித்து வருகிறது வியட்னாம்.

பிரெஞ்சுக்காரர்களுக்கு எதிரான இந்தோ-சீனப் போர் (1946-54), அமெரிக்கர்களுக்கு எதிரான வியட்னாம் யுத்தம் (1955-75) ஆகியவற்றின் அழுத்தத்திலிருந்து நாடு மீண்டுவந்து மூச்சுவிட முடிந்தது 1986இல்தான். இன்று உலகின் வளரும் நாடுகளிடையே அதிகமான அந்நிய முதலீட்டை ஈர்க்கும் நாடுகளுள் ஒன்றாக எழுந்து நிற்கிறது. வியட்னாமியர்கள் எல்லாத் தொழில்களையும் உவந்து செய்தனர். தேசத்தையும் தங்களையும் வறுமையின் பிடியிலிருந்து மீட்டுக்கொண்டனர். கடந்த 30 ஆண்டுகளில் வியட்னாமின் தனிநபர் வருமானம் ஐந்து மடங்கு அதிகரித்திருக்கிறது. 2020–21 நிதியாண்டில் அது 3,000 டாலரை எட்டும் என்பது நிதியத்தின் எதிர்பார்ப்பாக இருந்தது. இந்தக் கொரோனா காலத்தில் பாதிக்கப்பட்ட நாடுகளின் பட்டியலில் கடைசி நான்கு இடங்களில் ஒன்றைப் பிடித்திருக்கிறது. பத்து லட்சம் பேருக்கு ஒருவர் என்ற விகிதத்தில்தான் பாதிப்பு இருக்கிறது.

வளர்ச்சியின் காரணிகள்

வியட்னாமும் வங்கதேசமும் சர்வதேச வணிகத்தில் முன்னணியில் இருப்பதற்கு அமெரிக்க-சீன வர்த்தகப் போரும் ஒரு காரணம். 2019 முதல் சீனப் பொருட்களுக்குக் கூடுதல் தீர்வை விதித்துவருகிறது அமெரிக்கா. இதனால் சீனாவில் உற்பத்தி செய்யும் மேலை நாட்டு நிறுவனங்கள் சீனாவிலிருந்து வெளியேறித் தத்தமது தாய் நாடுகளுக்குத் திரும்பிவிடும் என்பது டிரம்ப் அரசின் எதிர்பார்ப்பாக இருந்தது. அது அப்படி நடக்கவில்லை. சில நிறுவனங்கள் இடம் மாறவே செய்தன. ஆனால் அவை அமெரிக்காவிற்கோ ஐரோப்பாவிற்கோ திரும்பச் செல்லவில்லை. அவை தேர்ந்தெடுத்த நாடுகளுள் குறிப்பிடத்தக்கவையாக வங்கதேசமும் வியட்னாமும் இருந்தன. இந்தியாவால் பெரிய அளவில் சீனாவிலிருந்து இடம் பெயரும் அந்நிய நிறுவனங்களை ஈர்க்க முடியவில்லை. இதற்குப் பொருளாதார வல்லுநர்கள் சொல்லும் காரணங்களில் இரண்டு கவனிக்கத் தக்கவை.

முதலாவதாக, இந்த இரண்டு நாடுகளும் உலகம் முழுவதையும் ஒரே சந்தையாகப் பார்க்கும் கட்டற்ற வணிகம் எனும் சித்தாந்தத்தை மேற்கொள்கின்றன. ஆகவே உலகின் உற்பத்திச் சங்கிலியில் அவை பிணைந்திருக்கின்றன. மாறாக இந்தியா, உள்நாட்டு உற்பத்தியாளர்களைப் பாதுகாப்பதற்காக ஒதுக்கீட்டு முறைகளையும் தீர்வைகளையும் கைக்கொள்கிறது. உலக நாடுகளுக்கு இடையிலான கட்டற்ற வணிக ஒப்பந்தங்களில் இணைய மறுக்கிறது. இதனால் நமது உற்பத்தியாளர்களால் போட்டியை எதிர்கொள்ள முடிவதில்லை.

மு. இராமனாதன்

இரண்டாவதாக, இந்தியாவின் உள்கட்டமைப்பு (சாலை, ரயில், துறைமுகம், மின்சாரம், நீர்) இன்னும் உலகத் தரமானதாக உயர வேண்டும். அது அந்நிய முதலீட்டாளர்களை ஈர்க்கும். வியட்னாம், வங்கதேசம் உள்ளிட்ட வளரும் நாடுகள் உள்கட்டமைப்பிற்கு மிகுந்த முக்கியத்துவம் நல்குகின்றன.

இன்னும் இரண்டு கூறுகளில் இந்தியா கவனம் செலுத்த வேண்டும் என்று சமூக ஆர்வலர்கள் சொல்கிறார்கள். அவை நமது அபரிமிதமான மக்கள் வளத்திற்குத் தரமான கல்வியும் மருத்துவமும் இலவசமாக வழங்க வேண்டும் என்பதாகும். இந்தியா இந்த இரண்டு துறைகளிலும் முன்னேறியிருக்கிறது என்பது உண்மைதான். ஆனால் அவை எளிய மக்கள் பலருக்கும் எட்டாக் கனியாக இருக்கிறது. இந்த நிலையை மேம்படுத்த வேண்டும். கனரகத் தொழில்களுக்குத் திறன் மிக்க தொழிலாளர்கள் வேண்டும். கல்வியும் ஆரோக்கியமும் அதற்கான அடித்தளங்களாக அமையும்.

வளத்திற்கான பாதை

இந்த இடத்தில் நாம் பொருளாதார வளர்ச்சி, சமூக மேம்பாடு என்பவற்றோடு அந்த நாடுகளின் வரலாற்றையும் பார்க்க வேண்டும். வளர்ச்சிப் பாதையில் முன்னேறிவரும் ஆசிய நாடுகள் எதன் மீதும் வரலாறு கருணை காட்டவில்லை. அந்த நாடுகள் கடந்து வந்த பாதை கடினமானதுதான். கல்லையும் முள்ளையும் கடந்து அவை வளர்ச்சிப் பாதையில் அடிவைத்த போது கரவொலி எழுந்தது. ஒரு காலத்தில் ஜப்பானும் தைவானும் தென் கொரியாவும் ஆசியாவின் அற்புதங்கள் என்று போற்றப்பட்டன. ஹாங்காங்கும் சிங்கப்பூரும் ஆசியாவின் நட்சத்திரங்கள் என்று புகழப்பட்டன. இந்தியா வியந்து பார்த்தது. பிந்தைய ஆண்டுகளில் சீனா உலகின் தொழிற்சாலை ஆயிற்று. உலகம் முழுவதையும் தனது உற்பத்திச் சங்கிலியால் இணைத்தது. சீனாவிற்கு இணையாக இல்லாவிட்டாலும் இந்தியாவும் வளர்ச்சிப் பாதையில் முன்னேறியது. இப்போது ஒரு சுணக்கம் இருக்கிறது. இந்த வேளையில்தான் வங்கதேசமும் வியட்னாமும் எழுச்சி கொண்டு முன்னேறுகின்றன. இந்தியாவின் சுணக்கம் நேர் செய்யப்பட வேண்டும். இந்தியாவும் இந்த உற்பத்திச் சந்தையில் ஓடித்தான் ஆக வேண்டும்.

ஆசிய மண்டபத்தில் இந்தியா பல மணக்கோலங்களைக் கண்டுவிட்டது. இந்த மண்டபத்தில் பல நாடுகள் வளர்ச்சியையும் வளத்தையும் கரம் பற்றின. முதலில் ஜப்பான், தைவான், தென்கொரியா. கூடவே ஹாங்காங், சிங்கப்பூர். அடுத்து சீனா. இப்போது வங்கதேசமும் வியட்னாமும் மணக்கோலம் தரிக்கத் தொடங்கியிருக்கின்றன. இது இந்தியாவின் நேரம். இந்தியாவும் மணவறையில் அமர வேண்டும்.

***காலச்சுவடு*, நவம்பர் 2020**

18

சிங்கப்பூரின் பொன்விழா

ஆகஸ்ட் 9, 2015 அன்று சிங்கப்பூர் தனது தேசிய தினத்தின் பொன்விழாவைக் கொண்டாடியது.

ஆகஸ்ட் 9, 1965 சிங்கப்பூர் தனி நாடானது. ஆனால் யாரும் ஆடவில்லை பள்ளுப் பாடவில்லை. ஆனந்த சுதந்திரம் அடைந்து விட்டோமென்று கொண்டாடவுமில்லை. அடுத்த 25 ஆண்டுகளுக்கு சிங்கப்பூரின் பிரதமராக விளங்கப் போகும் லி குவான் இயூ மிகுந்த கலக்கத்திலிருந்தார். இந்த நகரை எப்படி ஒரு தனிநாடாக மாற்றப் போகிறோம் என்று மலைத்துப்போயிருந்தார். மழை நசநசத்துக்கொண்டிருந்தது. எங்கும் புழுக்கம். தனது உணர்ச்சிகளைக் கட்டுப்படுத்த முடியாமல் செய்தியாளர் சந்திப்பை 20 நிமிடங்கள் ஒத்தி வைத்தார். சிங்கப்பூர் மலேசியாவுடன் இணைந்திருப்பதையே லீ விரும்பினார். ஆனால் மலேசியா விரும்பவில்லை. அது சிங்கப்பூரை வெளியேற்றியது.

சிவப்புப் புள்ளி

ஓர் இந்தோனேசியத் தலைவர் முன்பொருக்கில் காழ்ப்போடு குறிப்பிட்டார்: ‘வரைபடத்தில் சிங்கப்பூர் வெறும் ஒரு சிவப்புப் புள்ளி’. பரப்பளவு வெறும் 718 சதுர கி.மீ. சிங்கப்பூரில் இயற்கை வளங்கள் குறைவு. தண்ணீரே மலேசியாவிலிருந்துதான் வர வேண்டும். அன்று தொழிலும் வணிகமும் சொல்லிக்கொள்ளும்படி இல்லை. மொழியால், இனத்தால், பண்பாட்டால், வேறுபட்ட சீனர்களையும் மலேசியர்களையும் இந்தியர்களையும்

மு. இராமனாதன்

உள்ளடக்கிய நாடு. இனக் கலவரம் தொட்டால் பற்றிக்கொள்ளும் நிலையிலிருந்தது. அண்டை நாடுகளான மலேசியாவுடனும் இந்தோனேசியாவுடனும் நல்லுறவு இல்லை. லீயின் கவலையில் நியாயமிருந்தது.

ஆடுவோமே பள்ளுப் பாடுவோமே

50 ஆண்டுகள் கழிந்துவிட்டன. இப்போது தேசிய தினத்தின் பொன்விழா கோலாகலமாக நடக்கிறது. வாண வேடிக்கை, கண்காட்சிகள், இசை நிகழ்ச்சிகள்... அரசு ஊழியர்களுக்கு போனஸ், பள்ளிப் பிள்ளைகளுக்கு லீகோ விளையாட்டுப் பெட்டி, ஒவ்வொரு வீட்டிற்கும் நினைவுப் பரிசு. நான்கு நாள் கொண்டாட்டங்களை அறிவித்தார் லீ குவான் இயூவின் மகனும் இப்போதையப் பிரதமருமான லீ சியன் லூங்.

இந்த கொண்டாட்டங்களுக்குக் காரணம் இருக்கிறது. இன்று சிங்கப்பூர் உலகின் செல்வந்த நாடுகளின் பட்டியலில் அமெரிக்கா, சுவிட்சர்லாந்து, ஆஸ்திரேலியா போன்ற நாடுகளைப் பின்னுக்குத் தள்ளிவிட்டு மூன்றாவது இடத்தில் இருக்கிறது. பொதுத் துறைகள் திறமையானவை. வரிகள் குறைவானவை. சேவைகள் தரமானவை.

சிங்கப்பூரும் ஹாங்காங்கும்

ஆய்வாளர்கள் ஹாங்காங்கையும் சிங்கப்பூரையும் எப்போதும் ஒப்பிடுவார்கள். இரண்டு இடங்களிலும் உள்ள துறைமுகங்களும், விமான நிலையங்களும், உள்கட்டமைப்பும் உலகத் தரமானவை. குற்றச் செயல்கள் குறைவானவை. ஊழலற்ற ஆட்சி நடக்கிறது. அதனால் முதலீட்டாளர்கள் படையெடுக்கிறார்கள். ஆனால் சில முக்கியமான புள்ளிகளில் சிங்கப்பூர் வேறுபடுகிறது. ஹாங்காங், மக்கள் சீனக் குடியரசின் கீழ் தன்னாட்சி அதிகாரத்துடன் இயங்குகிறது; பாதுகாப்பிற்காக ஒரு சதங்கூடச் செலவழிப்பதில்லை. ஆனால் சிங்கப்பூர் தனது உள்நாட்டு உற்பத்தியில் ஐந்து சதவீதத்திற்கும் மேல் பாதுகாப்பிற்காக ஒதுக்குகிறது. 18 வயது நிரம்பிய நிரந்தரக் குடியுரிமை பெற்ற ஆண்கள் அனைவரும் இரண்டு வருட ராணுவப் பயிற்சி பெற வேண்டும்.

மூன்று காரணிகள்

சிங்கப்பூரின் வெற்றிக்குப் பின்னால் உள்ள காரணிகளில் மூன்றை இங்கே குறிப்பிடலாம். முதலாவதாக வீட்டு வசதி. சிங்கப்பூரில் சேரிகள் இல்லை. 1974ல் 40% மக்களுக்கு சொந்த வீடு இருந்தது. இப்போது 80 சதவீதமாக உயர்ந்திருக்கிறது. இதற்குக்

காரணம் வைப்பு நிதி. நிரந்தரக் குடியுரிமை பெற்ற ஊழியர்கள் தமது ஊதியத்தில் 20 சதவீதத்தை வைப்பு நிதியில் செலுத்த வேண்டும். முதலாளிகள் 17% செலுத்துவார்கள். இதை வீடு வாங்கப் பயன்படுத்தலாம். குடியுரிமை உள்ள அனைவரும் வீடு வாங்கி விடுவது அதனால்தான்.

இரண்டாவதாக பல்லின மக்களிடையே நிலவும் இணக்கத்தைச் சொல்லலாம். பெரும்பாலான மக்கள் சொந்தக் கூரையின் கீழ் வசிக்கிறார்கள். வேலையில்லாதவர்கள் இரண்டு சதவீதத்திற்கும் குறைவு. அடிப்படை தேவைகள் நிறைவேறிவிடுவதால் பூசல்கள் இல்லை. 2013 மக்கள்தொகைக் கணக்கெடுப்பின்படி சீனர்கள் 74%, மலேசியர் 13%, இந்தியர்கள் 9%. இந்தியர்களில் 58% தமிழர்கள். மெட்ரோ ரயிலில் ஆங்கிலமும் சீனமும் மலாயும் கேட்கலாம். கூடவே தேமதுரத் தமிழோசையையும் கேட்கலாம். நான்கும் ஆட்சி மொழிகள். தாய்மொழிக் கல்வி கட்டாயம். தமிழ்ப் பாடநூல்கள் தரமானவை.

சிங்கப்பூர் வெற்றிக்கு இன்னொரு காரணி வெளியுறவுக் கொள்கை. 1967இல் துவங்கப்பட்ட தென்கிழக்காசிய நாடுகளின் ஒருங்கிணைப்பான ஆசியானில் சிங்கப்பூர் முன்கை எடுத்துச் செயலாற்றி வருகிறது. இது பிராந்திய ஒத்துழைப்புக்கு உதவுகிறது. இன்று மலேசியாவுடனும் இந்தோனேசியாவுடனும் சிங்கப்பூரின் உறவு சுமுகமாக இருக்கிறது.

சிங்கப்பூரின் சவால்கள்

இந்த இடத்தில் சிங்கப்பூர் எதிர்நோக்கும் சவால்களைப் பற்றியும் பேச வேண்டும். கடந்த 50 ஆண்டுகளாக லீ குவான் இயூவின் மக்கள் செயல் கட்சிதான் பெருவாரியான வாக்குகளைப் பெற்று வருகிறது. தூய்மையான, திறமையான ஆட்சி என்பது முக்கியமான காரணம். எதிர்க்கட்சிகள் பலவீனமானவை என்பதும் ஒரு காரணம். கடுமையான தேர்தல் விதிகளும், கட்டுபாடுகளுடன்கூடிய பேச்சுச் சுதந்திரமும் நிலவுவதால் எதிர்க்கட்சிகளால் ஒரு சக்தியாக உருவாக முடியவில்லை. 2011 தேர்தல் இதில் சிறிய மாற்றத்தை ஏற்படுத்தியது. இந்தத் தேர்தலிலும் ஆளுங்கட்சி 93% இடங்களைப் பிடித்தது. ஆனால் 60% வாக்குகளையே பெற்றது. கடந்த 50 ஆண்டுகளில் இது மிகக் குறைவானது.

அரசியல் நோக்கர்கள் இந்தப் பின்னடைவுக்குச் சொல்லும் காரணங்களில் இரண்டைக் கேட்டால் அவை விநோதமாகத் தோன்றலாம் - சிங்கப்பூரின் தரமான கல்வியும் மருத்துவச் சேவையும். உலகத் தரமான பல்கலைக்கழகங்களில் நவீனக் கல்வி

கற்ற இளைஞர்களுக்கு அரசின் கடுமையான சட்டதிட்டங்கள் உவப்பாக இல்லை என்கிறார்கள். அதைப் போலவே மருத்துவ வசதிகள் மக்களின் ஆயுளை நீட்டிக்கின்றன. சராசரி சிங்கப்பூர்க் குடிமகன் 85 ஆண்டுகள் வாழ்கிறார். இளைஞர்கள் அதிகம் குழந்தைகள் பெற்றுக்கொள்வதில்லை. முதியோர்களின் விகிதம் அதிகரிக்கிறது. அதற்கேற்றாற்போல் உழைக்கும் வயதிலுள்ளவர்களின் விகிதம் கூடவில்லை. இதனால் அரசு வெளிநாட்டுப் பணியாளர்களைக் குடியேற்றத் திட்டமிட்டது. இது சிங்கப்பூர் மக்களிடையே தேர்தல் நேரத்தில் அதிருப்தியை உருவாக்கியதாகச் சொல்லப்படுகிறது.

அடுத்த 50 ஆண்டுகள்

2015 மார்ச் மாதம் தனது 91ஆவது வயதில் லீ குவான் இயூ காலமானார். மக்கள் மணிக்கணக்கில் வரிசையில் நின்று மரியாதை செலுத்தினார்கள். அவரது மரணம் ஒரு வகையில் சிங்கப்பூர் மக்களிடையே உள்ள இணைப்பை வலுவாக்கியது. பொன்விழாக் கொண்டாட்டங்கள் அதை இன்னும் உறுதிப்படுத்தியது. இவை ஆளும் கட்சிக்குச் சாதகமாக அமைந்தன. ஆனால் சிங்கப்பூர் பிரதமர் லீ சியன் லூங் இதிலெல்லாம் திருப்தியடையவில்லை. சமீபத்தில் டைம் இதழுக்கு அளித்த நேர்காணலில் தம்முன் உள்ள சவால்களாக அவர் குறிப்பிட்டவை: 10 ஆண்டுகளில் பொருளாதாரத்தை மேம்படுத்துவது, 25 ஆண்டுகளில் உள்ளூர்ப் பணியாளர்களுக்கும் குடியேறிகளுக்கும் இடையே ஒரு ஒத்திசைவுள்ள சமநிலையை உருவாக்குவது, 50 ஆண்டுகளில் ‘சிங்கப்பூர் சிறப்பானது; நான் அதன் குடிமகன்’ என்கிற பெருமித உணர்வை அனைத்து மக்களிடையேயும் ஏற்படுத்துவது.

சிங்கப்பூர் இப்போது வெறும் சிவப்புப் புள்ளி அல்ல. ஆசியாவின் முக்கியமான பொருளாதார மையம். அடுத்த 50 ஆண்டுகளில் சிங்கப்பூர் மேலும் சாதிக்கும். அந்தப் பாதையில் சில கடுமையான சட்டங்கள் நெகிழவும்கூடும்.

***இந்து தமிழ் திசை*, 8.8.15**

19

ராணுவ நுகத்தடியில் மியான்மர்

'ரங்கூன்! அது உயிரை வளர்த்தது. என்னை உயர்ந்தவன் ஆக்கியது!'

இது பராசக்தி (1952) படத்தின் நாயகன் நீதிமன்றத்தில் பேசும் வசனம். 70 ஆண்டுகளுக்குப் பிறகும் தமிழர்களின் நினைவு அடுக்குகளுக்குள் தேங்கிக் கிடக்கும் வசனம். ரங்கூன் பர்மாவின் தலைநகராக விளங்கியது. இரண்டாம் உலகப் போருக்கு முன்புவரை தமிழ் வணிகர்களையும் தொழிலாளர்களையும் அரவணைத்த தேசம் பர்மா. அறிஞர் அண்ணா, 'ரங்கோன் ராதா' என்றே ஒரு நாவல் எழுதினார். 1956இல் கலைஞரின் வசனத்தில் அது படமானது. ரங்கூனிலிருந்த வந்த ராதாவின் (ராஜசுலோசனா) மீது தர்மலிங்கம் (சிவாஜி கணேசன்) மையல் கொள்வதுதான் கதை. தமிழில் புலம்பெயர் புனைவெழுத்தின் முன்மாதிரியாகக் கருதப்படுகிற நாவல் ப.சிங்காரத்தின் 'கடலுக்கு அப்பால்'. முப்பதுகளில் மலேசியா, பர்மா, இந்தோனேசியா முதலான கிழக்காசிய நாடுகளுக்கு திரவியம் தேடிச் சென்ற தமிழர்களின் வாழ்வையும் போராட்டத்தையும் பேசுகிற நாவல் அது. ஜார்ஜ் ஆர்வெல்லின் முதல் நாவல் 'பர்மிய நாட்கள்' (1934). டாக்டர் வீராசாமி அதன் முக்கியக் கதாபாத்திரம்.

இன்று எல்லாம் மாறிவிட்டது. பர்மா மியான்மர் ஆகிவிட்டது. ரங்கூன் யாங்கூன் ஆகிவிட்டது. தலைநகரே நைப்பிதா எனும் புதிய

இடத்துக்குப் பெயர்ந்துவிட்டது. இன்றும் லடசக்கணக்கான தமிழர்கள் வாழ்கிற நாடாகத்தான் இருக்கிறது மியான்மர். ஆனால் பராசக்தி வசனம் நினைவில் நிற்கிற அளவுக்குக்கூட பர்மாவையோ பர்மியத் தமிழர்களையோ தாய்நாட்டுத் தமிழர்கள் நினைத்துக்கொள்வதில்லை.

நீண்ட ராணுவ ஆட்சிக்குப் பிறகு 2010இல் தேர்தல் நடந்தது. ராணுவத்திற்கு ஆதரவான கட்சி அரசு அமைத்தது. 2015இல் அடுத்த தேர்தல் நடந்தது. ஜனநாயக சக்திகள் வெற்றி பெற்றன. அவை ராணுவத்தோடு இணைந்து கூட்டாட்சி அமைத்தன. 2020இல் மீண்டும் தேர்தல் நடந்தது. அதே சக்திகள் வென்றன. ஆனால் இந்த முறை கூட்டாட்சி தொடரவில்லை. மாறாக, ராணுவம் ஆட்சியை முழுமையாகக் கைப்பற்றிக்கொண்டது. ஒரு காலத்தில் மனித உரிமைகளின் திருவுருவாக விளங்கிய, பிற்பாடு மேற்குலகின் விமர்சனத்திற்கு உள்ளாகிய, இப்போது சிறையில் அடைக்கப்பட்டிருக்கும் அவுங் சான் சூச்சிதான் இந்தத் தேர்தல்களின் நட்சத்திரம். நமது ஊடகங்கள் இந்தத் தேர்தல்களையோ ராணுவ ஆட்சியையோ சூச்சி சிறை வைக்கப்பட்டதையோ பெரிதாகக் கண்டுகொள்ளவில்லை.

தமிழ்நாட்டுத் தமிழர்களுக்கு என்றில்லை, இந்தியாவுக்கும் மியான்மர் உறவில் உற்சாகக் குறைவு இருப்பதாகத்தான் தெரிகிறது. இத்தனைக்கும் இரண்டு நாடுகளுக்கும் இடையே உள்ள எல்லைக்கோடு நீளமானது; அதாவது 1610கி.மீ; நமது வடகிழக்கு மாநிலங்களின் உள்கட்டமைப்போடும் பாதுகாப்போடும் பிணைந்தது. இந்தியாவிலிருந்து போன புத்த மதம் பர்மியர்களுக்கு இசைவாக இருந்தது. அதை அவர்கள் நெஞ்சாரத் தழுவிக்கொண்டார்கள். 1937 வரை பிரிட்டிஷ்-இந்தியாவின் ஒரு பகுதியாகத்தான் இருந்தது பர்மா. இந்தியர்கள், அதிகமும் தமிழர்கள், செறிவாக வசித்துவந்தனர். இந்தியாவின் கடைசி மொகலாய மன்னர் பகதூர் ஷா பர்மாவில்தான் சிறைவைக்கப்பட்டார். நேதாஜி சுபாஷ் சந்திர போஸின் இந்திய சுதந்திர லீக் காலூன்றியிருந்த அந்நிய மண்ணாக இருந்தது பர்மா. இன்று எல்லாம் பொய்யாய்ப் பழங்கதையாய்க் கனவாய் மெல்லப் போனதுவே!

இரண்டாம் உலகப் போரின்போது பர்மா ஜப்பானிய ஆளுகைக்கு உள்ளாகியது. மக்கள் பெரும் அவதிக்குள்ளாயினர். விடுதலைக்குப் பிறகான ராணுவ ஆட்சி தமிழர்களுக்கு வாழ்வுரிமைச் சிக்கல்களை உருவாக்கியது. இந்தியர்கள் பலர் கால்நடையாக வெளியேறினர். அப்படி வெளியேறியவர்களில் ஒருவர் வெ.சாமிநாத சர்மா. 1942இல் அவர் மேற்கொண்ட

துயரமும் சாகசமும் மிகுந்த பயணத்தின் ஆவணம்தான் அவரது 'எனது பர்மா வழி நடைப் பயணம்' எனும் நூல். இந்தியர்கள் பலர் பர்மாவிலிருந்து கப்பல் கப்பலாக வெளியேறினர். தமிழகத்தின் பல நகரங்களில் இன்றும் நீடித்திருக்கும் பர்மா காலனிகள் அந்தத் துயரக் கதைகளை நினைவூட்டும். இந்தக் கசப்பான அனுபவங்களால்தான் தமிழகத் தமிழர்கள் பர்மாவைத் தங்கள் நினைவில் நிறுத்தாமல் போயிருக்க வேண்டும்.

அரசியலும் ராணுவமும்

பர்மாவின் அரசியல் வரலாறு மிகுதியும் ராணுவத்தின் கரங்களால்தான் எழுதப்பட்டிருக்கிறது. 1948இல் நாடு ஆங்கிலேயரிடமிருந்து விடுதலை பெற்றது. அதற்கு முன்பாக அமைக்கப்பட்ட இடைக்கால அரசாங்கத்துக்குத் தலைமை தாங்கியவர் அவுங் சான். அவர்தான் சூச்சியின் தந்தை. ஜப்பானிய ஆக்கிரமிப்புக் காலத்தில் 'பர்மிய விடுதலைப் படை' என்கிற ராணுவ அமைப்பின் தளபதியாக இருந்தார் அவுங் சான். ஜப்பானியர்கள் வெளியேறியதும் அதைக் கலைத்துவிட்டு அரசியல் கட்சி ஆரம்பித்தார். ஆனால், நாடு விடுதலை அடையும் முன்பே அவரது அரசியல் எதிரிகளால் கொல்லப்பட்டார். அவரது சகாக்கள் ஆட்சியிலும் ராணுவத்திலும் தலைமை ஏற்றனர். 1958இல் நாடாளுமன்றம் கேட்டுக்கொண்டதன் பேரில் ஓர் இடைக்கால ஆட்சி நடத்திய ராணுவம், 1962இல் தானே நேரடியாக ஆட்சியைக் கைப்பற்றிக்கொண்டது. இது 2011வரை நீடித்தது. அந்த அரை நூற்றாண்டுக் கால ராணுவ ஆட்சி மியான்மரை உலகத்திலிருந்து தனிமைப்படுத்தியிருந்தது. நாடு ராணுவத்தின் இரும்புக் கரங்களில் கட்டுண்டு கிடந்தது. கல்வியும் தொழிலும் விவசாயமும் வர்த்தகமும் தேங்கிப்போயிருந்தன. எதிர்க் குரல்கள் ஒடுக்கப்பட்டன. பேச்சுச் சுதந்திரம் பறிக்கப்பட்டது. ஊழல் மலிந்திருந்தது. சர்வதேச நாடுகளின் கண்டனங்களும் தண்டனைத் தடைகளும் சூழ்ந்திருந்தன. உள்நாட்டு உற்பத்தியில் கிழக்காசியாவிலேயே கடைசி இடத்தில் இருந்தது மியான்மர்.

ராணுவ ஆட்சிக்கு எதிராக 1988இல் மாணவர்கள் போராடினார்கள். அப்போது அவுங் சான் சூச்சி, நோய்வாய்ப்பட்டிருந்த தன் தாயாரைப் பார்ப்பதற்காக ரங்கூன் வந்திருந்தார். ஆக்ஸ்போர்டில் பேராசிரியராகப் பணியாற்றிய ஆங்கிலேயக் கணவரையும் இரண்டு மகன்களையும் லண்டனில் விட்டுவிட்டு வந்திருந்தார் சூச்சி. தாய் நாட்டில் நடந்த போராட்டத்தைப் பாராமுகத்தோடு அவரால் கடக்க முடியவில்லை. அப்போதுதான் சூச்சி தேசிய ஜனநாயக லீக்கைத் (*National Democartic League*- என்.எல்.டி) தொடங்கினார். ராணுவம்

போராட்டத்தை ஒடுக்கிவிட்டது. 1989இல் சூச்சியையும் வீட்டுக் காவலில் வைத்தது. அடுத்த 21 ஆண்டுகளில் 15 ஆண்டுகள் அவர் வீட்டுக் காவலில்தான் இருந்தார். 1990இல் ராணுவம் தேர்தல் நடத்தியது. 492 இடங்களில் 392ஐக் கைப்பற்றியது என்.எல்.டி. ஆனால், ராணுவம் பதவி விலக மறுத்துவிட்டது. அதற்கு அடுத்த ஆண்டு சூச்சிக்கு சமாதானத்திற்கான நோபல் விருது வழங்கப்பட்டது. சூச்சி சக்தியற்றவர்களின் சக்தி என்று புகழப்பட்டார். இரண்டு தசாப்தங்களுக்குப் பிறகு 2010இல் தேர்தல் நடந்தது. இந்த முறை என்.எல்.டி. புறக்கணித்தது. ராணுவத்தின் ஆதரவு பெற்ற யு.எஸ்.டி.பி வெற்றிபெற்றதாக அறிவிக்கப்பட்டது. முன்னாள் ராணுவத் தளபதி தெயின் செயின் அதிபரானார். அது மியான்மர் அரசியலில் ஒரு முக்கியமான கட்டம் என்பது பலருக்கும் அப்போது தெரிந்திருக்கவில்லை.

ஜனநாயகக் கிரணங்கள்

தளபதி தெயின் அதிபரான பிறகு அமல்படுத்திய அரசியல்-பொருளாதாரச் சீர்திருத்தங்கள் பலரும் எதிர்பார்க்காதவை. பதவியேற்ற சில மாதங்களிலேயே அவர் சூச்சியை விடுவித்தார். பத்திரிகைத் தணிக்கை தளர்த்தப்பட்டது. தொழிற்சங்கங்கள் அனுமதிக்கப்பட்டன. வர்த்தக, வங்கி விதிகள் திருத்தப்பட்டன. மியான்மர் அந்நிய முதலீட்டை வரவேற்றது. அமெரிக்கா உட்பட எல்லா நாடுகளும் தண்டனைத் தடைகளை விலக்கிக்கொண்டன. 2012இல் நடந்த இடைத் தேர்தலில் என்.எல்.டி போட்டியிட்டது. 45 இடங்களில் 43இல் வெற்றி பெற்றது. சூச்சி எதிர்க்கட்சித் தலைவரானார்.

நீர் வளம், நில வளம், கனிம வளம், எண்ணெய் வளம் எல்லாம் ஒருங்கே அமைந்த நாடு மியான்மர். அரை நூற்றாண்டுத் தேக்கத்தால் அதன் மடி சுரந்தபடி இருந்தது. முட்டிப் பால் கறப்பதற்குப் பல நாடுகளும் தயாராகத்தான் இருந்தன. ஆனால், ஆட்சி ராணுவத்தின் நேரடிக் கட்டுப்பாட்டில் இருந்ததால் அவை தயங்கின.

2015இல் பொதுத் தேர்தல் வந்தது. உலகெங்கும் எதிர்பார்ப்புகள் மிகுந்தன. ஓடிவரும் பொன்னிற மயிலின் சித்திரம் பொறித்த என்.எல்.டி. கட்சியின் சிவப்புக் கொடிகளும் சூச்சியின் படங்களும் எங்கும் தோரணங்களாய் ஆடின. கூடவே யு.எஸ்.டி.பி.யின் நீலநிறக் கொடிகளும் ஆடின. என்.எல்.டி 80% வாக்குகளையும் மூன்றில் இரண்டு பங்கு இடங்களையும் கைப்பற்றியது. இந்த முறையும் சூச்சியால் அதிபராக முடியவில்லை. முக்கியமான அமைச்சரகங்களும் அவரது கட்சிக்குக் கிடைக்கவில்லை. 2008இல்

ராணுவம் திருத்தி எழுதிய அரசியலமைப்பின் பேரிலேயே இவை நடந்தன.

சூச்சியின் காலஞ்சென்ற கணவர் ஆங்கிலேயர். அவரது இரண்டு மகன்களும் ஆங்கிலேயக் குடிமக்கள். அரசியல் சட்டத்தின் 59F பிரிவின்படி வெளிநாட்டவரை மணந்தவர்கள் அதிபராகப் பதவி வகிக்கக் கூடாது. அதே பிரிவின்படி அதிபராக இருப்பவரின் பிள்ளைகள் அந்நிய நாடொன்றுக்கு விசுவாசமாக இருக்கக் கூடாது. இந்தப் பிரிவை விலக்குவதற்கு சூச்சி பலவாறு முயன்றார். ராணுவ அரசு செவிசாய்க்கவில்லை. ஆகவே தேர்தலுக்கு முன்பே இது சூச்சிக்குத் தெரியும்.

மேலும் புதிய அரசியல் சட்டத்தின்படி நாடாளுமன்றத்தில் 25% இடங்களுக்கான உறுப்பினர்களை ராணுவமே நியமிக்கும். மீதமுள்ள 75% இடங்களுக்குத்தான் தேர்தல். தவிர, அதிபர் தேர்வும் நேரடியானதல்ல; தேர்ந்தெடுக்கப்பட்ட நாடாளுமன்ற உறுப்பினர்கள் இரண்டு பேரையும், ராணுவத்தின் நியமன உறுப்பினர்கள் ஒரு நபரையும் முன்மொழிய வேண்டும். இவர்களுக்குள் தேர்தல் நடக்கும். நாடாளுமன்ற உறுப்பினர்கள் வாக்களிப்பார்கள். இதில் வெற்றிபெற்றவர் அதிபராகவும் மற்ற இருவரும் துணை அதிபர்களாகவும் பதவியேற்க வேண்டும். இதைத் தவிர பாதுகாப்பு, உள்துறை, நிதி போன்ற முக்கியமான துறைகளுக்கான அமைச்சர்களை ராணுவமே நியமிக்கும். இதை ராணுவம் 'ஒழுங்குடன்கூடிய ஜனநாயகம்' என்றழைத்தது. இதற்கெல்லாம் இசைந்தே சூச்சியும் அவரது கட்சியினரும் போட்டியிட்டார்கள். வெற்றி பெற்றார்கள். சூச்சியின் வேட்பாளர் ஒருவர் அதிபரானார். சூச்சி அரசின் ஆலோசகர் என்று ஒரு பதவியைத் தனக்காக ஏற்படுத்திக்கொண்டார். ராணுவத்தினர் முக்கியத் துறைகளின் அமைச்சர்களாயினர். ராணுவத்தின் செல்வாக்கு ஆட்சியில் நீடிக்கும் என்பது மியான்மர் மக்களுக்கும் உலக நாடுகளுக்கும் நன்றாகவே தெரிந்திருந்தது. ஆனால் சூச்சியின் தலைமையில் ஜனநாயகம் மெல்ல மெல்ல உயரும், மனித உரிமைகள் மதிக்கப்படும் என்கிற எதிர்பார்ப்பும் இருந்தது. ஆனால் அது அப்படி நடக்கவில்லை. என்ன நடந்தது என்று பார்ப்பதற்கு முன்னால் மியான்மரின் இனவரைவியலைப் பார்த்துவிடலாம்.

பெரும்பான்மையும் சிறுபான்மையும்

மியான்மர் பல தேசிய இனங்களின் கூட்டமைப்பு. 'பாமா'எனப்படும் பெரும்பான்மை பர்மிய சமூகத்தினர் ஐராவதி நதி பாயும் வளமான மையப் பகுதிகளிலும் தென் பகுதிகளிலும்

வசிக்கிறார்கள். இவர்கள் புத்த மதத்தினர். 2015இல் இங்கேயுள்ள 291 இடங்களில் என்.எல்.டி. கணிசமான இடங்களைப் பெற்றது. சிறுபான்மையினர் எல்லைப்புற மாநிலங்களில் வசிக்கிறார்கள். இங்கேயுள்ள 207 இடங்களிலும் (31%) என்.எல்.டி குறிப்பிடத்தக்க இடங்களைப் பெற்றது.

மியான்மரில் நூற்றுக்கும் மேற்பட்ட சிறுபான்மை தேசிய இனத்தவர் உள்ளனர். இவர்களில் ஷான், கரீன், ரக்கைன், சின், கச்சின் ஆகியோர் பிரதானமானவர்கள். இவர்களில் தேர்தல் ஜனநாயகத்தை ஏற்றுக்கொண்ட பல அரசியல் கட்சிகளும் பிரிவினை கோரும் பல ஆயுதக் குழுக்களும் உள்ளன. 2015 தேர்தல் முடிவுகள் சிறுபான்மையினர் மத்தியிலும் சூச்சிக்குச் செல்வாக்கு இருந்ததைப் புலப்படுத்தியது. ரக்கைன் மாநிலத்தில் உள்ள முஸ்லிம்கள் மத்தியில் சூச்சியின் பிரச்சாரத்துக்கு நல்ல வரவேற்பு இருந்ததாக எழுதினார், அப்போது அவருடன் பயணித்த ராயிடர்ஸ் செய்தியாளர்.

அவமதிப்புக்கும் புறக்கணிப்புக்கும் உள்ளாகும் ரொகிங்கியா எனும் முஸ்லிம் பிரிவினர், இந்த மாநிலத்தைச் சேர்ந்தவர்கள்தாம். இவர்கள் மியான்மரின் குடிமக்களாக அங்கீகரிக்கப்படவில்லை. அவர்களால் நிலம் வாங்க முடியாது. அவர்களின் பிள்ளைகளால் கல்வி கற்க முடியாது. வேலை செய்தாலும் பல நேரங்களில் கூலிக்கு உத்திரவாதம் கிடையாது. இவர்கள் வங்கதேசத்திலிருந்து சட்ட விரோதமாகப் பர்மாவில் நுழைந்தவர்கள் என்று சொல்லி வந்தது மியான்மர் அரசு. பல தலைமுறைகளாகத் தாங்கள் பர்மாவில் வசித்துவருவதாகச் சொல்லும் ரொகிங்கியாக்களின் குரல் அம்பலம் ஏறவில்லை. பெரும்பான்மை 'பாமா' இனத்தவருக்கு இந்தச் சிறுபான்மை ரொகிங்கியா இனத்தவர் மீது அனுதாபம் இல்லை. மதத்தால், இனத்தால், மொழியால், நிறத்தால் பெரும்பான்மை பாமா இனத்தவரும் சிறுபான்மை ரொகிங்கியா இனத்தவரும் வேறுபட்டவர்கள். உலகின் பல நாடுகளில் உள்ளதைப் போலவே இங்கேயும் பெரும்பான்மை பாமா இனத்தவருக்கு ஓர் உயர்வு மனப்பான்மை இருக்கிறது. 2015 தேர்தல் காலத்தில் இந்தப் பிரச்சினையில் சூச்சி மவுனம் காத்தார். அந்தத் தேர்தலில் பல சிறுபான்மைக் கட்சிகள் தேர்தல் களத்தில் இருந்தன; எனினும் என்.எல்.டி.யால்தான் கணிசமான இடங்களைப் பெற முடிந்தது. ஆனால் அதன் பிறகான ஐந்தாண்டு ஆட்சியில் சிறுபான்மையினரின் நம்பிக்கைக்குப் பாத்திரமாக சூச்சி நடந்துகொண்டாரா?

ரொகிங்கியா அகதிகள்

சூச்சியின் என்.எல்.டி பொறுப்பேற்ற பிறகு ரொகிங்கியா பிரச்சினை மேலும் மோசமாகிவிட்டது. 2017இல் ஓர் ஆயுதக் குழு ரக்கைன் மாநிலத்தின் சில காவல் சாவடிகளைத் தாக்கியது. அதை அடுத்துக் கட்டவிழ்ந்த வன்முறையில் ரொகிங்கியாக்களின் குடில்கள் கொளுத்தப்பட்டன. 730 குழந்தைகள் உட்பட 6700 ரொகிங்கியாக்கள் கொல்லப்பட்டதாகச் சொன்னது MSF தொண்டு நிறுவனம். 288 கிராமங்கள் தரை மட்டமாக்கப்பட்டதாகச் சொன்னது HRW தொண்டு நிறுவனம். 2017ஆம் ஆண்டின் பிற்பகுதியில் ஏழு லட்சம் ரொகிங்கியாக்கள் வங்கதேசத்திற்கு அகதிகளாக வந்து சேர்ந்தனர். அப்போது அங்கு ஏற்கெனவே மூன்று லட்சம் அகதிகள் இருந்தனர். இதற்கு அடுத்த ஆண்டு ஐ.நா. வின் சர்வதேசக் குற்றவியல் நீதிமன்றம் மியான்மர் அரசின் மீதான இனப்படுகொலை வழக்கை விசாரித்தது. வழக்கில் அரசுக்கு ஆதரவாக சாட்சி அளித்தவர் ஒரு காலத்தில் சமாதானத்தின் தூதுவராகக் கொண்டாடப்பட்ட அப்போதைய அரசு-ஆலோசகர் அவுங் சான் சூச்சி. ஒரு நட்சத்திரம் தரையில் உதிர்ந்து விழுந்ததை உலகம் நம்ப முடியாமல் பார்த்தது. அவரது சாட்சியம் மியான்மர் ராணுவத்தைக் காப்பாற்றப் போதுமானதாக இல்லை. நீதிமன்றம் மியான்மர் அரசை எச்சரித்தது. வங்கதேசத்திலிருந்து அகதிகளை மீளப்பெற்று அவர்களின் மறுவாழ்வுக்கு வழிசெய்யுமாறு உத்தரவிட்டது. ஐ.நா நீதிமன்றத்தால் வழக்கை விசாரிக்க முடியும்; தீர்ப்பெழுதவும் முடியும். ஆனால் நடைமுறைப்படுத்துகிற அதிகாரம் அதனிடம் இல்லை. ஆகவே நிலைமை இன்னும் சீரடையவில்லை. சூச்சி சர்வதேச நம்பிக்கையை இழந்திருக்கலாம். ஆனால் உள்நாட்டில் பெரும்பான்மை பாமா இனத்தவர் அவருக்கு ஆதரவு நல்கினர். 2020 தேர்தல் முடிவுகள் சொன்னது அதைத்தான்.

கொரோனா கொடி கட்டிப் பறந்த 2020இல் தேர்தல் வந்தது. கூடவே சிவப்புக் கொடிகளும் நீலக் கொடிகளும் பறந்தன. ஆனால் இந்த முறை ஊர்வலங்களும் பொதுக்கூட்டங்களும் கொரோனாவால் தடை செய்யப்பட்டன. இந்தத் தேர்தலிலும் பல சிறிய கட்சிகளும் சிறுபான்மை இனத்தவரின் கட்சிகளும் போட்டியிட்டன. 2015இல் என்.எல்.டி எதிர்க்கட்சியாக இருந்தது. 2020இல் ஆளுங் கட்சி. அப்போது சிறிய கட்சிகள் வானொலியிலும் தொலைக்காட்சியிலும் பரப்புரை செய்தன. ஆளுங்கட்சி சில கட்சிகளின் பரப்புரையைத் தடைசெய்தது; சில கட்சிகளின் பரப்புரைகள் தணிக்கை செய்யப்பட்டன. தேர்தல் ஆணையம் சிறுபான்மை இனத்தவர்கள் வசிக்கும் மாநிலங்களில் சுமார் 15 லட்சம் பேரின் வாக்குரிமையைப் பறித்தது. ரொகிங்கியா

முஸ்லிம்களுக்குக் குடியுரிமை இல்லை என்பதால் வாக்குரிமையும் இல்லை. சிறுபான்மையினர் வசிக்கும் சில தொகுதிகளில் பாதுகாப்புக் காரணங்களால் தேர்தல் ரத்து செய்யப்பட்டது. என். எல்.டி. தனக்கு ஆதரவாக அரசு இயந்திரத்தைப் பயன்படுத்துகிறது என்று சிறுபான்மை இனத்தவரின் கட்சிகள் குற்றம் சாட்டின. ஆனால் கேட்பதற்குக் காதுகள் இல்லை.

2015 முதலான ஐந்தாண்டு கால ஆட்சியாலும் அதற்கு முன்பே அரசு கைக்கொண்ட தாராளவாதக் கொள்கைகளாலும் பொருளாதாரம் வளர்ந்திருந்தது; ஆனால் அதன் பலன் எளிய மக்களைச் சென்றடையவில்லை என்றன புள்ளிவிவரங்கள். இதனால் மேற்குலக இதழாளர்கள் சிலர் சூச்சியின் ஐந்தாண்டு கால ஆட்சியில் அதிருப்தியுற்ற மத்தியதர வர்க்கத்தினரும் இளைஞர்களும் சூச்சிக்கு எதிராகத் திரும்புவார்கள் என்று எழுதினார்கள். வேறு சிலர் இதை மறுத்தார்கள். சர்வதேச அரங்கில் பெரும்பான்மை இனத்தின் குரலாக ஒலித்தார் சூச்சி; சிறுபான்மை இனத்தவருக்கு எதிரான இனப்படுகொலைக் குற்றச்சாட்டை மறுத்தார். இதனால் பெரும்பான்மை இனத்தவரிடையே அவரது ஆதரவு பெருகியிருப்பதாக அவர்கள் சொன்னார்கள்.

இரண்டாம் தரப்பினரின் கணிப்புதான் சரி என்பதைத் தேர்தல் முடிவுகள் காட்டின. மொத்தமுள்ள 330 இடங்களில் என்.எல்.டி 258 இடங்களையும், யு.எஸ்.டி.பி வெறும் 26 இடங்களையும் பெற்றன. என்.எல்.டி இரண்டாவது முறையாக வெற்றி பெற்றது. 2015இல் தேர்தல் முடிவுகள் வெளியானபோது மியான்மரின் ஜனநாயகமும் பொருளாதாரமும் முன்னேறும் என்கிற எதிர்பார்ப்பு இருந்தது. 2020 முடிவுகள் வெளியானபோது அப்படியான எந்த எதிர்பார்ப்பும் இல்லை. இந்த முறை சூச்சி மனித உரிமைகளின் ஒளிவிளக்காகப் பார்க்கப்படவில்லை. அமெரிக்காவின் முன்னாள் தூதர் டெரிக் மிட்சல், "சூச்சி மாறவில்லை. அவர் எப்போதும் ஒரே போலத்தான் இருக்கிறார். அவரது முழுப்பரிமாணமும் நமக்குத் தெரிந்திருக்கவில்லை. அவ்வளவுதான்" என்று சொன்னார்.

யூனூஸ் பாயும் சூச்சியும்

தூதரின் கூற்றைப் படித்ததும் எனக்கு யூனூஸ் பாய் நினைவுக்கு வந்தார். ஹாங்காங் இந்தியர்களால் முஹம்மது யூனூஸ் (1924-2015) அப்படித்தான் அழைக்கப்பட்டார். பாய்தான் எனக்கு பர்மிய அரசியலையும் வரலாற்றையும் அறிமுகப்படுத்தியவர். தன் வாழ்நாளின் செம்பாதியை பர்மாவிலும் மீதியை ஹாங்காங்கிலும் கழித்தவர். அவரது "எனது பர்மா குறிப்புகள்" (காலச்சுவடு,

2009) நூல், பர்மாவில் தமிழர்கள் செல்வாக்கோடு வாழ்ந்த காலத்தில் தொடங்கும்; கணிசமான இந்தியர்கள் பர்மாவிலிருந்து வெளியேறும் வரை நீளும். இந்த நூல் உருவாக்கத்துக்காக 2007- 2009 காலகட்டத்தில் அவரைப் பலமுறை நேர்கண்டேன். அப்போது சூச்சி வீட்டுக் காவலில் இருந்தார். மேற்கு ஊடகங்களில் அவர் மனித உரிமைக் காவலராக வலம் வந்துகொண்டிருந்தார். நான் சூச்சியைப் பற்றிப் பல முறை கேட்டேன். பாய் பட்டும் படாமலும்தான் பதில் சொன்னார்.

2010இல் மியான்மருக்குப் போக்கும் வரவும் எளிதாகத் தொடங்கின. 2011இல் யுனூஸ் பாயுடன் நானும் யாங்கூனுக்குப் போனேன். அவர் பிறந்து வளர்ந்த இடங்களைப் பிரியத்துடன் சுற்றிக் காட்டினார். உறவினர்களும் நண்பர்களும் அவரை ஓடியோடி உபசரித்தனர். அந்த அன்பு புல்லுக்கும் ஆங்கே பொசிந்தது. அப்போது சூச்சி விடுதலையாகியிருந்தார். அவர் எதிர்க்கட்சித் தலைவராவதற்கு இன்னும் ஓராண்டுக் காலம் இருந்தது. என்.எல்.டி மும்முரமாக இயங்கிக்கொண்டிருந்தது. பல இடங்களில் கட்சியின் சிவப்புக் கொடிகளையும் சூச்சியின் படங்களையும் பார்க்க முடிந்தது. தமிழர்கள் பலருக்கும் அரசியலில் ஆர்வமில்லை. தமிழர்களிடையே அறியப்பட்ட அரசியல்வாதி யாரும் இல்லை. எனினும் பாயின் உறவுக்காரப் பெண் ஒருவர் என்.எல்.டி கட்சியில் முக்கியப் பொறுப்பில் இருந்தார். அவர் சூச்சியைச் சந்திப்பதற்கு ஏற்பாடு செய்யட்டுமா என்று கேட்டார். ஆனால் பாய் ஆர்வம் காட்டவில்லை.

பாய் 1966ஆம் ஆண்டு பர்மாவிலிருந்து வெளியேறினார். அதற்கு ஆறு ஆண்டுகள் முன்பே 15 வயதுச் சிறுமியாக இருந்த சூச்சி பர்மாவிலிருந்து வெளியேறிவிட்டார். அப்போது பிரதமராக இருந்தவர் ஊ நூ. அவர் சூச்சியின் தந்தை அவுங் சானின் சகா. அவர் தனது தோழரின் மனைவியை 1960இல் பர்மாவுக்கான இந்தியத் தூதராக நியமித்தார். அப்போது அம்மாவோடு இந்தியா சென்ற சூச்சி பலகாலம் பர்மா திரும்பவில்லை. 1962இல் ஏற்பட்ட ராணுவ ஆட்சியும் ஒரு காரணம். ஆகவே சூச்சியைப் பற்றி பாய் நெருக்கமாக அறிந்திருக்கவில்லை. அதனால் சூச்சியைக் குறித்தும் அவரது அரசியல் குறித்தும் பாய்க்கு ஆர்வமில்லை. அப்படி நினைத்தேன். அது தவறு என்று இப்போது தோன்றுகிறது. பாய் உலகச் செய்திகள் அனைத்தையும் ஊன்றிப் படித்தவர். அவருக்கு சூச்சியைக் குறித்துப் பெரிய நம்பிக்கைகள் இருக்கவில்லை என்று தோன்றுகிறது. ‘எனது பர்மா குறிப்புகள்’ நூலை வாசித்தவர்களுக்குத் தெரியும், பாய் யாரையாவது புகழ்வது என்றால் வகைதொகையின்றிப் புகழ்வார்; ஆனால் எவரையும்

விமர்சிக்கவோ குறைத்துச் சொல்லவோ மாட்டார். அதனால்தான் சூச்சியைக் குறித்த சந்தேகங்களை அவர் பகிர்ந்துகொள்ளவில்லை. சூச்சியைப் புகழ்ந்து பேசவுமில்லை. அப்படித்தான் நினைக்கிறேன்.

பர்மியத் தமிழர்கள்

அந்தப் பயணத்தில் பர்மியத் தமிழர்கள் பலரைச் சந்திக்க முடிந்தது. 1962இல் ஏற்பட்ட ராணுவ ஆட்சியைத் தொடர்ந்து, லட்சக்கணக்கான தமிழர்கள் மியான்மரிலிருந்து வெளியேறினார்கள். அப்போது மியான்மரிலேயே தொடர்ந்து வாழ்வதெனத் தமிழர்கள் பலர் முடிவெடுத்தனர். மியான்மரின் தற்போதைய மக்கள் தொகை 5½ கோடி. அதில் இந்தியர்கள் 2% (11 லட்சம்). இந்தியர்களில் பெரும்பான்மையினர் தமிழர்களே. ஆண்கள் அனைவரும் பர்மியர்களைப் போலச் சட்டையை உள்ளே விட்டுக் கைலியை மேலே கட்டியிருந்தார்கள். பெண்களில் பலரும் பர்மியர்களைப் போலவே கை வைத்த மேல்சட்டையும் கைலியும் உடுத்தியிருந்தார்கள். எல்லோரும் சரளமாக பர்மிய மொழியைப் பேசினார்கள். அவர்கள் கோயில்களுக்கும் பள்ளிவாசல்களுக்கும் தேவாலயங்களுக்கும் ஈடுபாட்டோடு போனார்கள். தமிழர்களிடையே செல்வந்தர்கள் குறைவு. கிராமவாசிகள் விவசாயத்திலும் நகரவாசிகள் சிறிய வர்த்தகங்களிலும் ஈடுபட்டிருந்தார்கள். பர்மிய அடையாளத்தையும் தமிழ் அடையாளத்தையும் அவர்கள் ஒருசேரப் பேணுவதாக எனக்குத் தோன்றியது. என்றாலும், சீனர்களைப் போல தமிழர்களால் பர்மியர்களோடு இரண்டறக் கலக்க முடியவில்லை. தோற்றம் ஒரு காரணமாக இருக்கலாம். மதம் பிறிதொரு காரணமாக இருக்கலாம். மேலும், இவர்கள் நான்காவது, மூன்றாவது தலைமுறையாக மியான்மரில் வாழ்கிறவர்கள். எனினும் கலாச்சார வேர்களோடு உள்ள பிணைப்பைத் தொடர்ந்து பேணுவது இன்னொரு காரணமாக இருக்கலாம்.

தமிழ் இளைஞர்கள் பலரும் தங்கள் பெற்றோர்களைப் போலன்றிக் கல்விக்கு முக்கியத்துவம் அளிக்கிறார்கள். பர்மியப் பயிற்றுமொழியில் படித்ததால் தமிழும் ஆங்கிலமும் பேசச் சிரமப்படுகிறார்கள். தமிழர்கள் ராணுவ ஆட்சியின் கெடுபிடிகளுக்கிடையே வாழக் கற்றுக்கொண்டுவிட்டார்கள். நான் போயிருந்தபோது தளபதி தெயின் அறிவித்த பொருளாதாரச் சீர்திருத்தங்கள் நடைமுறைக்கு வந்துகொண்டிருந்தன. அவற்றைப் பயன்படுத்திக்கொள்ள வேண்டும் என்ற ஆர்வத்தைப் பலரிடமும் பார்க்க முடிந்தது. மாறிவரும் சூழலுக்குத் தங்களைத் தாங்களே தகவமைத்துக்கொள்ள வேண்டும் என்பதும், இந்திய அரசோ

தாய்த் தமிழகமோ தங்களுக்காகக் குரல் கொடுக்காது என்பதும் மியான்மர் தமிழ்ச் சமூகத்திற்குத் தெரிந்திருக்கிறது. ஆனால் அதை யாரும் ஒரு புகாராகச் சொல்லவில்லை.

தேர்தல் - ராணுவம் - போராட்டம்

பர்மியத் தமிழர்களுக்கு மட்டுமில்லை, ஒட்டுமொத்த பர்மியச் சமூகத்திற்கும் எதிராக வந்திருக்கிறது ராணுவ ஆட்சி. 2020 தேர்தலில் வெற்றிபெற்ற சூச்சியின் என்.எல்.டி. கட்சி, 2021, பிப்ரவரி 1ஆம் நாள் பதவியேற்றிருக்க வேண்டும். அது நடக்கவில்லை. அந்த விழாவிற்குச் சில மணி நேரங்களே இருந்தபோது ராணுவம் ஆட்சியைக் கைப்பற்றிக்கொண்டது. அமெரிக்கா, பிரிட்டன், ஆஸ்திரேலியா, நியூசிலாந்து, கனடா, ஜெர்மனி, இத்தாலி, டென்மார்க், நெதர்லாந்து, ஜப்பான், தென்கொரியா முதலிய நாடுகள் கண்டனம் தெரிவித்தன. அவை பொருளாதாரத் தடைகளையும் விதித்தன. (இந்தியா தனது கவலையைத் தெரிவிப்பதோடு நிறுத்திக்கொண்டது.)

என்.எல்.டி.யின் தலைவர் ஆங் சான் சூச்சியும் கட்சி முன்னணியினரும் சிறைவைக்கப்பட்டார்கள். அன்று முதல் மக்கள் தெருவில் இறங்கிப் போராடிவருகிறார்கள். பகோ சிறுநகரம். ரங்கூனுக்கு வடகிழக்கே 80 கி.மீ. தொலைவில் இருக்கிறது. 2021 ஏப்ரல் 10ஆம் தேதியன்று மட்டும் பகோ நகரில் மியான்மரின் ராணுவ ஆட்சியை எதிர்த்துப் போராடிய 82 பேர் சுட்டுக் கொல்லப்பட்டிருப்பதாகச் செய்திகள் வெளியாகின. ஒரு போராட்டக்காரர் ‘அவர்கள் எங்கள் நிழல்களைக்கூடச் சுடுகிறார்கள்’ என்று சொன்னார். அவரது படம் எப்படியோ சர்வதேச ஊடகங்களுக்குக் கிடைத்தது.

ராணுவம் தனது பிடியை இறுக்கிக்கொண்டே போகிறது. போராடும் மக்களை வன்மையாக அடக்குகிறது. நான்கு லட்சம் அரசு ஊழியர்களின் போராட்டமும் அடக்கப்பட்டது. ஒரு தலைப்பட்சமான விசாரணைகளின் முடிவில் அரசியலர் பலருக்குச் சிறைவாசம் விதிக்கிறது. மறுபுறம், விலைவாசி பன்மடங்கு உயருகிறது. நாணயத்தின் மதிப்பு தலைகுப்புற விழுகிறது. மேலைநாடுகள் பலவும் தண்டனைத் தடைகள் விதிக்கின்றன. அந்நிய முதலீடுகள் பல திரும்பப் பெறப்படுகின்றன. எனினும், இவையெதுவும் ராணுவ ஆட்சியாளர்களை அதைரியப்படுத்தவில்லை.

சூச்சி ராணுவத்துக்கு இணக்கமாகத்தானே நடந்து கொண்டார்? பின் ஏன் அவரது கட்சியை ஆட்சி அமைக்க ராணுவம் அனுமதிக்கவில்லை?

சூச்சிக்கு வெகுமக்கள் அளித்துவரும் ஆதரவு ராணுவத்தை அச்சுறுத்தியது. சூச்சி சர்வதேச ஆதரவை இழந்துவிட்டார் என்று ராணுவம் கணக்கிட்டது. மேலும், ராணுவ நுகத்தடிக்கு மியான்மர் மக்கள் பழக்கமானவர்கள்தானே என்றும் அது கருதியது. ஆகவே ராணுவம் ஆட்சியைக் கைப்பற்றியது. ஆனால் அதன் கணக்கு பிசகிவிட்டது. கடந்த பத்தாண்டுகளுக்கும் மேலாக வீசும் அரசியல் - பொருளாதார சுதந்திரக் காற்றை, அது எத்துணை குறைவாக இருந்தாலும், இழப்பதற்கு மக்கள் சித்தமாக இல்லை. அவர்கள் போராடினார்கள். உயிரிழந்தார்கள். ஒவ்வொரு நாளும் ரத்த சாட்சிகளின் எண்ணிக்கை உயர்ந்துவருகிறது. ஏப்ரல் 2021 வரை 1200க்கும் மேற்பட்ட குடிமக்கள் அரச படைகளால் கொல்லப்பட்டனர். பதினாயிரக்கணக்கானோர் சிறை வைக்கப்பட்டனர்.

அதிகாரத்தைத் தவறாகப் பயன்படுத்தியது, ஊழல் புரிந்தது முதலான ஏராளமான குற்றச்சாடுகளை சூச்சியின் மீது அடுக்கியது ராணுவம். யாருடைய பார்வையும் தீண்ட முடியாத நீதிமன்ற விசாரணை அவருக்கு அடுத்தடுத்து தண்டனைகளை விதித்து வருகிறது. 2021 டிசம்பரில் நான்காண்டுகளும் அடுத்த மாதமே மேலும் நான்காண்டுகளும் சிறைத் தண்டனை விதிக்கப்பட்டது. என்றாலும் சமாதானமாகவில்லை. அக்டோபர் 2022வரை நீதிமன்றம் விதித்த சிறை வாசங்களின் கூட்டுத்தொகை 26 ஆண்டுகள்.

கைதான என்.எல்.டி கட்சியினர் பலருக்கும் சிறைத் தண்டனை விதிக்கப்பட்டு வருகிறது. மக்களின் அகிம்சைப் போராட்டங்களால் ராணுவ ஆட்சியின் மனசாட்சியின் முனையைக்கூடத் தீண்ட முடியவில்லை. ஆகவே, முதல் முறையாகப் பெரும்பான்மை பாமா இனமக்கள் சிறுபான்மையின மக்களோடு கைகோர்க்கிறார்கள். தலைமறைவாகிய ஆயிரக்கணக்கான என்.எல்.டி கட்சியினரும் புதிய கூட்டணி ஒன்றின் அவசியத்தை வலியுறுத்துகிறார்கள். என்.எல்.டி.யும் குடிமைச் சமூகமும் சிறுபான்மை இனக் குழுக்களும் கச்சின் - கரீன் ஆயுதக் குழுக்களும் இணைந்து உருவாக்கியதுதான் தேசிய ஐக்கிய முன்னணி (NUF). இது தலைமறைவு அரசாங்கத்தை நிறுவியிருக்கிறது. இப்போதும் ரொகிங்கியாக்களின் மீதான தீண்டாமை முழுவதுமாக அகலவில்லை. அவர்களால் இந்தக் குழுவில் இணைய முடியவில்லை. ஆனால் ரொகிங்கியாக்களுக்குக் குடியுரிமை வழங்க வேண்டும் என்பதையும் அதற்காகச் சட்டம் திருத்தப்பட வேண்டும் என்பதையும் என்.யு.ஃஎப் ஏற்றுக்கொள்கிறது. ரக்கைன் ஆயுதக் குழுக்களும் என்.யு.ஃஎப்-ஐ ஆதரிக்கின்றன.

இப்போதும் மியான்மர் பார்வையாளர்களில் பலர் சூச்சியின் என்.எல்.டி வழியாகத்தான் மாற்றுப் பாதை திறக்கும் என்று நம்புகிறார்கள். ஆனால் ராணுவத்தோடு அவர் இணக்கமாக நடந்துகொண்டது பலனளிக்கவில்லை என்பதை மியான்மர் சமூகம் உணர்ந்திருக்கிறது. அவர் ரொகிங்கியாக்களின் மீது கருணையின்றி நடந்துகொண்டது சர்வதேசத் தளத்தில் அவரது மதிப்பைச் சரித்துவிட்டது. ஆகவே சூச்சி இனி மியான்மர் அரசியலின் மையத்தில் இருக்க மாட்டார் என்கிறார்கள். இனி வருங்காலத்தில் என்.யு.ஃஎப்-இன் செல்வாக்கு அதிகரிக்கும், ஓர் உள்நாட்டுப் போர் தவிர்க்க முடியாமல் ஆகும், உலக நாடுகள் என்.யு.ஃஎப் அமைப்பை அங்கீகரிக்கத் தொடங்கும் - இப்படியான கருத்துகள் வலுப்பெற்று வருகின்றன.

இந்தியாவின் கவலைகள்

1988இல் மாணவர் போராட்டம் நடந்தபோது இந்தியா ஜனநாயக சக்திகளுக்குத்தான் ஆதரவாக இருந்தது. எனினும், 1991இல் நரசிம்ம ராவ் அரசு மியான்மரின் ராணுவத் தலைமையோடு நட்புப் பாராட்டியது. இரண்டு காரணங்கள். அப்போது இந்தியாவின் வடகிழக்கு மாநிலங்களில் இயங்கிய பயங்கரவாதக் குழுக்கள் மியான்மரில் மறைந்துகொள்வதைத் தடுக்க அந்நாட்டு ராணுவ அரசின் ஒத்துழைப்பு அவசியமாக இருந்தது. அடுத்து, மியான்மரில் சீனா பெற்றுவந்த அபரிமிதமான செல்வாக்கை மட்டுப்படுத்துவது. இப்போது நமது வடகிழக்கில் பயங்கரவாத அச்சுறுத்தல் இல்லை. ஆனால், மியான்மரில் சீனச் செல்வாக்கு அதிகமாகியிருக்கிறது.

சீனா, மியான்மர் ராணுவத்தோடு வெகு நெருக்கமாக இருந்துவருகிறது. மியான்மரின் எண்ணை வளமும் கனிம வளமும் ஒரு காரணம். சீனாவின் பட்டுப்பாதைத் திட்டத்தின் முக்கியக் கண்ணி மியான்மர் வழியாகச் செல்லவிருப்பது பிறிதொரு காரணம். ஆகவே சீனா, மியான்மரில் பெரும் முதலீடு செய்திருக்கிறது. அதனால் ஆட்சியாளர்களிடம் அபரிமிதமான செல்வாக்கும் பெற்றிருக்கிறது. இந்தச் செல்வாக்கை மட்டுப்படுத்தும் நோக்கோடுதான் இந்தியா மியான்மர் அரசோடு இணக்கத்தைப் பேணிவருகிறது. நூற்றுக்கும் அதிகமான திட்டப் பணிகளை இந்தியா மியான்மரில் மேற்கொண்டும் வருகிறது.

ராணுவ அடக்குமுறையைத் தொடர்ந்து மியான்மரின் எல்லைப்புற மாநிலங்களில் வசிக்கும் சிறுபான்மையினர் இந்தியாவிற்குப் புகலிடம் தேடி வருகிறார்கள். இந்தியாவுக்கும் மியான்மருக்கும் இடையிலான எல்லைப் பகுதியில் (1610 கி.மீ.)

வேலிகள் இல்லை. சுற்றுச் சுவர்கள் இல்லை. இந்த எல்லையோரம் அமைந்திருப்பவை மிசோரம், மணிப்பூர், நாகாலாந்து, அருணாச்சலப் பிரதேசம் ஆகிய வடகிழக்கு மாநிலங்கள். மியான்மரிலிருந்து வரும் அகதிகளை நல்ல வார்த்தை சொல்லித் திருப்பி அனுப்பி வைத்துவிடுமாறு ஒன்றிய அரசு இந்த அண்டை மாநிலங்களைக் கேட்டுக்கொண்டது. இதை ஏற்பதில் மிசோரம், மணிப்பூர் அரசுகளுக்குத் தயக்கம் இருந்தது. இந்த இரு மாநில மக்களும் மியான்மரின் சின் இன மக்களும் ஒரு கொடியில் கிளைத்தவர்கள். திபெத்-பர்மிய வம்சாவளியினர். பிரிட்டிஷ் இந்தியாவில் இணைந்திருந்த பர்மா 1937இல் தனிநாடாகும் வரை ஒரே மாநிலமாக வாழ்ந்தவர்கள். இப்போதும் மண உறவுகளாலும் வணிக உறவுகளாலும் பிணைக்கப்பட்டவர்கள். எல்லையின் இரு புறமும் போக்கும் வரவுமாக இருந்தவர்கள். மணிப்பூர் அரசு 2021 மார்ச் 26 அன்று அகதிகளை அனுமதிக்க மாட்டோம் என்று அறிக்கை வெளியிட்டது. பொதுமக்களின் எதிர்ப்பைத் தொடர்ந்து மார்ச் 29 அன்று அதைத் திரும்பப் பெற்றுக்கொண்டது. மிசோரம், மணிப்பூர் அரசுகளால் அகதிகளைத் திருப்பி அனுப்ப முடியவில்லை. இதுவரை 3000 அகதிகள் இந்தியாவிற்குள் வந்திருக்கலாம் என்று கருதப்படுகிறது.

மியான்மர் அகதிகளை இந்தியாவிற்குள் அனுமதிக்கக்கூடாது என்றும் மியான்மர் ராணுவத்தை இந்தியா விமர்சிக்கக் கூடாது என்றும் சில இந்திய ராஜதந்திரிகள் சொல்லிவருகிறார்கள். இதற்கு அவர்கள் பிரதானமாக நான்கு காரணங்களைச் சொல்கிறார்கள்.

முதலாவதாக, இந்தியா மியான்மரை விமர்சித்தால், அது அந்த நாட்டைச் சீனாவிற்கு மேலும் நெருக்கமாக்கிவிடும் என்பது. இருக்கலாம். கடந்த மூன்று தசாப்தங்களாக இந்தியா மியான்மருக்கு வெகு அணுக்கமாகத்தான் இருந்துவருகிறது; அதனால் நமக்குப் பெரிய பலன்கள் ஏதும் விளையவில்லை. மேலும் இப்போதையப் போராட்டத்தில் மியான்மர் மக்கள், சீனத் தொழிற்சாலைகளின் மீதும் சீன நிறுவனங்களின் மீதும் தங்கள் அதிருப்தியை வெளிப்படுத்திவருகிறார்கள். சீனா, மியான்மர் ராணுவத்திற்கு வழங்கிவரும் நிபந்தனையற்ற ஆதரவுதான் காரணம். இந்தியாவும் அதே பாதையில் போவது நமது தார்மீகத் தகுதியை இழக்கக் காரணமாகிவிடும்.

இரண்டாவதாக, மியான்மரைச் சில தென்கிழக்கு ஆசிய நாடுகள் (ஆசியான்) ஆதரிப்பதை இந்த ராஜதந்திரிகள் சுட்டிக் காட்டுகிறார்கள். 2021, மார்ச் 27 அன்று நடந்த ராணுவ தின அணிவகுப்பு ஓர் உதாரணம். இதில் பாகிஸ்தான், வியட்நாம், ரஷ்யா, சீனா, வங்காளதேசம், லாவோஸ், தாய்லாந்து ஆகிய

நாடுகளுடன் இந்தியாவும் கலந்துகொண்டது. அணிவகுப்பு நடந்த அதே நாளில் மியான்மரின் பல்வேறு இடங்களில் ஏழு குழந்தைகள் உட்பட நூற்றுக்கும் மேற்பட்ட நிராயுதபாணிகள் கொல்லப்பட்டனர். இது இந்திய அரசின்மீதும் தென்கிழக்கு ஆசிய நாடுகளின் கூட்டமைப்பான ஆசியான்மீதும் விமர்சனங்கள் எழக் காரணமானது.

எல்லா ஆசியான் நாடுகளும் மியான்மரை ஆதரிக்கவில்லை என்பதையும் மலேசியா, சிங்கப்பூர், இந்தோனேசியா, பிலிப்பைன்ஸ் முதலான ஆசியான் நாடுகள் மியான்மரைத் தொடர்ந்து விமர்சித்து வருகின்றன என்பதையும் நாம் கருத்தில் கொள்ள வேண்டும். மேலும் தாய்லாந்து மியான்மரைப் பகைத்துக்கொள்ளவில்லை, அதே வேளையில் அங்கிருந்து வெளியேறும் அகதிகளுக்குக் கதவடைக்கவும் இல்லை என்பதையும் கருத வேண்டும்.

மூன்றாவதாக, அகதிகள் பிரச்சினை. தொண்ணூறுகளில் அகதிகளில் பயங்கரவாதிகள் இருக்கலாம் என்கிற அச்சம் இருந்தது. இப்போது இல்லை. ஆனால் ராஜதந்திரிகள் இப்போது அகதிகளுக்குப் புகலிடம் வழங்குவது செலவுபிடிக்கும் காரியம் என்கிறார்கள். மனிதாபிமானம் மிக்க ஓர் அரசால் இந்தக் காரணத்தைச் சொல்ல முடியாது. மிசோரம், மணிப்பூர் அரசுகள் அகதிகளுக்காக மக்களிடம் நிதி திரட்டிவருகின்றன. அகதிகளுக்கு மகாத்மா காந்தி ஊரகத் திட்டத்தில் வேலை வழங்குவோம் என்றும் சொல்கிறார் மிசோரம் முதலமைச்சர். இதை மணிப்பூர், மிசோரம் பிரச்சினையாகச் சுருக்கிவிடக் கூடாது. இது இந்தியாவின் பிரச்சினை. ஒன்றிய அரசுதான் அடைக்கலம் தேடி வரும் அகதிகளைப் பேண வேண்டும்.

கடைசியாக, இது மியான்மரின் உள்நாட்டு விவகாரம், இதில் இந்தியா தலையிடக் கூடாது என்று ராஜதந்திரிகள் சொல்கிறார்கள். இப்போதைய போராட்டம் பெரிதாகிவருகிறது. அது உள்நாட்டு யுத்தமாக மாறிவிடும் அபாயமும் இருக்கிறது. அண்டை வீட்டில் அமைதி நிலவ வேண்டும். அது அவர்களுக்கு மட்டுமில்லை, நமக்கும் நல்லது.

ஆகவே மாறிவரும் இந்தச் சூழலில் இந்தியா தனது நிலைப்பாட்டைத் தெளிவாக்க வேண்டும். 2021 மார்ச் 31ஆம் தேதி கூடிய ஐ.நா அரங்கில் மியான்மர் ராணுவ அரசை இந்தியா கண்டித்தது. உயிரிழந்த பொதுமக்களுக்கு இரங்கல் தெரிவித்தது. தலைவர்களை விடுவிக்கக் கோரியது. பிரச்சினையை அமைதியான வழியில் தீர்த்துக்கொள்ள வேண்டும் என்று ஆலோசனை வழங்கியது. மியான்மர் ஜனநாயகப் பாதைக்குத் திரும்ப

வேண்டும் என்றும் மக்களின் எதிர்பார்ப்புகள் நிறைவேற்றப்பட வேண்டுமென்றும் கோரியது. இவை அனைத்தும் வரவேற்கத்தக்க முன்னெடுப்புகள்.

2021 ஏப்ரலில் ஆசியான் மாநாடு நடந்தது. அதில் மியான்மர் அரசு வன்முறையைக் கைவிட வேண்டும் என்றும் எதிர்க்கட்சிகளோடு உரையாட வேண்டும் என்றும் ஆசியான் உறுப்பு நாடுகள் மியான்மரைக் கேட்டுக்கொண்டன. இரு தரப்புகளுக்கும் இடையில் ஆசியானைத் தூதுவராக அனுமதிக்க வேண்டும் என்றும் ஒரு கோரிக்கை வைத்தன. மியான்மர் ராணுவம் செவி சாய்க்கவில்லை.

இது இவ்வாறிருக்க, சீனா, ரஷ்யா ஆகிய நாடுகளுக்கு அடுத்தபடியாக மியான்மருக்கு ராணுவத் தளவாடங்களை வழங்கும் நாடாக இந்தியா இருக்கிறது. 2021, ஜூன் 19 அன்று மியான்மரின் ராணுவ அரசுக்கு ஆயுதங்கள் வழங்கலாகாது என்று ஒரு தீர்மானத்தை ஐ.நா பாதுகாப்பு அவையில் மேலை நாடுகள் கொணர்ந்தன. 36 நாடுகள் வாக்கெடுப்பைப் புறக்கணித்தன. அதில் இந்தியாவும் ஒன்று.

இந்தச் சூழலில் 2021ஆம் ஆண்டு கிறிஸ்துமஸ் சமயத்தில் இந்திய வெளியுறவுச் செயலர் ஹர்ஷ் வர்தன் மியான்மருக்குச் சென்றுவந்தார். இந்தியா, மியான்மரோடு இணக்கத்தைப் பேண விரும்புவதாகத் தெரிவித்தார். இந்தியாவின் அரிசி, கொரோனாத் தடுப்பூசி முதலான கொடைகள் தொடருமென்றும் தெரிவித்தார். மியான்மர் அரசைக் கண்டிப்பது அங்கு சீனாவின் செல்வாக்கை அதிகரிக்கச் செய்துவிடும் என்று இந்தியா அஞ்சுவதாகத் தெரிகிறது. ஆகவே இந்தியா மென்மையான கண்டனங்களோடு நின்றுகொள்கிறது. எல்லைப் பிரச்சினைகளில் அக்கறை செலுத்தும் அதேவேளையில், சர்வதேச அரங்கில் தார்மீக ரீதியாக தன்னை ஒரு சக்தியாகவும் இந்தியா நிலை நிறுத்திக்கொள்ள வேண்டும். மியான்மரில் ஜனநாயகம் தழைக்கவும் அமைதி மீளவும் இந்தியா முயற்சிக்க வேண்டும். ராணுவ அடக்குமுறையால் எல்லை தாண்டி வரும் அகதிகளை இந்தியா பரிவுடன் வரவேற்க வேண்டும். சர்வதேச அரங்கில் மியான்மர் ஓர் இடத்தைப் பெறுவதற்கும் இந்தியா முயற்சிக்க வேண்டும். அது மியான்மர் மக்களை இந்தியாவுக்கு நெருக்கமாக்கும்.

மியான்மர் அரசுடன் நல்லுறவைப் பேணிக்கொண்டே, இந்தியா அகதிகளுக்குப் புகலிடம் வழங்க வேண்டும். அடுத்த வீட்டில் ஜனநாயகத்தின் கழுத்து நெரிக்கப்படும்போது அதைக் கண்மூடிக் கடந்துபோவது எவ்வகையில் நியாயம்? ராஜீய

வழிகளில் உள்ள எல்லாச் சாத்தியங்களையும் இந்தியா முயற்சிக்க வேண்டும். அது சர்வதேச அரங்கில் இந்தியாவின் மதிப்பையும் கூட்டும்.

மியான்மரில் ஜனநாயகத்திற்கும் மனித உரிமைகளுக்குமான பாதைகள் அடைபட்டுவிட்டன. சிறுபான்மையினரின் கோரிக்கைகள் புறக்கணிக்கப்படுகின்றன. ராணுவம் நிர்தாட்சண்யமாக இயங்குகிறது. ஜனநாயக உரிமைகளை மீட்டெடுப்பதில் இப்போது ஒரே நம்பிக்கையாக விளங்குவது என்.யு.ஃஎப் மட்டும்தான். அது வலுப்பெற்றால் 2010இல் நடந்ததைப் போலப் படிப்படியான மாற்றங்கள் நடக்கலாகும். பர்மாவில் வாழும் லட்சக்கணக்கான தமிழர்களுக்கும் அது நல்ல சேதியாக இருக்கும். மியான்மரின் வணிகம் பெருகினால் அது அவர்களோடு வரலாற்றாலும் கலாச்சாரத்தாலும் பிணைக்கப்பட்டுள்ள தாய்நாட்டுத் தமிழர்களுக்கும் மகிழ்ச்சி தரும். அப்போது 'யாங்கூன்! அது உயிரை வளர்த்தது. என்னை உயர்ந்தவன் ஆக்கியது!' என்று புதிய தமிழ் சினிமா ஒன்றின் நாயகன் வசனம் பேசக்கூடும்.

***அருஞ்சொல்.காம்*, 1.2.22, *தமிழ்.ஏபிபிலைவ்.காம்*, 16.4.21,**
காலச்சுவடு டிசம்பர் 2020,
***இந்து தமிழ் திசை*, 9.4.21, 5.2.21, 5.11.15 & 11.11.14.**

20

அகதிகளாக ஆக முடியாதவர்கள்

2021 பிப்ரவரி 1ஆம் தேதி மியான்மர் ராணுவம் ஆட்சியைக் கைப்பற்றியது. அது முதல் மக்கள் வீதிகளில் இறங்கிப் போராடிவருகிறார்கள். உயிரிழப்பும் சிறைப்பிடிப்பும் தினசரிச் செய்திகளாகிவிட்டன. இந்தப் பதற்றமான சூழலில், இந்தியாவின் எல்லைப்புறத்தில் வசிக்கும் மியான்மர் மக்கள் அடைக்கலம் தேடி மிசோரம், மணிப்பூர் மாநிலங்களுக்கு வருகிறார்கள். ஆரம்பத்தில் அவர்களை அனுமதிக்க வேண்டாம் என்பதுதான் ஒன்றிய அரசின் கருத்தாக இருந்தது. ஆனால் புகலிடம் தேடி வந்த மியான்மரின் சின் இன மக்களும், மிசோரம் மக்களும் ஒரே தொப்புள் கொடியில் கிளைத்தவர்கள். மாநில அரசுகளால் கதவடைக்க முடியவில்லை. இதுகாறும் வந்தவர்கள் 3000 பேர் இருக்கலாம். ஆனால் இந்தியாவில் அவர்களால் அகதிகளாக முடியாது. ஏன்?

ஏனெனில், ஐ.நா. 1951இல் உருவாக்கிய சர்வதேச 'அகதி உடன்பாட்டில் இந்தியா அங்கம் வகிக்கவில்லை. இந்த உடன்பாடு யார் அகதி என்பதை வரையறுக்கிறது. இனம், மதம், தேசிய அடையாளம், அரசியல் சார்பு ஆகிய காரணத்தால் சொந்த நாட்டில் வசிக்க முடியாதவர்களும் வசிக்க அஞ்சுபவர்களும் அச்சுறுத்தப்படுபவர்களும் அகதிகள் ஆகிறார்கள். 1967இல் இந்த வரையறைக்குள் யுத்தங்களாலும் வன்முறையாலும் சொந்த நாட்டில் வசிக்க முடியாமல் போனவர்களும் சேர்த்துக்கொள்ளப்பட்டார்கள்.

யார் அகதி?

அ.முத்துலிங்கம் அவரது கதை ஒன்றில் 'அகதி'க்கு எளிய விளக்கம் கொடுக்கிறார். "பெற்றோர் இல்லாதவன் அனாதை. நாடு இல்லாதவன் அகதி." அகதி என்பவன் சொந்த நாட்டிலிருந்து நிர்ப்பந்தம் காரணமாக வெளியேறுபவன். நாடற்றவன். ஒரு புதிய நாடு அவனை ஏற்றுக்கொண்டால், அதன் பிறகு அவன் புதிய நாட்டின் குடிமகன் ஆவான். 1951ஆம் ஆண்டின் ஐ.நா உடன்பாட்டில் அங்கம் வகிக்கும் நாடுகள்தான் அகதிகளை ஏற்றுக்கொள்ளும். இதில் இந்தியா உட்படப் பல ஆசிய நாடுகள் அங்கம் வகிக்கவில்லை. இந்தியாவின் அரசியலமைப்புச் சட்டத்திலும் அகதிகளை அனுமதிப்பதற்கோ பராமரிப்பதற்கோ கூறுகள் இல்லை. ஆகவே நமது அகராதிகளில் அகதிகள் இருக்கலாம்; ஆனால் நமது சட்டப் புத்தகங்களில் அகதிகள் இல்லை.

அப்படியானால் இந்தியாவில் அகதிகளே இல்லையா? இருக்கிறார்கள். பிரதானமாக மூன்று நாடுகளிலிருந்து வந்தவர்கள். முதலாவதாக, 1959இல் திபெத் போராட்டத்திற்குப் பிறகு இந்தியா, தலாய் லாமாவுக்கு அடைக்கலம் வழங்கியது. அப்போது இந்தியாவிற்கு வந்த திபெத்தியர்கள். இப்போது சுமார் ஒரு லட்சம் பேர். அடுத்ததாக, 1972இல் இலங்கை உள்நாட்டுப் போருக்குப் பிறகு வந்த ஈழத் தமிழர்களும் இந்திய வம்சாவளித் தமிழர்களும். சுமார் ஒரு லட்சம் பேர். மூன்றாவதாக ரொகிங்கியா முஸ்லிம்கள். மியான்மரிலிருந்து வந்தவர்கள். உலகிலேயே மிக அதிகமான துன்புறுத்தலுக்கு உள்ளான சமூகம் என்று ஐ.நா.வால் வர்ணிக்கப்பட்டவர்கள். 2017இல் ரொகிங்கியாக்களுக்கு எதிராக நடந்த வன்முறைக்குப் பிறகுதான் இவர்களின் இடப்பெயர்வு பெருமளவில் நிகழ்ந்தது. அப்போது அவர்கள் மிகுதியும் (7 லட்சம்) வங்கதேசத்திற்குப் போனார்கள். இந்திய அரசின் கட்டுப்பாடுகளால் குறைவானவர்களே இந்தியாவிற்கு வந்தார்கள். இப்போது இந்தியாவில் வசிக்கும் ரொகிங்கிய மக்கள் சுமார் 40,000 பேர்.

வங்கதேசத்திலிருந்து இந்தியாவிற்கு வந்தவர்கள் கணிசமானவர்கள். அவர்களைக் குறித்த துல்லியமான புள்ளிவிவரங்கள் இல்லை. மேலும் இவர்கள் பொதுவாகக் குடியேற்றக்காரர்கள் என்றுதான் அழைக்கப்படுகிறார்கள். திபெத்தியர், ஈழத்தமிழர், ரொகிங்கியர் ஆகிய மூன்று பிரிவினரும் அகதிகள் என்று பொதுவெளியில் அழைக்கப்பட்டாலும், சட்டம் அவர்களை அகதிகளாக ஏற்பதில்லை.

மு. இராமனாதன்

2020ஆம் ஆண்டு அமலாக்கப்பட்ட குடியுரிமைத் திருத்தச் சட்டம், பாகிஸ்தான், வங்கதேசம், ஆப்கானிஸ்தான் ஆகிய நாடுகளைச் சார்ந்த, துன்புறுத்தலுக்கு உள்ளாகிய மதச் சிறுபான்மையினருக்குக் குடியுரிமை வழங்க வகை செய்கிறது. இவர்கள் இந்துக்களாகவோ சீக்கியர்களாகவோ பௌத்தர்களாகவோ சமணர்களாகவோ பார்சிகளாகவோ கிறிஸ்தவர்களாகவோ இருக்க வேண்டும். இந்தியாவில் குறைந்தது ஆறு ஆண்டுகள் வசித்திருக்க வேண்டும். இந்தச் சட்டத்தின்படியும் மேற்கூறிய மூன்று பிரிவினரால் இந்தியக் குடியுரிமை பெறமுடியாது. திபெத்தியர்கள் பௌத்தர்களாக இருந்தாலும், திபெத்தோ சீனாவோ புதிய சட்டத்தில் இடம் பெறவில்லை. ஈழத்தமிழர்கள் இந்துக்களாக இருந்தாலும், இலங்கை எனும் நாடு குடியுரிமைச் சட்டத்திற்குள் வரவில்லை. ரொகிங்கியாக்களுக்கு அவர்களது மதம், நாடு இரண்டுமே சட்டத்தில் இடம் பெறவில்லை.

ஹாங்காங் எடுத்துக்காட்டு

இந்த இடத்தில் எனது ஹாங்காங் அனுபவத்தைச் சொல்வது பொருத்தமாக இருக்கும். ஹாங்காங்கும் 1951 ஐ.நா உடன்படிக்கையில் ஒப்பிடவில்லை. எந்த நாட்டு அகதியும் அங்கே குடியுரிமை பெற முடியாது. வேலைபார்க்க முடியாது. ஆனால் புகலிடம் தேடி வந்தவர்களை ஹாங்காங் திருப்பி அனுப்புவதில்லை. அவர்கள் ஐ.நா.வின் அகதி ஆணையத்தில் அகதிக் கோரிக்கையைச் சமர்ப்பிக்க வேண்டும். சில தொண்டு நிறுவனங்கள் ஆணையத்தில் இவர்களுக்காக வாதாடும். ‘அரசப் படைகள் அல்லது தீவிரவாத அமைப்புகளினால் அச்சுறுத்தலுக்கு உள்ளாகிறோம், எங்களால் சொந்த நாட்டுக்குப் போக முடியாது’ என்று அவர்கள் நிறுவ வேண்டும். எனது நண்பரொருவர் ஈழத்தமிழ் அகதிகளுக்கு மொழிபெயர்ப்பாளராகத் தொண்டாற்றினார். கோரிக்கை ஏற்கப்பட்டால் அவர்கள் அகதிகளாவார்கள். அதன் பிறகு அகதி உடன்படிக்கையில் ஒப்பமிட்டிருக்கும் ஒரு நாட்டுக்கு விண்ணப்பிப்பார்கள். அவர்களது விண்ணப்பம் ஏற்கப்பட்டால் புதிய நாட்டுக்கு அகதியாகப் போகலாம். சொந்த நாட்டில் அச்சுறுத்தல் இருப்பதை நிரூபிக்க முடியாதவர்கள் திருப்பி அனுப்பப்படுவார்கள். அவர்களால் அகதிகளாக முடியாது. இந்த வழக்கும் விசாரணையும் ஆண்டுக் கணக்கில் நடக்கும். அப்போது ஹாங்காங் அரசு அவர்களுக்கு இருப்பிடமும் அரிசி பருப்பும் சிறிய உதவித் தொகையும் வழங்கும். அவர்களது பிள்ளைகளைப் படிக்கவைக்கும்.

வளரும் நாடுகள் பலவும் மேலைநாடுகளும் அகதிகளை ஏற்கின்றன. ஹாங்காங் போன்ற நாடுகள் அவர்களைக்

குடியமர்த்துவதில்லை என்றாலும் அவர்களின் புலம்பெயர்வுக்கு உதவுகிறது. ஆனால் நமது சட்டங்களில் மட்டுமல்ல, நமது குடிமைச் சமூகத்திலும் சிலருக்கு அகதிகளைக் குறித்து ஒவ்வாமை இருக்கிறது. சமீபத்தில் ஓர் இணைய இதழில் மியான்மரின் சின் அகதிகளை நாம் பேண வேண்டும் என்று ஒரு செய்தியாளர் எழுதியிருந்தார். வாசகர்களின் பின்னூட்டமும் அதே பக்கத்தில் காணக் கிடைத்தது. பலரும் அகதிகளை அனுமதிக்கக் கூடாது என்றுதான் எழுதியிருந்தார்கள். சொற்கள் கடுமையாக இருந்தன. 2021இல் மியான்மருக்குத் திரும்புமாறு அறிவுறுத்தப்பட்ட ரொகிங்கியாக்கள் நீதிமன்றத்தை நாடினார்கள். ஆனால் நமது சட்டப் புத்தகத்தின் எந்தக் கூறும் அவர்களுக்குச் சாதகமாக இல்லை. விசா இல்லாமல் இந்தியாவிற்குள் நுழையும் எவரும் சட்டத்துக்குப் புறம்பாகக் குடியேறியவர்கள்தான். அவர்கள் அகதிகள் ஆக மாட்டார்கள்.

என்ன செய்யலாம்?

நீண்ட வரலாறும் நாகரீகமும் பாரம்பரியமும் ஜனநாயக விழுமியங்களும் மிக்க இந்தியா தனது அகதிக் கொள்கையை மறுபரிசீலனை செய்ய வேண்டும். 1951 ஐ.நா உடன்பாட்டில் இணைவதைத் தொலைநோக்காக வைத்துக்கொள்ளலாம். முதற்கட்டமாகக் குடிமக்கள், குடியேற்றக்காரர்கள், சட்டவிரோதமாகக் குடியேறியவர்கள், புகலிடம் நாடுபவர்கள், அகதிகள் முதலான ஒவ்வொரு பிரிவினருக்கும் சட்ட ரீதியிலான வரையறைகளை வகுத்துக்கொள்ள வேண்டும். அவை ஐ.நா அகதி ஆணையத்தின் வழிகாட்டல்களுக்கு இசைவாக இருக்க வேண்டும். இதன் மூலம் எல்லாப் பிரிவினருக்கும் சட்டரீதியான பாதுகாப்புக் கிடைக்கும். சட்டம் மாட்சிமையோடு விளங்கும். அகதிகளின்பால் பரிவோடு நடந்துகொள்ள வேண்டும். 'வசுதேவ குடும்பகம்' என்பது முழக்கமாக மட்டுமில்லாமல் வாழ்க்கை நெறியாகவும் மாற வேண்டும்.

இந்து தமிழ் திசை, 20.4.21

21

உக்ரைன் போர் செல்லும் பாதை

உக்ரைன் போர் பிப்ரவரி 2022இல் தொடங்கியது. இப்போதைக்கு இது முடிவுக்கு வருவதற்கான அறிகுறிகளும் தென்படவில்லை. இந்தப் போரால் பெரும் இன்னலுக்கு உள்ளாகியிருப்பது உக்ரைன். மேலை நாடுகள் விதித்திருக்கும் தண்டனைத் தடைகளால் பொருளாதாரச் சிக்கலுக்கு உள்ளாகியிருப்பது ரஷ்யா. இந்தப் போர் எல்லா நாடுகளையும் தீண்டியே தீரும் என்று போர் தொடங்கிய சில நாட்களில் டில்லி வந்த ஆஸ்திரிய வெளியுறவு அமைச்சர் சொன்னார். அப்படித்தான் ஆகிவிட்டது.

உலகம் முழுமையும் அரசியலாலும் வணிகத்தாலும் இன்று பிணைக்கப்பட்டிருக்கிறது. ஆகவே எல்லா நாடுகளும் இந்தப் போரால் நேரடியாகவோ மறைமுகமாகவோ பாதிக்கப் படுகின்றன. இந்தப் போரில் இந்திய அரசு நடுநிலை வகிப்பதாக அறிவித்திருக்கிறது. ஆனால் இந்தியாவின் நிலைப்பாடு ரஷ்யாவுக்குச் சாதகமானது என்றார் ஆஸ்திரிய அமைச்சர். அமெரிக்காவும் மேற்கு நாடுகளும் அமெரிக்க ஆதரவு இந்தியர்களும் அதையேதான் சொல்கிறார்கள்.

இந்தியாவின் நிலைப்பாட்டை மாற்றச் சொல்வதற்காகத்தான் ஆஸ்திரிய அமைச்சர் டில்லி வந்தார். இந்தியா இப்போது எடுத்துவரும் நிலைப்பாடு நமது திசை வழியை அடுத்துவரும் காலங்களில்

தீர்மானிக்கக்கூடியவை. ஆகவே, அதன் காரணங்களையும், பின்னணியையும், பாதிப்புகளையும் விளைவுகளையும் பரிசீலிப்பது அவசியம் ஆகிறது. இந்தப் போர் 2022, பிப்ரவரி 24 அன்று தொடங்கியதாகத்தான் வரலாறு குறித்து வைக்கும். ஆனால், இதன் தொடக்கம் இரண்டாம் உலகப் போரில் இருக்கிறது.

போர் மூலம்

இரண்டாம் உலகப் போர் (1939-45) உண்டாக்கிய அழிவுகள் இந்த உலகத்தில் போரை எப்போதைக்குமாக நிறுத்தியிருக்க வேண்டும். ஆனால், ஆட்சியாளர்கள் யாரும் அசோகர் அல்லரே! வெற்றியாளர்களுக்குப் பங்குகள் வேண்டியிருந்தன. அவர்கள் உலகைத் துண்டுபோட்டார்கள். அமெரிக்கா ஒரு துருவமும் சோவியத் ஒன்றியம் இன்னொரு துருவமும் ஆகின. இரண்டும் தத்தமது செல்வாக்குப் பகுதிகளை உருவாக்கின.

1949இல் அமெரிக்கா, பிரிட்டன், கனடா, பிரான்ஸ் உள்ளிட்ட 12 மேற்கு நாடுகளின் கூட்டமைப்பில் உருவாக்கப்பட்டது நேட்டோ (வட அட்லாந்திய ஒப்பந்த அமைப்பு -North Atlantic Treaty Organization- NATO). இது பரஸ்பரப் பாதுகாப்புக்கான ராணுவக் கூட்டணி. இதன் பிரதான நோக்கங்கள்: சோவியத் ஒன்றியத்தின் விரிவாக்கத்தைத் தடுப்பது; ஐரோப்பிய, வட அமெரிக்க நாடுகளிடையே ஒற்றுமையை வளர்ப்பது; உறுப்பு நாடுகளை யார் (சோவியத் என்று படிக்கவும்) தாக்கினாலும் ஒன்றுபட்ட எதிர்த் தாக்குதலை மேற்கொள்வது.

நேட்டோவின் உறுப்பினர் பலம் கூடிக்கொண்டே வந்தது. 1955இல் மேற்கு ஜெர்மனி நேட்டோவில் இணைந்தது. தனது செல்வாக்குப் பிரதேசமான கிழக்கு ஜெர்மனியின் வாசலில் ஆபத்து வந்துவிட்டதாக நினைத்தது சோவியத் ஒன்றியம். இதுவே 1955இல் வார்சா ஒப்பந்தமாக உருவெடுத்தது. இதுவும் ஒரு ராணுவக் கூட்டணி. இதில் சோவியத்துடன் கிழக்கு ஜெர்மெனி, ஹங்கேரி, பல்கேரியா, செக்கோஸ்லோவாக்கியா, போலந்து முதலிய அப்போதையக் கிழக்கு ஐரோப்பியக் கம்யூனிஸ்ட் நாடுகள் இணைந்தன. நேட்டோவைச் சர்வதேச அரங்கில் ராணுவரீதியாக நேரிட சோவியத் ஒன்றியம் உருவாக்கியதுதான் வார்சா கூட்டணி.

பனிப்போர் கூர்மையடைந்துகொண்டே வந்தது. 1979இல் சோவியத் ஒன்றியத்தின் படை ஆப்கானிஸ்தானில் நுழைந்தது. அதை ஆப்கான் முஜாகிதீன் படையினர் எதிர்த்தார்கள். அவர்களுக்கு அமெரிக்க ஆதரவு இருந்தது. இந்தப் போர் பத்தாண்டுகள் நீடித்தது. இறுதியில் தாக்குப் பிடிக்க முடியாத

சோவியத், 1989இல் ஆப்கானிலிருந்து வெளியேறியது. அது சோவியத் ஒன்றியத்தின் வீழ்ச்சிக்கான தொடக்கமாக அமைந்தது.

1990இல் லெஷ் வாலேசா போலந்தில் தேர்தல் மூலமாகத் தெரிவானார். இது அங்கே சோவியத் ஆதரவு கம்யூனிஸ்ட் ஆட்சியை முடிவுக்குக் கொண்டுவந்தது. இதே காலகட்டத்தில் பெர்லின் சுவர் தகர்க்கப்பட்டது, கிழக்கு ஜெர்மனி மேற்குடன் கை கோர்த்தது. உடன் நிகழ்வாக அது வார்சா கூட்டணியிலிருந்தும் வெளியேறியது. தொடர்ந்து ஹங்கேரி, பல்கேரியா, செக்கோஸ்லோவாக்கியா முதலிய நாடுகளும் வார்சா உடன்படிக்கையிலிருந்தும் சோவியத் ஒன்றியத்தின் பிடியிலிருந்தும் வெளியேறின.

சோவியத் ஒன்றியம் பலவீனம் அடைந்தது. அதற்கு அடுத்த ஆண்டு சோவியத் ஒன்றியத்திலிருந்த 15 மாநிலங்கள் விடுபட்டுத் தனித் தனி நாடுகளாக மாறின. சோவியத் சாம்ராஜ்ஜியம் ரஷ்யாவாகச் சுருங்கியது. பனிப்போர் முடிவுக்கு வந்தது. வார்சா கூட்டணி 1991இல் முறையாகக் கலைக்கப்பட்டது.

சோவியத் ஒன்றியத்திற்கு எதிராகக் கட்டப்பட்டதுதான் நேட்டோ கூட்டணி. நேட்டோவிற்கு எதிராகக் கட்டப்பட்டதுதான் வார்சா கூட்டணி. சோவியத் ஒன்றியம் தகர்ந்ததும், வார்சா கூட்டணி கலைக்கப்பட்டதும், நேட்டோவிற்கு அவசியமல்லாமல் போயிருக்க வேண்டும். நேட்டோ கலைக்கப்பட்டிருக்க வேண்டும். ஆனால், அது அப்படி நடக்கவில்லை. மாறாக நேட்டோ விரிவாகிக்கொண்டே வந்தது. 1999இல் செக் குடியரசு, ஹங்கேரி, போலந்து ஆகிய முன்னாள் சோவியத் ஆதரவு கிழக்கு ஐரோப்பிய நாடுகள் நேட்டோவில் இணைத்துக்கொள்ளப்பட்டன. 2004இல் பல்கேரியா, ருமேனியா, ஸ்லோவாக்கியா முதலிய நாடுகள் இணைந்தன. அதே ஆண்டில் முன்னாள் சோவியத் ஒன்றியத்தின் பங்காளிகளான பால்டிக் நாடுகள் (லிதுவேனியா, எஸ்தோனியா, லாட்வியா) நேட்டோவில் இணைந்தன. இது ரஷ்யாவிற்கு ஆத்திரம் ஊட்டியது. உச்சமாக, 2008இல் ரஷ்யாவின் அண்டை நாடும் முன்னாள் சோவியத் ஒன்றியத்தின் பங்காளியுமான உக்ரைனை நேட்டோவில் இணைந்துகொள்ளுமாறு அதன் உறுப்பு நாடுகள் அழைப்பு விடுத்தன.

உக்ரைன் சோவியத் ஒன்றியக் கூட்டமைப்பில் அசௌகரியத்தோடுதான் நீடித்தது. எனினும் சோவியத்தின் தகர்ச்சிக்குப் பிறகு உக்ரைனுக்கும் ரஷ்யாவுக்கும் பெரிய பிணக்கம் இல்லாமல்தான் இருந்தது. இரண்டு நாடுகளும் இனத்தால் மொழியால் நெருக்கமானவை. 2008இல் நேட்டோ உக்ரைனுக்கு நீட்டிய அழைப்பிதழ் இந்த நிலையை மாற்றியது.

உக்ரைன் நேட்டோவில் இணைவதை அனுமதித்தால், அமெரிக்க, மேற்கு நாடுகளின் படைகள் ரஷ்ய எல்லையிலிருந்து சில மைல் தொலைவில் நிலை கொள்வதற்கு வழங்கும் உரிமமாக அது மாறிவிடும் என்று கருதியது ரஷ்யா. ஆகவே உக்ரைன் நேட்டோவில் இணைவதை ரஷ்யா கடுமையாக எதிர்த்துவந்தது.

மேலதிகமாக, 2014இல் உக்ரைனை ஐரோப்பிய ஒன்றியத்தில் இணைக்கும் முயற்சிகள் தொடங்கின. இதற்கு எதிர்வினையாக உக்ரைனின் பகுதியாக இருந்த கிரிமியாவைப் பிரித்துத் தனது நாட்டுடன் இணைத்துக் கொண்டது ரஷ்யா. 2014 முதல் உக்ரைன் ஆட்சியாளர்கள் அமெரிக்க ஆதரவாளர்களாக இருந்தனர். அதாவது ரஷ்ய எதிர்ப்பாளர்களாக இருந்தனர். உக்ரைனில் ஒரு பகுதி மக்கள் ரஷ்ய மொழி பேசுகிறார்கள். உக்ரைன் மொழியும் ரஷ்ய மொழியும் நெருக்கமானவை. இவை இரண்டுமே ஆட்சி மொழிகளாக இருந்து வந்தன. 2014இல் புதிய ஆட்சியாளர்கள் உக்ரைன் மொழி மட்டுமே ஆட்சி மொழி என்று விதித்தார்கள். இது உக்ரைன் வாழ் ரஷ்ய இனத்தவருக்கும் ரஷ்யாவுக்கும் உவப்பாக இல்லை.

மேலும், உக்ரைனில் பல சிறுபான்மை இனங்கள் உள்ளன. இவர்களில் கிளர்ச்சியாளர்கள் இருக்கிறார்கள். ரஷ்யா இவர்களை வெளிப்படையாக ஆதரித்து வந்தது. இதில் டொனஸ்க், லூகான்ஸ் எனும் பகுதிகளை 2022, பிப்ரவரி 21 அன்று விடுதலைப் பகுதிகளாக அறிவித்தது ரஷ்யா. இந்த நிழல் யுத்தத்தின் நீட்சிதான் பிப்ரவரி 24 அன்று நிஜ யுத்தமாக மாறிவிட்டது.

உக்ரைனில் அழிவுகள்

போருக்கான காரணங்கள் யாராகவும் இருக்கலாம், எதுவாகவும் என்னவாகவும் இருக்கலாம். ஆனால் போர் அழிவைக் கொண்டுவரும். போர் பல்லாண்டு காலத்திற்கு ஆறாத காயங்களை உண்டாக்கும். இது ரஷ்யாவுக்கும் தெரியும். எனினும் அது உக்ரைன் மீது போர் தொடுத்தது. இதுவரை 20 லட்சத்திற்கும் மேற்பட்ட உக்ரேனியர்கள் அகதிகளாக அண்டை நாடுகளில் தஞ்சம் அடைந்திருக்கிறார்கள். லட்சக் கணக்கான மக்கள் உள்நாட்டிலேயே இடம் பெயர்ந்திருக்கிறார்கள். ஆயிரக் கணக்கான உக்ரேனியக் குடிமக்கள் உயிரிழந்திருக்கிறார்கள். உயிரிழந்த போர் வீரர்களின் எண்ணிக்கை தனி. உக்ரைனில் விமான நிலையங்கள், அணுமின் நிலையங்கள் முதலான உள்கட்டமைப்புகளும் ரஷ்யத் தாக்குதலில் சேதமடைந்துள்ளன.

ரஷ்யா மூன்று திசைகளிலிருந்து உக்ரைனைத் தாக்கிவருகிறது. ரஷ்யா எதிர்பார்த்ததைவிட உக்ரைன் சக்தியோடு எதிர்த்துப்

போராடிவருகிறது. அதேசமயம், ரஷ்யா உக்ரேனிய நகரங்களை தரை மட்டமாக்கும் நோக்கத்தோடு தாக்கவில்லை என்று சொல்லப்படுகிறது. இதனால் ரஷ்யாவின் முன்னேற்றம் மிதமாகவே இருக்கிறது. போருக்குப் பிறகு நகரங்களைக் கட்டியமைப்பது பெரும் சிரமமாக ஆகிவிடக்கூடாது என்பது ரஷ்யாவின் நோக்கமாக இருக்கலாம்.

உக்ரைன் மீது ரஷ்யா போர் தொடுத்தால் நேட்டோ படைகள் உதவிக்கு வரும் என்று உக்ரைன் எதிர்பார்த்தது. ஆனால், அது அப்படி நடக்கவில்லை. எனினும், ஐரோப்பிய நாடுகள் பில்லியன் டாலர் கணக்கில் உக்ரைனுக்கு ஆயுதங்களை வழங்கி வருகின்றன.

ரஷ்யாவுக்குப் பாதிப்புகள்

அமெரிக்காவும் ஐரோப்பிய நாடுகளும் ரஷ்யா மீது பல பொருளாதாரத் தடைகளை விதித்துவருகின்றன. ரஷ்யாவிலிருந்து எண்ணெய், இயற்கை எரிவாயு, நிலக்கரி ஆகியவற்றை இறக்குமதி செய்ய அமெரிக்கா தடை விதித்துள்ளது. ரஷ்ய எண்ணெய் இறக்குமதியைப் படிப்படியாகக் குறைத்துக்கொள்ளப்போவதாக அறிவித்திருக்கிறது பிரிட்டன். ஐரோப்பிய ஒன்றியமும் அவ்விதமே குறைக்கப் போகிறது. அமெரிக்காவிலும், பிரிட்டனிலும், ஐரோப்பிய ஒன்றியத்திலும் பல ரஷ்ய வங்கிகள் தடைசெய்யப்பட்டுவருகின்றன. ரஷ்ய விமானங்களுக்கும் அனுமதி இல்லை. இவையெல்லாம் ரஷ்யாவின் பொருளாதாரத்தைக் கணிசமாகப் பாதிக்கும்.

சமாதானம்

ரஷ்யா இந்தப் போரை நிறுத்துவதற்காக முன்வைத்த நிபந்தனைகளுள் மூன்று முக்கியமானவை: முதலாவதாக, உக்ரைன் நேட்டோவில் சேரக்கூடாது. இரண்டாவதாக, கிரிமீயா ரஷ்யாவின் பகுதியாக அங்கீகரிக்கப்பட வேண்டும். டொனஸ்க், லூகான்ஸ் பகுதிகள் தனி நாடுகளாக ஏற்கப்பட வேண்டும். மூன்றாவதாக, உக்ரைனிலிருந்து ராணுவம் அகற்றப்பட வேண்டும். இவற்றுள் முதல் இரண்டு நிபந்தனைகளை உக்ரைன் ஏற்றுக்கொண்டுவிட்டது. மூன்றாவது நிபந்தனை சிக்கலானது. உக்ரைன் ரஷ்யாவின் அண்டை நாடாக இருப்பதால் அது ஒரு பாதுகாப்பு மண்டலமாக இருக்க வேண்டும் என்று கருதுகிறது ரஷ்யா.

ரஷ்யாவை அச்சுறுத்த உக்ரைன் பூமியை மேலை நாடுகள் பயன்படுத்தி வருவதே ரஷ்யாவின் பிரச்சினை. ஸ்வீடன், பின்லாந்து, நார்வே ஆகிய நாடுகள் ஐரோப்பிய ஒன்றியத்தில்

நீடித்தபோதும் நேட்டோவில் இணையவில்லை. அவை நடுநிலை நாடுகள் என்றழைக்கப்படுகின்றன. அவை தமது நாட்டின் மீது போர் தொடுக்கக் கூடாது என்று எல்லா அண்டை நாடுகளுடனும் ஒப்பந்தம் மேற்கொண்டிருக்கின்றன. இப்படியான ஒரு நடுநிலை நாடாக உக்ரைன் மாற வேண்டும் என்கிறது ரஷ்யா. இதற்கு உக்ரைன் ஆட்சியாளர்களும் மேலை நாடுகளும் சம்மதிப்பார்களா என்பது சந்தேகம்.

தற்சமயம் உக்ரைனின் மேற்கே அமைந்துள்ள போலந்து, ஹங்கேரி, பால்டிக் நாடுகளிலும், தெற்கே அமைந்துள்ள ருமேனியாவிலும் நேட்டோ படைகள் நிலை கொண்டுள்ளன. அண்டை நாடான உக்ரைனிலும் நேட்டோ படைகள் காலூன்றுவதை ரஷ்யா எதிர்ப்பதில் நியாயம் இருக்கிறது.

உக்ரைன் அதிபர் ரஷ்யாவுடனான சமாதானப் பேச்சுவார்த்தைக்குத் தயாராக இருப்பதாகச் சொல்கிறார். ரஷ்யாவின் முதல் இரண்டு நிபந்தனைகளை ஏற்கத் தயாராக இருப்பதாகவும் சொல்கிறார். இது பேச்சுவார்த்தைக்கான நல்ல தொடக்கமாக அமையும். அதேசமயம், மறுபுறம் கடைசி உக்ரைன் குடிமகன் உயிர் தரித்திருக்கும் வரை போராடுவோம் என்றும் பேசிவருகிறார். அமெரிக்க - ஐரோப்பிய நாடுகள் உக்ரைனுக்கு கொம்பு சீவிவிடுவதும் தொடர்கிறது. எல்லாமாக இந்தப் போர் இன்னும் சில காலம் நீடிக்கும் என்று தெரிகிறது. இந்தச் சூழலில் இந்தியாவிற்கு நேரும் பாதிப்புகளும் இந்தியாவின் நிலைப்பாடும் முக்கியத்துவம் பெறுகின்றன.

இந்தியாவில் பாதிப்புகள்

இந்தியா ரஷ்யாவோடும் உக்ரைனோடும் மேற்கொண்டுவரும் வணிகப் பரிமாற்றம் அளவில் சிறியது. இவ்விரண்டு நாடுகளும் இந்தியாவிற்குக் கணிசமாக மருந்துப் பொருட்களும் சூரிய காந்தி எண்ணெயும் ஏற்றுமதிசெய்கின்றன. இது பாதிக்கப்படும். இதைத் தவிர பிற பொருட்களின் வரத்து குறைவதால் இந்தியாவிற்குப் பெரிய பாதிப்பு இராது. எனினும் இந்தப் போரால் கச்சா எண்ணெயின் விலை பீப்பாய்க்கு 120 டாலராக உயர்ந்தது. இதன் பாதிப்பு ஏற்கெனவே நமது சந்தையில் காணக் கிடைக்கிறது. இது இன்னும் தீவிரமாகும்.

மேலும், இந்தியா ரஷ்யாவிலிருந்து கணிசமான ஆயுதங்களையும் அது சார்ந்த தொழில்நுட்பத்தையும் வாங்கிவருகிறது. அதனால் ரஷ்யாவுடனான உறவில் தொய்வு ஏற்படாமல் பார்த்துக்கொள்கிறது. மேலதிகமாக இந்திய-சீன உறவு மிகவும் சிக்கலாக மாறியிருக்கும் சூழலில், சீனாவின் நண்பனான ரஷ்யாவோடு நட்பு பாராட்டவே இந்தியா விழைகிறது.

மு. இராமனாதன்

இந்தியாவின் நிலைப்பாடு

ரஷ்யாவுக்கு எதிராக ஐ.நா மன்றத்தில் அமெரிக்காவும் ஐரோப்பிய நாடுகளும் ஒரு தீர்மானத்தைக் கொண்டுவந்தன. இந்தியா நடுநிலை விகிப்பதாக அறிவித்தது; வாக்கெடுப்பைப் புறக்கணித்தது. பிரச்சினையை இரு நாடுகளும் சமாதானமாகப் பேசித் தீர்த்துக்கொள்ள வேண்டும், அதற்கு இது போன்ற கண்டனத் தீர்மானம் உதவாது என்பதுதான் இந்தியாவின் நிலைப்பாடு. அதோடு, ரஷ்யாவின் ஆக்கிரமிப்பை மென்மையாகக் கண்டிப்பதாக மட்டும் கூறி நிறுத்திக்கொண்டது. ஒன்றிய அரசின் நிலைப்பாட்டிற்கு உள்நாட்டில் பல எதிர்க்கட்சிகளும் அறிவாளர்களும் ஆதரவாகவே இருந்தனர். எனினும் ரஷ்யா உக்ரைனை ஆக்கிரமித்து வருவதால் அதை இந்தியா இன்னும் வன்மையாகக் கண்டித்திருக்க வேண்டும், அதுவே இந்தியாவைத் தார்மீக ரீதியாக உயர்ந்த நிலையில் நிறுத்தும் என்கிற கருத்தைப் பல நோக்கர்கள் சொல்லிவருகிறார்கள்.

மறுபுறம், இந்தியாவின் நிலைப்பாடு அமெரிக்க ஐரோப்பிய நாடுகளுக்கு ஏற்புடையதாக இல்லை. நாற்கரம் *(Quad)* என்கிற அமைப்பில் அமெரிக்கா, ஆஸ்திரேலியா, ஜப்பான், இந்தியா ஆகிய நான்கு நாடுகள் அங்கம் வகிக்கின்றன. இதில் முதல் மூன்று நாடுகள் ரஷ்யாவை எதிர்க்கின்றன. ஆகவே இந்தியா தனது நடுவுநிலைமையைப் பரிசீலிக்க வேண்டும் என்று பைடன் கேட்டு வருகிறார்.

திசைவழி

நேட்டோவில் சேர மாட்டோம் என்கிற உக்ரைன் அதிபரின் அறிவிப்பு வெளிச்சக் கீற்றாக வந்திருக்கிறது. கிரிமீயாவை அங்கீகரிப்போம் என்பதும் நல்ல முடிவுதான். ஆனால், ரஷ்யாவைப் போன்ற இனத்தால், மொழியால் நெருக்கமான, பலம் பொருந்திய ஒரு அண்டை நாட்டை, மேலை நாடுகளின் ஆதரவை நம்பிப் பகைத்துக்கொள்வது உசிதமல்ல என்பதை உக்ரைன் உணர வேண்டும். ரஷ்யாவிற்கு எதிரான நிலைப்பாடோ நேட்டோவிற்கு ஆதரவான நிலைப்பாடோ எடுப்பதைத் தவிர்க்க வேண்டும். ரஷ்யாவும் மேற்கு நாடுகளும் உக்ரைனைச் சமாதான மண்டலமாக அறிவிக்க வேண்டும். இது இந்தப் பகுதியில் பதற்றத்தைக் குறைக்கும், நீண்டகாலத் தீர்வாக அமையும், இந்தப் போரையும் முடிவுக்குக் கொண்டுவரும். இந்தியா, தான் எடுத்திருக்கும் நடுநிலைக்கான காரணங்களை உலக அரங்கில் உரக்கச் சொல்ல வேண்டும். ரஷ்யாவின் ஆக்கிரமிப்புப் போக்கை எதிர்க்கவும் வேண்டும்.

அருஞ்சொல்.காம், 24.3.22

22

ரிஷியின் கதை எந்த மொழியில் எழுதப்பட்டது?

பள்ளி நாட்களிலிருந்து அவர் என் நண்பர். நல்ல நண்பர். கடந்த சில ஆண்டுகளாக அவருக்கு தேசப்பற்று அதிகமாகிவிட்டது. இந்த தீபாவளியன்று வாட்சப்பில் ஒரு வாழ்த்து அனுப்பினார். ஒரு கொட்டானில் அல்வா, சுற்றி முக்கால் வட்டத்தில் அகல் விளக்குகள், மேலே தீபாவளி வாழ்த்து ஒளிர்ந்தது. இதுவரை குற்றமொன்றுமில்லை. படத்திற்குக் கீழே 'இந்த இனிப்பு ரிஷிக்காக' என்று எழுதிச் சேர்த்திருந்தார். அன்றைய தினம்தான் பிரிட்டனின் கன்சர்வேடிவ் (பழமைவாத) கட்சி, ரிஷி சுனக்கைப் பிரதமராகத் தெரிவு செய்தது. அதற்குத்தான் இனிப்பு. தொடர்ந்து ரிஷியின் பல பழைய படங்களை அனுப்பினார். அவர் மனம் பெருமிதத்தில் பொங்கியது. நண்பரின் வாழ்த்துக்கு நான் இப்படிப் பதிலளித்தேன்- "யாருக்கு அல்வா கொடுக்கிறீர்கள்?" எனது பகடி அவருக்கு உவப்பாக இல்லை. இப்போது என்னோடு பிணக்கத்தில் இருக்கிறார்.

ரிஷியின் கதை

ரிஷி சுனக் பிரிட்டனில் பிறந்தவர். அந்நாட்டின் குடிநபர். அவரது பெற்றோர் கிழக்கு ஆப்பிரிக்காவில் பிறந்தவர்கள். அவரது பாட்டானார் பிரிவினைக்கு முந்தைய இந்தியாவிலிருந்து கிழக்கு ஆப்பிரிக்காவுக்குப் புலம் பெயர்ந்தவர்.

இரண்டு தலைமுறைக்கு முந்தைய பந்தமென்றாலும் ரிஷி இந்திய வம்சாவளியில் வந்தவர். மேலதிகமாக அவர் ஓர் இந்து. இவைதான் நண்பரின் பெருமிதத்துக்குக் காரணம்.

ரிஷி இந்த இடத்திற்கு எப்படி வந்தார்? அவர் உலகின் தலை சிறந்த பல்கலைக்கழகங்களில் படித்தார். பெரும் நிறுவனங்களில் பணியாற்றினார். 2015இல் அரசியலுக்கு வந்தார். நாடாளுமன்ற உறுப்பினரானார். 2020இல் நிதியமைச்சரானார். அதற்குப் பிறகு கட்சிக்கு வெளியேயும் அறியப்பட்டார். அவரது முன்னாள் சகா ஒருவர் கார்டியன் ஏட்டிற்கு அளித்த நேர்காணலில், ரிஷி ஓர் அறிவுஜீவி, ஆற்றலாளர், உழைப்பாளி என்று புகழ்ந்திருக்கிறார். ரிஷியின் கதை பிரிட்டன் மண்ணில், ஆங்கில மொழியில் எழுதப்பட்டது. இந்திய மண்ணிலோ, எந்த இந்திய மொழியிலுமோ அல்ல.

பிரிட்டன் வெள்ளையர்களின் நாடு. அவர்களின் மதம் கிறிஸ்தவம். கன்சர்வேடிவ் கட்சி அயல் நாட்டவர்களின் குடியேற்றத்திற்கு எதிராகக் கடும் போக்கைக் கடைப்பிடிக்கிறது. எனினும் இனத்தால், நிறத்தால், மதத்தால் வேறுபட்ட ஒரு குடியேற்றக்காரரைத் தங்கள் பிரதமராக ஏற்றுக்கொண்ட ஆங்கிலேயர்கள் பாராட்டுக்குரியவர்கள். நாம் ரிஷிக்கும் ஆங்கிலேயர்களுக்கும் வாழ்த்துச் சொல்லலாம். ஆனால் என் நண்பரைப் போல் இதைக் கொண்டாட வேண்டுமா? வேண்டும் என்கிறார்கள் ஒரு சாரார். அதற்கு இரண்டு காரணங்களை முன் வைக்கிறார்கள். ஒன்று மதம். இன்னொன்று அரசியல்.

மதம் - பெருமிதம்

ரிஷி தீபாவளிக்கு விளக்கேற்றினார், கோமாதாவை வணங்கினார், மணிக்கட்டில் சிவப்புக் கயிறு கட்டியிருக்கிறார். அந்த வகையில் அவர் ஒரு ‘சக இந்து’ என்பது பலருக்குப் பெருமையாக இருக்கிறது.

இந்த இடத்தில் சிலர் ஒரு கேள்வியை எழுப்பினார்கள். ஒரு குடியேற்றக்காரரோ, ஒரு கிறிஸ்தவரோ, ஒரு இஸ்லாமியரோ, ஒரு தலித்தோ இந்தியாவிற்குத் தலைமை தாங்க முடியுமா? இதற்குக் கொண்டாட்டக்காரர்களிடம் பதில் இருந்தது. ஜாகீர் உசேன், பக்ருதீன் அலி அகமது, கே.ஆர். நாராயணன், அப்துல் கலாம் என்று அவர்கள் பெயர்களை அடுக்கினார்கள். இவர்கள் அனைவரும் குடியரசுத் தலைவர்களாக இருந்தவர்கள். அது ஓர் அலங்காரப் பதவி. அரசோச்சும் பதவியன்று. அதிகாரம் பிரதமர் நாற்காலியிலிருந்து பிறக்கிறது. அது இந்து மதத்தினரின் கட்டுப்பாட்டில்தான் இருக்கிறது. சிலர் கேட்டார்கள்: மன்மோகன்

சிங், சீக்கியர்தானே, இந்து அல்லவே, அவரால் பிரதமராக முடிந்ததே? சீக்கியர்கள் எண்ணிக்கையில் சிறுபான்மையினராக இருக்கலாம். இரண்டு மதங்களுக்கும் பலவேறுபாடுகள் இருக்கலாம். எனினும் இந்து மதத்திலிருந்து கிளைத்ததுதான் சீக்கியம். அதன் மீது இந்துத்துவத்துவம் விரோதம் பாராட்டுவதில்லை.

அப்படியானால், சிறுபான்மை மதத்தினரும் தலித்துகளும் பழங்குடியினரும் இந்தியப் பிரதமராக முடியாதா? இதுவரை இல்லை என்பதுதான் பதில். கண்ணுக்கெட்டிய தூரத்தில் அது சாத்தியமில்லை என்பதும் நிதர்சனம்.

சில மாநிலங்களில் சிறுபான்மையினரும் மிகவும் பிற்படுத்தப்பட்ட சாதியினரும் முதலமைச்சர்களாகி இருக்கிறார்கள். முகமது கோயா, ஏ.கே.அந்தோணி, உம்மன் சாண்டி ஆகியோர் நாமறிந்த கேரள முதல்வர்கள். ஏ.ஆர். அந்துலே ஒரு காலத்தில் மராட்டிய முதல்வராக இருந்தார். கலைஞர் ஐந்து முறை தமிழக முதல்வராக இருந்தார். முன்னேறிய மாநிலங்களான இவற்றை இந்திய-மாதிரிகளாகப் பொதுமைப்படுத்த முடியாது.

தமது நாட்டில் சிறுபான்மை மதத்தினர் பிரதமர் ஆவதை ஏற்றுக்கொள்ளும் பக்குவம் உடையவரே, ரிஷி பிரிட்டன் பிரதமர் ஆனதைப் பாராட்டும் தார்மீகத் தகுதிபெற்றவர் ஆகிறார்.

பழிக்குப் பழி

இரண்டாவதாக, அரசியல். 'நம்மை ஆண்டவர்களை இனி நம் குழந்தைகள் (மூலம்) ஆளுவோம்' என்பது ஓர் எழுத்தாளரின் ட்வீட். 'பிரிட்டிஷ் ராச்சியம்முதல் ரிஷி ராச்சியம் வரை' என்பது ஓர் ஆங்கில ஊடகம் வழங்கிய தலைப்பு. காலனியச் சுரண்டல் ஆட்சியையும், நாடாளுமன்ற மக்களாட்சியையும் எப்படி ஒரே கோட்டில் நிறுத்த ஏலும்? அதற்கு இது எப்படிப் பதிலாகும்? இது என்ன பழிக்குப் பழிவாங்கும் சினிமாவா? நமக்கு இன்னா செய்த ஆங்கிலேயருக்கு நாம் நன்னயம் செய்துவிட்டோம் என்றுகூட ஓர் ஊடகவியலாளர் பேசியிருந்தார்.

இது ரிஷியின் அரசியல் வெற்றி என்றனர் வேறு சிலர். இது சரியா? ரிஷி பிரதமர் வேட்பாளராக முன்னிறுத்தப்பட்டவர் அல்லர். 2019இல் அவர் நாடாளுமன்றத்திற்குத் தெரிவானபோது, அவர் நிதியமைச்சர் ஆவார் என்றோ, பின்னாளில் பிரதமரும் ஆவார் என்றோ யாரும் எதிர்பார்த்திருக்க மாட்டார்கள். பிரிட்டன் இப்போது பெரும் பொருளாதாரப் பின்னடைவில் இருக்கிறது. பணவீக்கமும் (10.1%) பற்றாக்குறையும் (40 பில்லியன் டாலர்- ₹3.3 லட்சம் கோடி) நாட்டின் கழுத்தை நெரிக்கின்றன.

கடந்த இரண்டு மாதங்களுக்குள் மூன்று பேர் பிரதமர்களாக ஆகியிருக்கிறார்கள். இந்த அரசியல் மாற்றங்கள் மக்களின் பங்களிப்பு இல்லாமல் நடக்கின்றன. ஆகவே நாடாளுமன்றத்தைக் கலைத்துவிட்டுத் தேர்தலை நடத்த வேண்டுமென்று தொழிற் கட்சி கோரிவருகிறது. ரிஷி பிரதமரானது சட்டபூர்வமானது. ஆனால் அதற்கு மக்கள் அங்கீகாரம் இருக்கிறதா? அது அடுத்த தேர்தலில்தான் தெரியவரும். தொடர் விபத்துகளால் ஓர் உயர்ந்த இடத்தை அடைந்திருக்கிறார் ரிஷி. அதை அரசியல் வெற்றி என்பதும், நாம் ஆங்கிலேயர்களைப் பழி தீர்த்துவிட்டோம் என்று மார் தட்டிக்கொள்வதும் கற்பிதங்கள், போலிப் பெருமிதங்கள்.

சவால்கள்

ரிஷியின் முன் சவால்கள் குவிந்து கிடக்கின்றன. இன்றையப் பிரச்சினைகள் பலவற்றுக்கும் ஊற்றுக் கண்ணாகப் பார்க்கப்படுவது ஐரோப்பிய ஒன்றியத்திலிருந்து பிரிட்டன் வெளியேறியது (பிரெக்ஸிட்). ஆனால் அதுதான் கன்சர்வேட்டிவ் கட்சியின் நிலைப்பாடு. உலகமயமாக்கம், கட்டற்ற வணிகம், அந்நியர் குடியேற்றம் முதலான கொள்கைகளுக்கெல்லாம் எதிரானது கன்சர்வேடிவ் கட்சி. இந்த மூடுண்ட அரங்கத்திற்குள் நின்றுகொண்டுதான் ரிஷி வட்டாட வேண்டும். இந்த இடத்தை அடைந்ததற்காகவும், இந்தப் பணியைச் சிறப்பாக செய்யவும் நாம் ரிஷியை வாழ்த்துவோம். மாறாக, ரிஷியின் வெற்றியை இந்து-இந்திய வெற்றியாகக் கற்பித்துக்கொள்வது போலிப் பெருமிதமாகும். எனது நண்பர் இப்படியான பெருமிதத்துக்கு உள்ளாகிவிட்டார். அதைச் சுட்டிக் காட்டியதால் என்னோடு பிணங்கிவிட்டார். எங்களுக்குள் விரைவில் இணக்கம் உண்டாகிவிடும். ஏனெனில், நாங்கள் பங்கிட்டுக்கொண்ட திருட்டு மாங்காய்களின் சுவை இன்னும் எங்கள் கடைவாயில் மீதமிருக்கிறது. அப்படி இணக்கம் ஏற்படுகிறபோது, இங்கே பாடப்படுகிற ரிஷி புராணம் என்பது தேசப்பற்றல்ல, அது போலிப் பெருமிதம் என்கிற வெளிச்சம் நண்பருக்குக் கிடைக்க வேண்டும். அதுதான் என் விருப்பம்.

இந்து தமிழ் திசை, 2.11.22

23

ஆஸ்திரேலியத் தேர்தல்-புதிய கிரணங்கள்

ஆஸ்திரேலிய நாடாளுமன்றத்திற்கு 2022, மே 21 அன்று தேர்தல் நடந்தது. அன்றிரவே வாக்கு எண்ணிக்கை துவங்கியது. அடுத்த நாள் வெளியான முடிவுகள் ஆளும் லிபரல் கட்சிக்கு (வலதுசாரி) சாதகமாக இல்லை. அதே வேளையில் எதிரணியில் முன்னேறிக்கொண்டிருந்த தொழிற் கட்சி தனிப் பெரும்பான்மை பெறுமா என்பதும் ஐயமாக இருந்தது. எனினும் பிரதமர் பிரதமர் ஸ்காட் மோரிசன் பதவி விலகினார்; லிபரல் கட்சியின் தலைமைப் பொறுப்பையும் துறந்தார். மூன்றாம் நாள், அதுகாறும் எதிர்க் கட்சித் தலைவராக இருந்த அந்தோனி அல்பானீஸ் ஆஸ்திரேலியாவின் 31ஆவது பிரதமாராகப் பதவியேற்றார். நான்காம் நாள் அவர் டோக்கியோவுக்குப் பயணமானார். அங்கேதான் அமெரிக்கா, இந்தியா, ஆஸ்திரேலியா, ஜப்பான் ஆகிய நான்கு நாடுகளின் கூட்டமைப்பான நாற்கரத்தின் (*Quad*) மாநாடு நடந்தது. புதிய பிரதமரை ஜோ பைடன் வரவேற்றார். அப்போதும் 70% வாக்குகளே எண்ணப்பட்டிருந்தன. தொழிற் கட்சி பெரும்பான்மைக் கோட்டிற்கு அருகில் இருந்தது; கோட்டைத் தாண்டவில்லை.

தேர்தல் வினோதங்கள்

ஆஸ்திரேலிய ஜனநாயகத்தின் வினோதங்கள் இந்த இடத்தில் முடிந்துவிடவில்லை. நாடாளுமன்றத் தேர்தல் மூன்றாண்டுகளுக்கு ஒரு முறை நடக்கிறது.

இந்தத் தேர்தல் ஏப்ரல் 10ஆம் தேதி அறிவிக்கப்பட்டது. அப்போது நான் சிட்னியில் இருந்தேன். தேர்தல் நாளுக்கு மூன்று தினங்கள் இருக்கும்போதுதான் புறப்பட்டேன். பரப்புரைக் காலத்தில் பொதுக்கூட்டங்கள் இல்லை. சுவரொட்டிகள், தட்டிகள், மாலைகள், தோரணங்கள், ஊர்வலங்கள், முழக்கங்கள், ஒலிபெருக்கிகள்- இவை எதுவும் இல்லை. வாக்காளரின் பெயர் அச்சடிக்கப்பட்ட பரப்புரை அட்டைகளை வீடுதோறும் அஞ்சல் பெட்டிகளில் போட்டுவிட்டுப் போனார்கள். வாரக் கடைசியில் அங்காடி வாசலில் கட்சிக்காரர்கள் துண்டுப் பிரசுரங்களை வழங்கினார்கள். சமூக ஊடகங்களில் வாக்குக் கோரினார்கள். ஆஸ்திரேலியாவில் வாக்களிப்பது கட்டாயம். தகுந்த காரணமின்றி வாக்குச் சாவடிக்குப் போகாதவர்கள் 20 ஆஸ்திரேலிய டாலர் (₹1100) அபராதமாகக் கட்ட வேண்டும்.

நான் தங்கியிருந்தது சிட்னியின் புறநகர். கிரீன்வே எனும் தொகுதியில் வருகிறது. தொழிற் கட்சி உறுப்பினராக இருந்த மிஷேல் ரௌலண்ட் மீண்டும் போட்டியிட்டார். அவரது அஞ்சல் அட்டைகள் சிலவற்றில் பள்ளி மாணவிகளான அவரது இரு மகள்களும், கணவர் மிஷேல் சாயாவும் இடம் பெற்றனர். வேட்பாளரின் குடும்ப வாழ்க்கையும் முக்கியமானது. ரௌலண்ட் ஆதரவாளர்கள் சிவப்பு டீ ஷர்டில் அங்காடி வாசலில் வாக்குச் சேகரித்தார்கள். லிபரல் கட்சி வேட்பாளர் பிரதீப் பாத்தி ஒரு தெலுங்கர். ஆனால் அவரது நீலச்சட்டை ஆதரவாளர்களை அபூர்வமாகவே பார்க்க முடிந்தது. விசாரித்தபோது இது தொழிற் கட்சித் தொகுதி என்றார்கள். பெரும்பாலான தொகுதிகள் அப்படித்தான். பாரம்பரியமாய் ஏதாவது ஒரு கட்சிக்கு விசுவாசமாக இருக்கும். மொத்தமுள்ள 151 தொகுதிகளில் 20 தொகுதிகள்வரை இழுபறியாய் இருக்கும். இங்கேதான் போட்டியும் தீவிரமாக இருக்கும். இந்த முடிவுகள்தான் ஆட்சியாளர்களைத் தீர்மானிக்கும் என்றார்கள். கிரீன்வே தொகுதியில் ரௌலண்ட் கணிசமான வாக்கு வித்தியாசத்தில் வெற்றி பெற்றார்.

பாராசூட் வேட்பாளர்கள்

பாரமட்டா தொகுதியும் சிட்னியில்தான் இருக்கிறது. இந்தியர்களும் ஈழத் தமிழர்களும் பிற தெற்காசியர்களும் தொகுதியின் மக்கள் தொகையில் 40% இருப்பார்கள். இதுவும் தொழிற் கட்சித் தொகுதிதான். இங்கே துர்கா ஓவன் எனும் ஈழத்தமிழ் வம்சாவளிப் பெண் தொழிற் கட்சி டிக்கெட்டைப் பெறுவார் என்றார்கள். ஆனால் அது அப்படி நடக்கவில்லை. வெளியூரிலிருந்து ஆஸ்திரேலிய வேட்பாளர் இறக்குமதி செய்யப்பட்டார். நாடெங்கிலும் இப்படியான அயலூர்க்காரர்கள்

போட்டியிட்டார்கள். இவர்களைப் 'பாராசூட் வேட்பாளர்கள்' என்று ஊடகங்கள் அழைத்தன. பாரமட்டாவில் இந்த முறை தொழிற் கட்சியின் வாக்குகள் குறைந்தன, எனினும் கட்சி வெற்றி பெற்றது.

ஆனால் சிட்னியின் இன்னொரு தொகுதியான ஃபவ்ளரில் பாரசூட் தரையிறங்கவில்லை. வியட்நாம் அகதிப் பெற்றோரின் மகளான டூ-லீ தொழிற் கட்சி வேட்பாளராக நிறுத்தப்படுவார் என்று எதிர்பார்க்கப்பட்டது. ஆனால் நியூ சவுத் வேல்ஸ் மாநிலத்தின் முன்னாள் முதல்வரான கிறிஸ்டீனா கேன்னாலிக்குத்தான் டிக்கெட் கிடைத்தது. கட்சிக்குள் அவருக்குச் செல்வாக்கு இருந்தது. ஆனால் அந்தச் செல்வாக்கை அவரால் போதுமான வாக்குகளாக மாற்ற முடியவில்லை. சுயேச்சையாகப் போட்டியிட்ட டை-லீ வியட்நாமிய வம்சாவளியைச் சேர்ந்தவர், உள்ளூர்க்காரர். அவரே வெற்றிபெற்றார்.

புதிய கிரணங்கள்

ஆஸ்திரேலியா, பல்லினக் கலாச்சாரத்தைப் பேணும் நாடு. ஐந்தில் ஒரு வீட்டில் ஆங்கிலம் பேசப்படுவதில்லை. தமிழர்கள் கணிசமாக வாழ்கிறார்கள். சிட்னியில் மட்டும் இந்தியத் தமிழர்களும் ஈழத் தமிழர்களுமாக ஒரு இலட்சம் பேர் வசிக்கிறார்கள். உயர்நிலைப் பள்ளியில் தமிழை ஒரு பாடமாகப் படித்துப் பொதுத்தேர்வு எழுதலாம். ஒரே நபர், தமிழ் இனத்தவராகவும் ஆஸ்திரேலியக் குடிநபராகவும் வாழலாம் என்கிறது அரசு.

ஆஸ்திரேலியாவுக்குக் கணிசமான ஆங்கிலேயர்களும் நியூசிலாந்தினரும் புலம் பெயருகிறார்கள். அடுத்தடுத்த இடங்களில் சீனர்களும், இந்தியர்களும், வியட்நாமியர்களும், இலங்கையர்களும் இடம் பிடிக்கிறார்கள். ஆனால் இவர்களது மக்கள்தொகைக்கு ஏற்ற விகிதத்தில் நாடாளுமன்றத்தில் பிரதிநிதித்துவம் இருப்பதில்லை. ஆனால் இந்தத் தேர்தல் முடிவுகளில் மாற்றத்திற்கான கிரணங்களைக் காண முடிகிறது. புதிய உறுப்பினர்களில் எட்டுப் பேர் ஆசிய வம்சாவளியினர்.

புதிய உறுப்பினராகியிருக்கும் ஜெனட்டா மஸ்கரேனஸ் இந்திய வம்சாவளியைச் சேர்ந்தவர், ஆஸ்திரேலியாவில் பிறந்தவர், அவரது பெற்றோர் கோவாவிலிருந்து புலம்பெயர்ந்தவர்கள். ஜெனட்டா ஒரு பொறியாளர். இன்னொரு உறுப்பினரான மிஷேல் ஆனந்தராஜாவின் பெற்றோர் யாழ்ப்பாண மாவட்டம் தெல்லிப்பளையைச் சேர்ந்தவர்கள். மிஷேல் தென் ஆப்பிரிக்காவில் பிறந்தவர், 11 வயதில் ஆஸ்திரேலியாவுக்குப் புலம் பெயர்ந்தவர், மருத்துவர், கோவிட் காலத்தில் சிறப்பாகப் பணியாற்றியவர்.

மு. இராமனாதன்

சாலி-சிட்டோ சீனப் பெற்றோருக்குப் பிறந்தவர், அவரது பெற்றோர் வியட்னாம் போரின்போது லாவோசிலிருந்து ஆஸ்திரேலியாவிற்குப் புலம்பெயர்ந்தவர்கள்.

காசண்டோ பெர்ணாண்டோ சிங்களவர். பாத்திமா பேகன் ஆப்கானியர். டை-லீ வியட்நாமியர். சாம்-லிம் மலேசியச் சீனர். மரியோன், ஜெசிந்தா, கோர்டன் ஆகிய மூவரும் ஆதிக்குடியினர். இந்த எண்மரில் கோர்டன், சாம் ஆகிய இருவர் நீங்கலாக மற்ற அறுவரும் பெண்கள். டை-லீ நீங்கலாக மற்ற எழுவரும் தொழிற்கட்சி வேட்பாளர்கள்.

இன்னொரு கிரணம், மாற்றுக் குரல்களுக்கான வெளியும் இந்த நாடாளுமன்றத்தில் உருவாகியிருக்கிறது. ஆஸ்திரேலிய அரசியலை இரண்டு பிரதானக் கட்சிகள்தான் இயக்கிவருகின்றன. இந்த முறை சுயேச்சை வேட்பாளர்கள் பதின்மர் தேர்ந்தெடுக்கப் பட்டிருக்கிறார்கள். இவர்கள் அனைவரும் 'டேல்' எனும் சூழலியல் ஆதரவாளர்கள். இவர்களைத் தவிரப் பசுமைக் கட்சியும் பிற சிறிய கட்சிகளுமாக ஐந்து பேர் நாடாளுமன்றத்திற்குள் போகிறார்கள். இவர்களில் அதிகமானோர் பெண்கள்.

இந்தத் தேர்தலில் காலநிலை மாற்றம் முக்கியமான பிரச்சினையாக இருந்தது. காடுகளில் பற்றிய நெருப்பும் ஊருக்குள் புகுந்த வெள்ளமும் எச்சரிக்கையாக அமைந்தன. இனியும் சூழலியலை மேம்படுத்தாவிட்டால், அதன் பலன் விபரீதமாக இருக்கும் என்பதை இவர்கள் மக்களிடம் எடுத்துச் சென்றனர். மக்கள் கேட்டனர். புதிய பிரதமரும் கேட்பார். அந்த நம்பிக்கை பரவலாக இருக்கிறது.

புதிய பிரதமர் அந்தோனி அல்பானீஸ் ஆஸ்திரேலியாவின் பல்லினப் பண்பாட்டைப் பிரதிபலிப்பவர். அவரது தந்தையார் இத்தாலியர். தாயார் ஆஸ்திரேலியர், ஐரிஷ் வம்சாவளியில் வந்தவர். அல்பனீஸ் அம்மாவால் வளர்க்கப்பட்டவர். அம்மா வீட்டு வேலைகள் செய்துவந்தார். முடக்குவாதத்தால் பாதிக்கப்பட்டார். அரசின் வீட்டு வசதிக் குடியிருப்பில், அம்மா பெற்றுவந்த ஊனமுற்றோருக்கான உதவித் தொகையில் வளர்ந்தவர் அல்பனீஸ். சமூக நீதியின் பொருளை அம்மாவிடமிருந்துதான் கற்றேன் என்று அவர் பின்னாளில் சொல்லியிருக்கிறார்.

ஓர் ஏழைத் தாயின் மகன் பிரதமராகியிருக்கிறார். புதிய கிரணங்கள் தெரிகின்றன. காற்று வெளியிடை எதிர்பார்ப்புகள் நிறைந்து கிடக்கின்றன.

***இந்து தமிழ் திசை*, 26.5.22**

24

ஒரே நாடு பல நேரம்

ஏப்ரல் முதல் தேதி. ஒரு வாழ்த்துச் செய்தி முகநூலில் வந்தது. வாட்சப்பிலும் வந்தது. ஒரே வாழ்த்துதான், சிலர் அதைச் சுற்றுக்கு விட்டிருந்தனர். அந்தச் செய்தியில் நான்கு வரிகள் இருந்தன. முதல் வரியில் நடுநாயகமாக மஞ்சள் நிறத்தில் பிள்ளையார் சுழி. அடுத்த வரியில் சிவப்பு நிறத்தில் பெரிய எழுத்தில் 'லாபம்'. மூன்று, நான்காவது வரிகள் நீல நிறத்தில் இருந்தன. 'இன்று தொடங்கும் புதுக் கணக்கு லாபகரமானதாக இருக்கட்டும்' என்று அதில் கண்டிருந்தது. ஏப்ரல் முதல் தேதி என்பது வங்கி அலுவலர்களுக்கும் ஆடிட்டர்களுக்கும் முட்டாள்களுக்குமானது என்றுதான் அதுகாறும் நினைத்திருந்தேன். ஆனால் அன்றைய தினம் புதுக் கணக்கு எழுதுவார்கள் என்பது நான் அறிந்திராதது. நான் வீட்டுக் கணக்கையே எழுதுவதில்லை. ஆகவே இது நமக்கானதில்லை என்று விட்டுவிட்டேன். ஆனால் அனுப்பியவர்களில் நல்லார் ஒருவர் இருந்திருக்க வேண்டும். அவர் பொருட்டு அந்த வாழ்த்து எனக்குப் பலித்தது. இரண்டு நாட்களுக்குள், அதாவது ஏப்ரல் மூன்றாம் தேதியே என்னை லாபம் வந்தடைந்தது. எனக்குக் கிடைத்த லாபம் பொன்னாகவோ பொருளாகவோ வரவில்லை. நேரமாக வந்தது. காலமும் பொன் போன்றதுதானே? ஏப்ரல் மூன்றாம் நாள் எனக்கு ஒரு மணி நேரம் லாபமாகக் கிடைத்தது.

உபரியாய்க் கிடைத்த ஒரு மணி நேரம்!

நான் ஒரு சொந்த வேலையாக ஆஸ்திரேலியாவின் சிட்னி நகருக்கு வந்திருந்தேன். வந்த இடத்தில்தான்

மு. இராமனாதன்

ஒரு மணிநேரம் வரவாகக் கிடைத்தது. ஏப்ரல் மூன்றாம் தேதி அதிகாலை மூன்று மணிக்கு அவரவர் கடிகாரங்களை ஒரு மணிநேரம் பின்னோக்கித் திருப்பி வைத்துக்கொள்ளுங்கள் என்று முதல் நாளே அறிவித்துவிட்டார்கள். செல்போனில் என்ன செய்ய வேண்டும் என்று யாரும் கேட்கவில்லை. யாரும் சொல்லவும் இல்லை. ஆனால் செல்போனுக்கு எல்லாம் தெரிந்திருந்தது. அது அதிகாலை இரண்டு மணி முதல் மூன்று மணி வரையிலான பயணத்தை இரண்டு முறை மேற்கொண்டது. சிட்னியின் கடிகாரங்களோடு ஒத்து வாழும் சூட்சமம் செல்போனின் சிப்புகளுக்குள் எழுதிவைக்கப்பட்டிருந்தது.

இந்த மாற்றம் இரவோடு இரவாக நடப்பிலாகியது. இதற்குப் பகல் வெளிச்ச சேமிப்புக் காலம் *(Daylight Saving Time)* என்று பெயர் வைத்திருக்கிறார்கள். கோடைகாலத்தில் பகல் பொழுதுகள் நீண்டிருக்கும். இது நாம் அறிந்ததுதான். இங்கே வசந்த காலத்தின் மத்தியிலேயே பகல் பொழுதின் நீளம் அதிகரிக்கத் தொடங்கிவிடுமாம். அது போது அக்டோபர் மாதம் முதல் ஞாயிற்றுக்கிழமை அதிகாலை இரண்டு மணிக்கு ஒரு மணிநேரத்தைக் கூட்டி வைத்து மூன்று மணியாக்கிவிடுவார்கள். அன்றைய தினத்திற்கு 23 மணிநேரம்தான். கோடைக் காலம் முடிந்து இலையுதிர் காலத்தின் இடையில் பகல் பொழுதின் கால அவகாசம் குறையத் தொடங்கும். அப்போது ஏப்ரல் மாத முதல் ஞாயிறன்று ஒரு மணிநேரத்தைக் குறைத்துவிடுவார்கள். அன்றைய தினத்திற்கு 25 மணிநேரம் இருக்கும். அக்டோபரில் நீட்டித்ததை ஏப்ரலில் குறைத்துவிடுவார்கள். அதற்கு இது சரியாகப் போய்விடும்.

ஏன் இப்படி மெனக்கெடுகிறார்கள்? நகரங்களில், அலுவலகங்களும் தொழிற்சாலைகளும் பள்ளிக்கூடங்களும் நல்ல வெளிச்சமிருக்கும்போது இயங்கினால் மின்சாரப் பயன்பாட்டைக் குறைக்கலாம் என்பது ஒரு காரணம். அடுத்து, பகல் பொழுதுகளில் உடல் உற்சாகமாக இயங்கும் என்பதும், மாலை கவிந்ததும் தூக்கம் கண்களைச் சுழற்றும் என்பதும் உயிரியில் விதி. இதே காரணங்களுக்காக ஆஸ்திரேலியாவின் மாநிலங்களுக்கு இடையிலும் கால வேறுபாடுகள் உண்டு.

ஆஸ்திரேலியாவில் ஏழு மாநிலங்கள். இந்த மாநிலங்கள் நேர்க் கோடுகளால் பிரிக்கப்பட்டிருக்கும். ஆஸ்திரேலியாவில் பிரதானமாக மூன்று கால மண்டலங்கள் அனுசரிக்கப்படுகின்றன. கிழக்கு மாநிலங்கள் (குவீன்ஸ்லாந்து, நியூ சவுத் வேல்ஸ், விக்டோரியா, தாஸ்மானியா) ஒரு கால மண்டலத்தின் கீழ் வரும். மேற்கு மண்டலம் (மேற்கு ஆஸ்திரேலியா) இன்னொரு கால

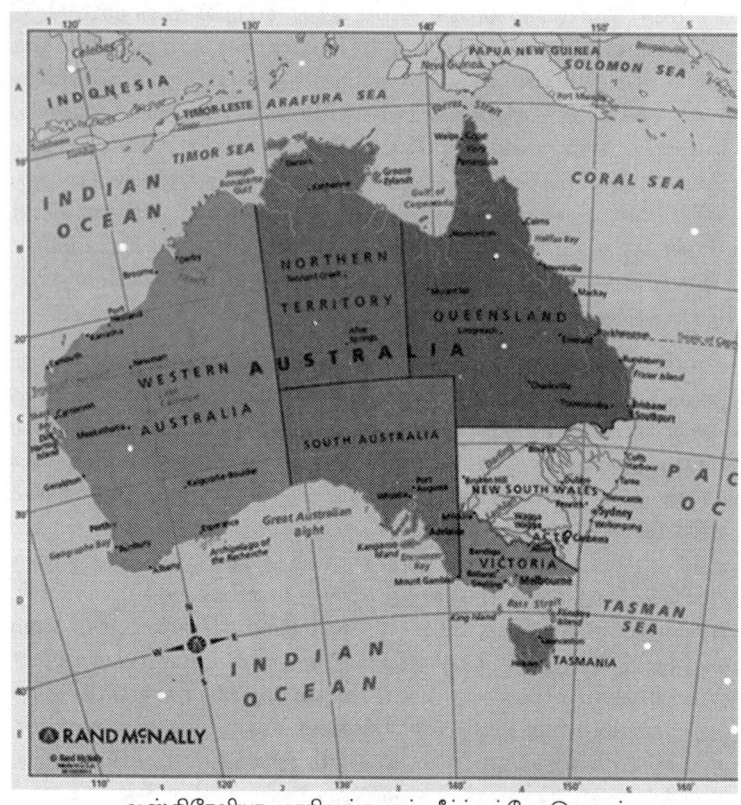

ஆஸ்திரேலியா மாநிலங்களும் தீர்க்கக்கோடுகளும்

மண்டலம். மத்திய மாநிலங்களில் (வடக்குப் பிரதேசம், தெற்கு ஆஸ்திரேலியா) மூன்றாவது கால மண்டலம். ஏன் இப்படி ஒரு நாட்டிற்குள் மூன்று நேரங்களை அனுசரிக்க வேண்டும்?

காலக் கணிதம்

காரணம் புவியியலில் இருக்கிறது. உலக உருண்டை தன்னைத்தானே சுற்றிக்கொள்ளும் நேரத்தை மனிதன் ஒரு நாள் என்று வகுத்துக்கொண்டான். ஒரு வட்டத்திற்கு 360 பாகை, அதாவது உலக உருண்டை ஒரு நாளில் 360 பாகை சுற்றி வரும். ஒவ்வொரு பாகைக்கும் உலகப் படத்தில் செங்குத்தாக ஒரு கற்பனைக் கோடு உண்டு. அதுதான் தீர்க்கக்கோடு. ஆக, 360 தீர்க்கக்கோடுகள், ஒரு நாளில் 1440 நிமிடங்கள். இந்தக் கணக்கின்படி ஒரு தீர்க்கக் கோட்டைக் கடக்க சூரிய ஒளி நான்கு நிமிடங்கள் (1440/360) எடுத்துக்கொள்ளும். ஒவ்வொரு நாட்டின்

மீதும் பல தீர்க்கக் கோடுகள் ஓடுகின்றன. ஒவ்வொரு நாடும் பல கால மண்டலங்களைக் கடந்து விரிகிறது என்பதாகவும் இதைச் சொல்லாம். ஆஸ்திரேலியாவின் மேற்குக் கரையில் இருக்கிற பெர்த் எனும் நகரத்திற்கும் கிழக்குக் கரையில் இருக்கிற பிரிஸ்பேன் நகரத்திற்கும் இடையில் உள்ள தூரம் சுமார் 4000 கிமீ.

முன்னதின் தீர்க்கக்கோடு 115°. பின்னதின் தீர்க்கக்கோடு 153°. 38 பாகை வித்தியாசம், இதைக் கடக்க சூரியனுக்கு 152 நிமிடங்கள் வேண்டி வரும், சுமார் 2-½ மணிநேரம். ஒவ்வொரு தீர்க்கக் கோட்டிற்கும் வெவ்வேறு நேரத்தைக் கடைப்பிடித்தால் ஆஸ்திரேலியாவில் 38 கால மண்டலங்கள் வேண்டிவரும். இது நடைமுறை சாத்தியமில்லை. மொத்த நாட்டிற்கும் மையமாக இருக்கும் தீர்க்கக்கோடு சுட்டும் நேரத்தை நாடு முழுதும் கடைப்பிடிக்கலாம்தான். ஆனால் புவியியல் ரீதியாக 2-½ மணிநேர கால வேறுபாடு உள்ள ஆஸ்திரேலியாவில் மையமான ஒரு நேரத்தை அனுசரிப்பது இரண்டு எல்லைகளில் வசிப்பவர்களுக்கு வசதியாக இராது. கிழக்குக் கரையில் சூரியன் சீக்கிரம் உதிக்கும், சீக்கிரம் மறையும். நாடு முழுதும் மையமானதொரு நேரத்தை அனுசரித்தால், கிழக்குப் பகுதிகளில் கடிகாரம் காட்டும் அலுவல் ரீதியான நேரப்படி காலை, மாலை நேரங்கள் தாமதமாக வரும். இது மனிதர்களின் இயற்கையான இயக்கத்திற்கு எதிரானது.

அதே வேளையில் மேற்குக் கரையில் தாமதமாகத்தான் விடியும். ஆனால் நாடு முழுதும் மையமாக ஒரே நேரம்

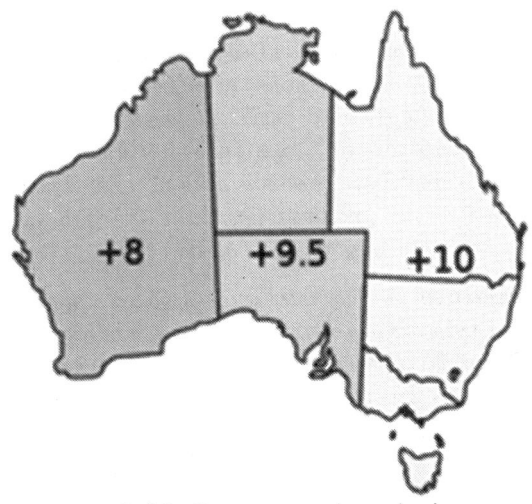

ஆஸ்திரேலியா கால மண்டலங்கள்

கிழக்கும் மேற்கும்

கடைப்பிடிக்கப்பட்டால் கடிகாரம் சீக்கிரமே அவர்களை எழுப்பிவிடும். இது அயர்வை உண்டாக்கும். அவர்களது உற்பத்தித் திறன் குறையும். ஆகவே ஆஸ்திரேலியா பிரதானமாக மூன்று கால மண்டலங்களைக் கொண்டிருக்கிறது. கிழக்கு மாநிலங்களில் காலை 6 மணி என்றால், மேற்கு மாநிலத்தில் அப்போது காலை 4 மணியாக இருக்கும்; அதாவது மேற்குக் கரையில் பொழுது புலர இன்னும் இரண்டு மணிநேரம் இருக்கும். அதே நேரத்தில் மத்திய மாநிலங்களில் இரண்டுக்கும் இடைப்பட்ட நேரமாக இருக்கும். ஒரு மாநிலம் முழுதும் ஒரே நேரத்தை அனுசரிப்பது நிர்வாக வசதிக்கு ஏற்புடையதாக இருக்கும். ஆனால் ஒரு நாடு முழுவதும் ஒரே நேரத்தைப் பயன்படுத்துவது இயற்கைக்கு எதிராக அமைந்துவிடும்.

இதனால்தான் பல நாடுகளில் ஒன்றுக்கு மேற்பட்ட கால மண்டலங்கள் பின்பற்றப்படுகின்றன. இதில் முன்னணியில் இருப்பது பிரான்ஸ். 12 கால மண்டலங்கள். அமெரிக்கா (11), ரஷ்யா (11), பிரிட்டன் (9) முதலான நாடுகளிலும் பல கால மண்டலங்கள் அனுசரிக்கப்படுகின்றன. மேலதிகமாக கனடா, பிரிட்டன், ஐரோப்பா எனப் பல நாடுகளில் பகல் வெளிச்ச சேமிப்பும் நடப்பிலிருக்கிறது.

இந்தியா - ஒரே நேரம்!

இந்தப் பின்புலத்தில் இந்தியாவைப் பார்க்கலாம். இந்தியாவில் பகல் வெளிச்ச சேமிப்பு நேரம் அனுசரிக்கப்படுவதில்லை. இந்தியாவில் மட்டுமில்லை, பல ஆசிய, ஆப்பிரிக்க நாடுகளிலும் இது பொதுவாக அனுசரிக்கப்படுவதில்லை. நிலநடுக்கோட்டிற்கு அருகில் உள்ள நாடுகளில் பருவகால மாற்றங்கள், பகல் நேரத்தின் வெளிச்சப் பொழுதுகளில் குறிப்பிடத்தக்க மாறுபாட்டைக் கொண்டுவருவதில்லை. ஆகவே இங்கெல்லாம் மேற்கு நாடுகளைப் போல இடைக்காலச் சரிக்கட்டல் தேவையில்லை. இதுவரை சரிதான். ஆனால் இந்தியா எங்கும் ஒரே நேரம் கடைப்பிடிக்கப்படுகிறது. இது சரிதானா?

இந்தியாவின் மேற்கு மாநிலம் குஜராத். அதன் கரையை ஒட்டி அமைந்திருக்கும் நகரம் காந்தியடிகள் பிறந்த போர்பந்தர். கிழக்கு முனையில் இருப்பது அருணாச்சலப் பிரதேசம்; இங்கு சீன எல்லையை ஒட்டி அமைந்திருக்கிறது அஞ்சாவ் எனும் மாவட்டம்; இதன் தலைநகரத்தின் பெயர் ஹவாய். கடல் மட்டத்திலிருந்து 1300 மீட்டர் உயரத்தில் அமைந்திருக்கும் சிறு நகரமிது. போர்பந்தருக்கும் ஹாவாய்க்கும் இடையில் சுமார் 3000 கிமீ இருக்கும். போர்பந்தரின் தீர்க்கக்கோடு 69°, ஹவாயின்

தீர்க்கக்கோடு 97°. வித்தியாசம் 28°. இந்த தூரத்தைச் சுற்றிவர சூரியனுக்கு 112 நிமிடங்கள் வேண்டிவரும். கிட்டத்தட்ட இரண்டு மணி நேரம். ஆஸ்திரேலியாவோடு ஒப்பிடத்தக்க கால வேறுபாடுதான். ஆனால் இந்தியா முழுதும் ஒரே நேரம்தான் அனுசரிக்கப்படுகிறது.

உத்தரப் பிரதேசத்தில் இருக்கும் மிர்சாப்பூர் (தீர்க்கக்கோடு 82°) நகரத்தில் நிலவும் நேரம்தான் நாடு முழுக்கக் கடைப்பிடிக்கப்படுகிறது. இது வட இந்தியாவிலும் தென் இந்தியாவிலும் பெரிய பாதிப்பை ஏற்படுத்துவதில்லை. எடுத்துக்காட்டாக சென்னை (80°), டெல்லி (77°) போன்ற நகரங்கள் மிர்சாப்பூரின் தீர்க்கக்கோட்டிலிருந்து பெருமளவில் விலகி நிற்கவில்லை என்று எடுத்துக்கொள்ளலாம். இதற்கு இந்தியாவின் புவியியல்தான் காரணம். ஆஸ்திரேலியாவைப் போல் சற்சதுரமான அமைப்பில் இந்தியா இல்லை. வட இந்தியாவிலும் தீபகற்பப்

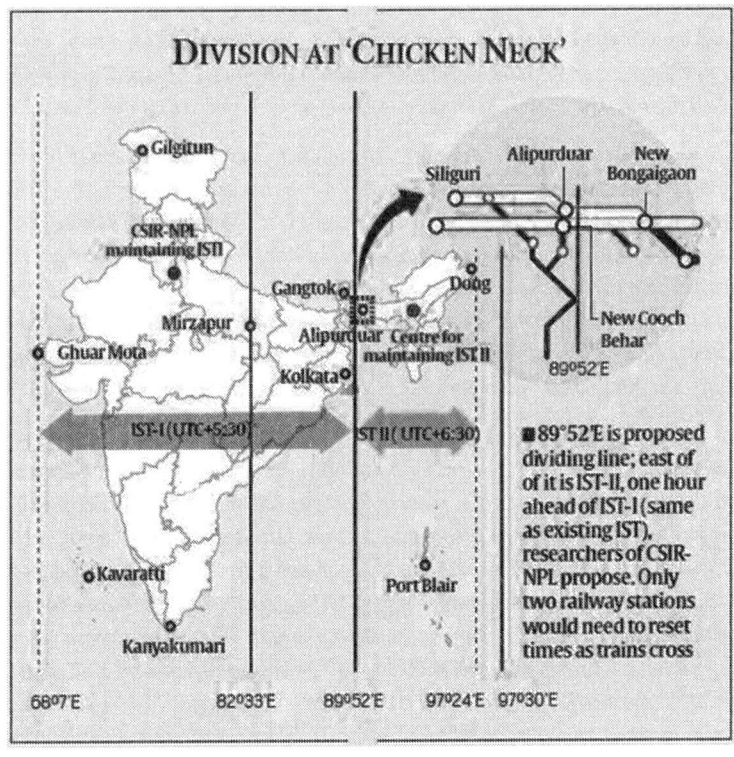

இந்தியா ஒரே நேரம்! (நன்றி: இந்தியன் எக்ஸ்பிரஸ்)

கிழக்கும் மேற்கும் ✿ 187 ✿

பகுதிகளிலும் இந்த ஒரே நேரத்தால் பெரிய பாதிப்பு இல்லை. ஆனால் மேற்கே குஜராத்தும் கிழக்கே வடகிழக்கு மாநிலங்களும் பெரிதும் பாதிக்கப்படுகின்றன.

இந்தியா முழுக்க ஒரே நேரம் என்கிற சித்தாந்தம் ஆங்கிலேயர் கையளித்துவிட்டுப் போன சீதனம். அதை நம் ஆட்சியாளர்கள் பல காலமாக இறுகப் பற்றிக்கொண்டிருக்கிறார்கள். அசாம், மேகாலயா, நாகாலாந்து, அருணாச்சல பிரதேசம், மணிப்பூர், மிசோரம், திரிபுரா ஆகிய வடகிழக்கு மாநிலங்களும் அந்தமான் நிகோபார் தீவுகளும் இந்த ஒரே நேரம் என்கிற கொள்கையால் அதிகம் பாதிக்கப்படுபவை. இங்கெல்லாம் மிர்சாப்பூருக்கு முன்பு சூரியன் அஸ்தமித்துவிடும். இதனால் மின்சாரத்தின் பயன்பாடு அதிகமாகும். மேலும் உழைப்பாளர்கள், குறிப்பாகக் குழந்தைகளின் உறக்கம் அதிகம் பாதிக்கப்படுகிறது. இதனால் ஏழைக் குழந்தைகளின் கல்வியும் கணிசமாகப் பாதிக்கப்படுவத்தாகக் கள ஆய்வில் கண்டறிந்திருக்கிறார் கார்னெல் பல்கலைக்கழக ஆய்வறிஞர் மாலிக் ஜங்னானி. வடகிழக்கு மாநிலங்களின் சமூக ஆர்வலர்களும் அறிவியலாளர்களும் தங்களது நேரத்தை ஒரு மணிநேரமாவது முன்னகர்த்தி வைக்குமாறு பல ஆண்டுகளாகக் கோரிவருகிறார்கள். ஒன்றிய அரசுகள் செவி சாய்க்கவில்லை.

அரசு ரயில் போக்குவரத்தை ஒரு காரணமாகச் சொல்லிவருகிறது. நமது ரயில்களின் சமிக்ஞைகள் தானியங்கி முறையில் இயங்குபவை அல்ல. சிட்னியின் செல்போன்கள்போல் அவை தாமே நேரத்தை மாற்றிக்கொள்ளாது. ஒரே தடத்தில் ஓடும் ரயிலில் சமிக்ஞைகளைப் பணியாளர்கள் தாமே கைமுறையாக மாற்றும்போது நேர வித்தியாசம் குழப்பத்தை உண்டாக்கும், பிழைகள் நேரும், விபத்துகளுக்கு ஏதுவாகும் என்று நீள்கிறது அரசுத் தரப்பின் சமாதானம்.

2019இல் இதற்கும் ஒரு வழிவகை கண்டறியப்பட்டது. அறிவியல், தொழில் ஆராய்ச்சிக் குழுமம் (Council of Scientific & Industrial Researc) என்கிற அமைப்புதான் இந்தியாவின் நேரக் காப்பாளர். இதன் அறிவியலர்கள் வெளியிட்டிருக்கும் ஆய்வுக் கட்டுரை, வட கிழக்கு மாநிலங்களில் ஒரு மணிநேரத்தை முன்னகர்த்தி வைக்க வேண்டும் என்று பரிந்துரைக்கிறது. மேலும் ரயில் பிரச்சினையைத் தீர்க்க அசாமுக்கும் மேற்கு வங்கத்துக்கும் இடையிலுள்ள ஒரு குறுகலான வழித்தடத்தின் மீதேறிச் செல்லும் தீர்க்கக்கோட்டை (~90°) இரண்டு காலமண்டலங்களைப் பிரிக்கும் கோடாகவும் அவர்கள் முன்மொழிந்திருக்கிறார்கள். இந்தப் புள்ளிக்கு அப்பால் இப்போதைக்கு இரண்டு ரயில் நிலையங்கள்தாம் உள்ளன, ஆகவே அவற்றில் கால வேறுபாட்டைக் கடைப்பிடிப்பது சிரமமாக இராது

என்பதும் அவர்கள் பரிந்துரை. ஆனால் ஒன்றிய அரசிடமிருந்து எந்த அசைவும் இல்லை. வட கிழக்கு மாநிலங்களை இன்னொரு கால மண்டலமாக அங்கீகரிப்பது அவர்களுக்குத் தனித்தன்மை வழங்கியதாகிவிடும் என்று அரசு அஞ்சுவதாகச் சில அரசியலர்கள் குற்றம் சாட்டுகிறார்கள்.

இது "ஒரே" எனும் மந்திரத்தின் காலம். ஒரே நாடு, ஒரே தேர்தல், ஒரே ரேஷன் கார்டு, ஒரே மதம், ஒரே மொழி, ஒரே வரி, ஒரே கல்வி என்று நாட்டையே ஒற்றைப் பரிமாணத்தில் அடைக்கும் முயற்சி நடக்கிற காலம். இந்தக் காலகட்டத்தில் ஆங்கிலேயர்கள் காலந்தொட்டு நடப்பில் இருந்துவருகிற ஒரே நேரம் என்பதை மாற்றுவார்களா என்பது சந்தேகம்தான்.

ஆஸ்திரேலியாவில் எனக்குக் கிடைத்த ஒரு மணிநேரம் லாபக் கணக்கில் மட்டுமே வரும்! இழப்பு இராது. ஏனெனில், அக்டோபர் மாதம் இந்த ஒரு மணிநேரம் திரும்ப எடுத்துக்கொள்ளப்பட்டபோது நான் சிட்னியில் இல்லை, சென்னை திரும்பிவிட்டேன். சென்னைக்கும் மிர்சாப்பூருக்கும் பெரிய கால வித்தியாசம் இல்லை. அதனால் வடகிழக்கு மாநிலங்களின் பிரச்சினையைப் பற்றி நான் கவலை கொள்ளாமல் இருக்கலாம். ஆனால் அது நீதியாகாது. வடகிழக்கின் மக்கள், குறிப்பாகத் தொழிலாளர்கள், குழந்தைகள் ஆகியோரின் உடல் நலமும், உறக்கமும், கல்வியும் அரசின் பிழையான ஒரு கொள்கையால் பாதிக்கப்படுகிறது. இயன்றவரை சூரிய வெளிச்சத்தை ஒட்டி நேரத்தை அமைத்துக்கொள்வதுதான் மனிதனின் உயிரியல் இயக்கத்துக்கு இசைவானது. ஆகவே வடகிழக்கு மாநிலங்களில் மாற்று நேரத்தைக் கடைப்பிடிப்பதென்பது மனித குல மேம்பாட்டிற்கு அவசியமானதும் அறிவியல் ரீதியானதும் ஆகும். இந்த முறையே உலகின் பல நாடுகளிலும் அனுசரிக்கப்படுகிறது. அரசும் அறிவாளர்களும் இதைக் குறித்துப் பரிசீலிக்க வேண்டும்.

காக்கைச் சிறகினிலே, மே 2022

25

வீடுதோறும் ஒரு புத்தக அலமாரி

இந்த முறை சென்னைப் புத்தகக் காட்சிக்குப் போக வாய்க்கவில்லை. ஓர் அலுவலின் பொருட்டு சிட்னிக்கு வந்துவிட்டேன். என்றாலும் புத்தகக் காட்சியில் வெளியாகும் புதிய நூல்களையும் வருகைதரும் எழுத்தாளர்களையும் சமுக ஊடகங்கள் வாயிலாக நாள்தோறும் காண முடிந்தது. வெள்ளமாய்ப் புது வரவுகள், மறு பதிப்புகள், கிளாசிக் படைப்புகள், நூற்றுக்கணக்கான அரங்குகள், நாள்தோறும் ஆயிரக்கணக்கான வாசகர்கள், இலட்சக்கணக்கான தலைப்புகள், கோடிக்கணக்கான புத்தகங்கள். கொரோனாவால் இரண்டு முறை தள்ளிப்போனது இந்தப் புத்தகக் காட்சி. பதிப்பாளர்கள் இயன்றவரை கூடுதல் வாசகர்களை எட்ட முயற்சிக்கிறார்கள். ஏனெனில் இப்படி ஒரு பெரிய புத்தகக் காட்சிக்கு அவர்கள் இன்னும் ஓராண்டு காத்திருக்க வேண்டும். அதாவது, ஆண்டு முழுவதும் கணிசமான புத்தகங்கள் வாசகர்களின் கையெட்டும் தூரத்தில் இருப்பதில்லை. இப்படியான புத்தகக் காட்சிகளில்தான் அது சாத்தியமாகிறது. ஏன் இப்படி நடக்கிறது?

இந்தக் கேள்விக்கான விடையை இன்று நான் சிட்னியில் ஒரு புத்தகக் கடையில் கண்டடைந்தேன். சிட்னி, ஆஸ்திரேலியாவில் ஒரு மாநிலத் தலைநகரம். இந்த நகரின் மையத்தில் இருக்கிறது ஜார்ஜ் தெரு. அதன் பராம்பரியக் கட்டிடங்களில் ஒன்றில் இருக்கிறது நான் போயிருந்த புத்தகக்கடை. பெயர்– டைமாக்ஸ்.

கடை இரண்டு தளங்களில் விரிந்து கிடந்தது. கீழ்தளத்தில் புனைவு, மேல்தளத்தில் அபுனைவுப் புத்தகங்கள். இடையில் நகரும் படிக்கட்டுகள். மேல்தளத்தில் படிக்கட்டைச் சுற்றி வளைவான கைப்பிடிச் சுவர். பின்னால் ஒற்றை வரிசையில் மெத்தை வைத்த நாற்காலிகள். உள்ளே அமிழ்ந்துகொள்ளலாம், மணிக்கணக்காகப் படிக்கவும் செய்யலாம். மேல்தளத்தில் ஒரு தேநீரகமும் இருந்தது. உணவு மேடைக்கு எதிரில் வரிசையாக வார்ப்பிரும்பு மேசைகள் இருபது இருக்கலாம், ஒரு மேசைக்கு இரண்டு நாற்காலிகள். உணவகத்தின் பேச்சுச் சத்தம் புத்தகங்களைப் புரட்டுகிறவர்களின் செவிகளை எட்டுவதில்லை. உணவு மேசைகள் அப்படியான தூரத்தில் இருந்தன. உணவு மேடையிலிருந்து உயரமான பீங்கான் கோப்பைகளில் காப்பியும், வெளிர் நீலப் பூப்போட்ட தட்டுகளில் பலகாரமும் வாங்கிக்கொண்டு மேசைகளில் வந்து அமர்ந்து கொள்ளலாம். புத்தகங்களிடம் பேசலாம். உடன் வந்தவர்களோடும் உரையாடலாம்.

கீழ்தளத்தில் ஒரு சின்ன மேடை. சிவப்புக் கம்பளம் விரித்திருந்தது. அதன் மீது ஒரு கருங்காலி மேசை. என் முகத்தில் தோன்றிய கேள்விக் குறியைப் படித்துவிட்டு 'இது எழுத்தாளர் மேசை' என்றார் சீருடைப் பெண். புத்தகங்களில் கையொப்பமிட்டுக் கொடுப்பதற்கும், வெளியீட்டு நிகழ்வுகளுக்கும் எழுத்தாளர்கள் வருகிறார்கள். 'நாளை மாயா லீ வருகிறார்' என்றார் அதே பெண். லீ எழுதிய புத்தகம் அந்த இடத்திலிருந்து காணக்கூடியதாக இருந்தது. புத்தகத் தட்டுக்கு வெளியேயும் நிறையப் புத்தகங்கள் அடுக்கி வைக்கப்பட்டிருந்தன. அந்தப் புத்தகங்களின் உள்ளிருந்து ஒரே அளவிலான அட்டைகள் தலை நீட்டிக் கொண்டிருந்தன. 'அவை முகவரி அட்டைகள். நாளை வரமுடியாதவர்கள் புத்தகங்களை வாங்கி வைத்துவிட்டுப் போயிருக்கிறார்கள். ஆசிரியர் கையொப்பத்துடன் அவர்களுக்குப் புத்தகம் அனுப்பப்படும்' என்று விளக்கினார். 'கூட்டங்கள் இங்கேயா நடக்குமா?' என்று கேட்டேன். 'அருகிலேயே ஒரு அரங்கமும் ஒரு சிற்றரங்கமும் இருக்கிறது' என்றார். மார்ச் வரையிலான கூட்டங்கள், வெளியீட்டு நிகழ்வுகள், கையொப்ப வைபவங்கள் அடங்கிய பட்டியல் ஒன்றையும் கொடுத்தார். எழுத்தாளரின் படங்கள், நூல் நயம், நாள், நேரம் எல்லா விவரங்களும் அதில் இருந்தன. நகரில் இப்படிப் பல புத்தகக் கடைகள் இருக்கின்றன.

ஏன் வேண்டும் புத்தகக் காட்சி?

இந்த இடத்தில் எனக்கு 'க்ரியா' ராமகிருஷ்ணன் நினைவுக்கு வந்தார். அவரை 2020ஆம் ஆண்டு சென்னைப் புத்தகக்

காட்சியில் 'க்ரியா' பதிப்பக அரங்கில் சந்தித்தேன். அதுதான் கடைசிச் சந்திப்பு என்பது அப்போது எனக்குத் தெரியாது. அந்தச் சந்திப்பில் அவர் சொன்னதை மறக்க முடியாது. 'இப்படியான புத்தகக் காட்சிகள் வாசகனைப் புத்தகத்துக்கு நெருக்கமாக்கும். அவன் புத்தகத்தை கையில் எடுக்கிறான், அட்டையை நீவுகிறான், நூலைப் புரட்டுகிறான், அதன் அச்சையும் அமைப்பையும் அவதானிக்கிறான், பின்னட்டைக் குறிப்பைப் படிக்கிறான். அவன் அந்தப் புத்தகத்தைத் திரும்பவும் எடுத்த இடத்தில் வைத்துவிடலாம். பரவாயில்லை. புத்தகம் இப்படித்தான் வாசகனுக்கு அணுக்கமாகும். அதற்கான சூழலைப் புத்தகக்காட்சிகள் உருவாக்குகின்றன', என்றார் அவர்

சிட்னி புத்தகக் கடையில் அவர் சொன்னது எனக்குக் கூடுதலாக விளங்கியது. புத்தகங்களைப் புரட்டுகிறவர்களை, சாவதானமாக வாசிப்பவர்களை, தேநீருக்கு இடையில் அதன் உள்ளடக்கம் குறித்து உரையாடுபவர்களை அங்கே பார்க்க முடிந்தது. ராமகிருஷ்ணன் சொன்னதுபோல் இன்று அவர்கள் புரட்டுகிற புத்தகத்தை வாங்காமல் போய்விடலாம். ஆனால் இந்தக் கடை ஆண்டின் எல்லா நாட்களும் திறந்திருக்கும். அந்த வாசகர் மீண்டும் வருவார். ஒரு கட்டத்தில் அந்த நூல் அவர் உடமையாகக்கூடும். ஆனால் நம்மிடம் இப்படியான புத்தகக் கடைகள் இல்லை. புத்தகக் காட்சிதான் இருக்கிறது. அதுவும் ஆண்டுக்கு ஒரு முறைதான் வருகிறது.

ஏனெனில் நமது சமூகத்தில் எழுத்துக்கும் புத்தகங்களுக்கும் உள்ள இடம் சிறப்பானதல்ல. அறிஞர் அண்ணா இதைக் குறித்து எழுதியிருக்கிறார். "நம் வீடுகளில் படுக்கையறை, பூஜையறை, சமையலறை– எல்லாம் இருக்கும். புத்தகம் உள்ள இடம், படிப்பதற்கென்று ஓர் அறை தேடிப் பாருங்கள். மிக மிகக் கஷ்டம். 'புத்தகசாலை உண்டா?' என்று கேளுங்கள். பதில் கூற மாட்டார்கள். ஒரு புன்னகை தோன்றும்." அண்ணா இப்படி எழுதியும் 70 ஆண்டுகள் கடந்துவிட்டன. அண்ணா பெரிய மனிதர். ஆகவே அவரது ஆசை பேராசையாக இருக்கிறது. அவர் ஒவ்வொரு வீட்டுக்குள்ளும் ஒரு புத்தகசாலைக்கு ஆசைப்படுகிறார். புத்தகசாலை போகட்டும், எத்தனை வீடுகளில் புத்தக அலமாரி இருக்கிறது?

எல்லா ஊர்களிலும் பர்னிச்சர் கடைகள் இருக்கின்றன. அங்கு படுக்கைகள் கிடைக்கும், பல வண்ண சோபாக்கள் இருக்கும், ஷோகேஸ் கண்ணைப் பறிக்கும், சாப்பாட்டு மேசைகள் வரிசை கட்டி நிற்கும், எழுத்து மேசைகூட சில கடைகளில் இருக்கும், ஆனால் புத்தக அலமாரி என்றோர் அறைக்கலன்

இராது. கொள்வாரில்லை. ஆகவே விற்பாருமில்லை. பல பெரிய மனிதர்கள் நேர்காணல் வழங்கும்போது அவர்களுக்குப் பின்னால் புத்தக அலமாரியும் இருக்கும். அந்த அலமாரியை அவர்கள் எந்தக் கடையிலும் வாங்கியிருக்க முடியாது. தச்சரை வீட்டுக்கு வரவழைத்துத்தான் செய்வித்திருக்க வேண்டும். இந்த நிலை மாற வேண்டாமா?

ஏன் வேண்டும் புத்தகங்கள்?

புத்தகங்கள் கற்பனா சக்தியை வளர்க்கும். வாசிக்கிற மூளை இயங்கிக்கொண்டே இருக்கும். நினைவாற்றல் பெருகும். வார்த்தைகள் சேகரமாகும்; அது எழுத்தை, பேச்சை, உரையாடலை, மேம்படுத்தும். தனிமை நீங்கும். பொழுது போகும். மன அழுத்தம் குறையும். சமூக அக்கறை மிகும். அறிவு செழுமையுறும். படிப்பு கூடும்போது அடக்கம் வரும். எல்லா மாயத்தையும் இந்த அச்சடித்த புத்தகங்களால் நிகழ்த்த முடியும்.

வீடுதோறும் கலையின் விளக்கமாக விளங்க வேண்டும் என்பது பாரதியின் கனவாக இருந்தது. அதன் முதற் கட்டமாக வீடுதோறும் ஒரு புத்தக அலமாரி வேண்டும். அதில் புத்தகங்களை நிறைக்க வேண்டும். அந்தப் புத்தகங்களைத் தொட்டு, தடவி, பார்த்துப் பார்த்து வாங்க இந்தப் புத்தகக் காட்சியைச் சென்னைவாசிகள் பயன்கொள்ள வேண்டும். புத்தகங்கள் கூடுதலாக விற்பனையானால், புத்தகக் காட்சிகளும் அதிகமாகும். நாளடைவில் நமது நகரங்களிலும் புத்தகக் கடைகள் அதிகமாகும். அப்போது புத்தகங்களுக்கு மரியாதை உண்டாகும்.

இந்து தமிழ் திசை, 8.3.22

26

அமெரிக்காவின் இரண்டு முகங்கள்

2022 ஜூன் 26ஆம் தேதி பிராட்வே நடைபாதையில் நின்றிருந்தேன். உலகின் பல நகரங்களிலும் பிராட்வே இருக்கிறது. இந்த பிராட்வே சிகாகோ நகரில் இருக்கிறது. நடைபாதை நெடுகிலும் நூற்றுக்கணக்கானோர் நின்றிருந்தார்கள். எங்கள் முன்னால் ஒரு பெரிய ஊர்வலம் முன்னகர்ந்து கொண்டிருந்தது. அதில் பங்கேற்றவர்கள் பலவண்ண ஆடைகளில் வந்தார்கள். கால்நடையாகவும் அலங்கார ஊர்திகளிலும் வந்தார்கள். வாத்தியங்கள் இசைத்துக்கொண்டும் நடனமாடிக்கொண்டும் வந்தார்கள்.

அந்த ஊர்வலத்தின் பெயர் 'பெருமைப் பேரணி'. ஊர்வலத்தில் ஆண்களும் பெண்களும் இருந்தனர். திருநங்கைகளும் திருநம்பிகளும் இருந்தனர். ஒரு பால், இரு பால் ஈர்ப்பாளர்கள் இருந்தனர். அது பால்புதுமையினரின் (LGBT) ஊர்வலம். பால்புதுமையினர் மீது இந்தச் சமூகம் அவமானத்தை ஏற்றி வைத்திருந்தது. இவர்கள் அதைக் களைந்துவிட்டு நிமிர்ந்து நிற்பவர்கள்.

எதிர்ப்பால் ஈர்ப்பு என்பது பலருக்கும் இயற்கையானது. அதைப் போலவே ஒரு பால் ஈர்ப்பு சிலருக்கு இயற்கையானது. ஒருவர் ஆணாக இருக்கலாம், பெண்ணாக இருக்கலாம். திருநராகவோ, பால் புதுமையினராகவோ இருக்கலாம்.

எதுவும் இயற்கைக்கு விரோதமில்லை. இதை அந்தப் பேரணி உரக்கச் சொல்லியது. அந்தப் புரிதலை அமெரிக்கச் சமூகமும் பெற்றிருக்கிறது.

பால்புதுமையினரும் அவர்களைப் புரிந்துகொண்டவர்களும் பேரணியில் இருந்தார்கள், பிராட்வே நடைபாதைகளிலும் இருந்தார்கள்.

பிரபல இசைக்குழுக்கள், விளையாட்டு அணிகள், தன்னார்வல அமைப்புகள், கிறிஸ்துவத் திருச்சபைகள் என சமூகத்தின் பல்வேறு பிரிவினரும் பேரணியில் பங்கேற்றார்கள். அவர்கள் ஏந்திய பதாகைகளில் அது தெரிந்தது. பலரும் பால்புதுமையினரின் வானவில் கொடியைப் பிடித்திருந்தார்கள். இதைத் தவிர பல்வேறு வாசகங்களைத் தாங்கிய பதாகைகளையும் ஏந்தியிருந்தார்கள். 'துணிவோடு இரு, திருநராக இரு', 'நான் இப்படித்தான் பிறந்தேன்', 'ஒருபால் ஈர்ப்பை நான் தேர்ந்தெடுக்கவில்லை; அது என்னைத் தேர்ந்தெடுத்தது' முதலான பல முழக்கங்கள். அவை அமெரிக்காவின் முற்போக்கு முகத்தைக் காட்டின.

அதே ஊர்வலத்தில் வேறு சில பதாகைகள் அமெரிக்காவின் இன்னொரு முகத்தைக் காட்டின. அவற்றில் இப்படி எழுதியிருந்தது: 'கருக்கலைப்பு என் அரசியல் உரிமை', 'பெண்ணின் உடல் பெண்ணின் தேர்வு', 'உங்கள் கருத்தை எங்கள் வயிற்றில் திணிக்காதீர்கள்'. இவை எல்லாம் கருக்கலைப்புக்கு ஆதரவான முழக்கங்கள். இவை ஏன் இந்தப் பெருமைப் பேரணியில் உயர்த்திப் பிடிக்கப்பட வேண்டும்? காரணமிருந்தது. இந்தப் பேரணிக்கு இரண்டு நாட்கள் முன்பாகத்தான் அமெரிக்க உச்ச நீதிமன்றத்தின் தீர்ப்பொன்று வெளியாகியது. அதுகாறும் கருக்கலைப்புக்கு நாடு தழுவிய சட்டபூர்வ அனுமதி இருந்தது. ஜூன் மாதம் 24ஆம் தேதியன்று உச்ச நீதிமன்றம் அந்த உரிமையை ரத்து செய்துவிட்டது. இனி அந்தந்த மாநிலங்களின் கருக்கலைப்பு விதியை மாநில அரசுகளே எழுதிக்கொள்ள வேண்டும். 50 ஆண்டுகளுக்கு முன்பு அப்படித்தான் இருந்தது. இந்தத் தீர்ப்பை அடியொற்றி அமெரிக்காவின் சரிபாதி மாநில அரசுகள் கருக்கலைப்பைத் தடை செய்யக்கூடும் என்கிறார்கள்.

1973க்கு முன்பு, கருக்கலைப்பு செய்து கொள்ள விழையும் பெண்கள், அவர்கள் கருக்கலைப்பு தடை செய்யப்பட்ட மாநிலங்களைச் சேர்ந்தவர்களாகவும் வசதியுள்ளவர்களாகவும் இருந்தால், அவர்களுக்கு இரண்டு தெரிவுகள் இருந்தன. கருக்கலைப்பு அனுமதிக்கப்பட்ட மாநிலங்களுக்குச் செல்வது அல்லது உள்ளூரில் தெரிந்த மருத்துவரிடம் சட்ட விரோதமாக

ஆனால் பாதுகாப்பாகக் கருக்கலைப்பு செய்துகொள்வது. வசதியற்ற பெண்களுக்கும் இரண்டு தெரிவுகள் இருந்தன. வேண்டாத மகவைப் பெற்றெடுப்பது அல்லது பாதுகாப்பற்ற கருக்கலைப்பை மேற்கொள்வது. இதில் அதிகமும் பாதிக்கப்பட்டவர்கள் கறுப்பினப் பெண்களும் பதின்பருவத்துப் பெண்களும். இந்தத் துயரங்கள் மீண்டும் தொடங்கும். மட்டுமல்ல, அது கடந்த காலத்தைவிட மோசமாகவும் இருக்கும். ஏன்? 50 ஆண்டுகளுக்கு முன் கருக்கலைப்பு ஓர் அரசியல் பிரச்சினையாக இல்லை. சமூகப் பிரச்சினையாக இருந்தது. அப்போது இரண்டு பெரிய கட்சிகளிலும் கணிசமானோர் கருக்கலைப்பை ஆதரித்தார்கள்.

இப்போது மற்ற பல பிரச்சினைகளைப் போலவே, அமெரிக்கா இதிலும் கட்சி ரீதியாகப் பிளவுபட்டிருக்கிறது. ஜனநாயகக் கட்சி, ஒரு பெண்ணுக்கு அவளது கர்ப்பத்தைக் கலைத்துக்கொள்ளும் உரிமை இருக்க வேண்டும் என்கிறது. மறுபுறம் குடியரசுக் கட்சி, அதைத் தீர்மானிக்கும் உரிமையை மாநிலச் சட்டமன்ற உறுப்பினர்களுக்குக் கைமாற்றிக் கொடுத்த உச்ச நீதிமன்றத் தீர்ப்பை ஆதரிக்கிறது. கட்சி ரீதியான இந்தப் பிளவு உச்சநீதிமன்றத் தீர்ப்பிலும் இருந்தது. கருக்கலைப்பை எதிர்த்த நீதியரசர்கள் ஆறு பேர், ஆதரித்தவர்கள் மூன்று பேர். இந்த ஆறு நீதியரசர்களும் குடியரசுக் கட்சி அதிபர்களால் நியமிக்கப்பட்டவர்கள். ஆம், அமெரிக்காவில் அதிபர்கள்தான் நீதியரசர்களை நியமிப்பார்கள். இந்த நீதியரசர்களுக்கு ஓய்வுபெறும் வயதென்று எதுவுமில்லை. அதாவது தங்கள் வாழ்நாள் முழுதும் நீதியரசர்களாக இருப்பார்கள். இந்த அறுவரில் இருவரை மூத்த புஷ்ஷும் (1991, 1992), ஒருவரை இளைய புஷ்ஷும் (2005), மூவரை டிரம்ப்பும் (2017, 2018, 2020) நியமித்தார்கள். கருக்கலைப்பை ஆதரித்த மூவரும் ஜனநாயகக் கட்சி அதிபர்களால் நியமிக்கப்பட்டவர்கள். ஒருவர் கிளிண்டனாலும் (1994) இருவர் ஒபாமாவாலும் (2009, 2010) நியமிக்கப்பட்டவர்கள். இந்த நீதியரசர்களின் திண்ணை காலியாகிறபோது யார் ஆட்சியில் இருக்கிறார்களோ அவர்களுக்குச் சார்பானவர்களுக்கு வாய்ப்பு கிடைக்கும். இந்த வினோத முறை குடியரசுக் கட்சிக்குச் சாதகமாக அமைந்துவிட்டது.

கருக்கலைப்பிற்குப் பெரும்பான்மை நீதியரசர்களின் ஆதரவு இல்லை. ஆனால் பெரும்பான்மை மக்களின் ஆதரவு இருக்கிறது. பியூ எனும் ஆய்வு மையம் நடத்திய கருத்துக் கணிப்பு, 61% அமெரிக்கர்கள் கருக்கலைப்பை ஆதரிப்பதாகவும், 37% பேர் எதிர்ப்பதாகவும் சொல்கிறது. அதே வேளையில் கட்சி ஆதரவாளர்களில் இந்த வேறுபாடு முன்னெப்போதைக் காட்டிலும் தீர்க்கமாக மாறியிருப்பதாகவும் அதே ஆய்வு சொல்கிறது. ஜனநாயகக்

கட்சியினரில் 80% பேர் கருக்கலைப்பை ஆதரிக்கிறார்கள். குடியரசுக் கட்சியினரில் 38% பேரே ஆதரிக்கிறார்கள். இந்தப் பிரச்சினை அமெரிக்காவைப் பிளவுபடுத்திவிட்டது.

இந்தத் தீர்ப்பு இரும்பால் அடிக்கப்பட்டுவிட்டதா? இதை மாற்ற முடியாதா? முடியும். அரசியல் சட்டத் திருத்தத்தால் அதைச் செய்ய முடியும். ஆனால் ஆளும் பைடன் அரசுக்கு கீழவையில் போதுமான பெரும்பான்மை இல்லை. எதிரணியில் இருக்கும் குடியரசுக் கட்சி சட்டத்திருத்தத்திற்குச் சம்மதிக்கப் போவதில்லை. அதாவது இந்தப் பிளவு இனியும் பலகாலம் நீடிக்கப் போகிறது.

ஒரு பக்கம் பால்புதுமையினர் விட்டு விடுதலையாகி நிற்போம் என்று கொண்டாடுகிறார்கள். மறுபக்கம் அடிப்படைவாதிகளின் கரங்கள் பெண்களின் கருப்பைவரை நீண்டுவிட்டது. அடுத்து, அந்த நீண்ட கரங்கள் பால்புதுமையினரையும் தீண்டுமோ என்கிற அச்சமும் எழுந்திருக்கிறது.

அடிப்படைவாதத்திற்கு ஆதரவான குரல்கள் அமெரிக்கா விற்குப் புதிதில்லை. ஆனால் இப்போது அது ஒரு பெரிய அரசியல் கட்சியின் ஆதரவுடன் ஒலிக்கிறது. அது தேசத்தை இரு கூறாகப் பிளக்கும் வல்லமை உடையதாகவும் இருக்கிறது. அமெரிக்காவின் அறிவுச் சமூகத்திற்கு அடிப்படைவாதத்தை முறியடிக்கும் கடமை இருக்கிறது.

இந்த அமெரிக்கக் கதையில் இந்தியாவிற்கும் பாடம் இருக்கிறது. நமது நாட்டில் 1971 முதற்கொண்டு கருக்கலைப்பைச் சட்டம் அனுமதித்துவருகிறது. 2018இல் ஒருபால் திருமணத்திற்கும், 2019இல் ஒருவர் மூன்றாம் பாலினமாகப் பதிவு செய்துகொள்வதற்கும் சட்டம் வகைசெய்தது. ஆனால் இவை அடிப்படைவாதிகளுக்கு உவப்பாக இல்லை. கவிஞரும் இயக்குநருமான லீனா மணிமேகலையின் 'காளி' எனும் நிகழ்த்துக்கலை ஆவணப்படத்தின் போஸ்டர் ஜூலை 2022இல் வெளியானது. அதில் இடம் பெற்ற பெண் தெய்வம் பால்புதுமையினரின் வானவில் கொடியை ஏந்தியிருந்தார். இது இந்துத்துவர்களின் கடும் விமர்சனத்துக்கு உள்ளாகியது. இந்த நிலை மாற வேண்டும். அறிவாளர்களும் அரசும் பொதுச் சமூகத்திடம் 'பிறப்பொக்கும் எல்லா உயிர்க்கும்' என்பதைத் தொடர்ந்து எடுத்துச் செல்ல வேண்டும். பன்னெடுங்காலக் காத்திருப்புக்குப் பிறகு சாத்தியமாயிருக்கும் கருக்கலைப்பு உரிமைகளையும் பால்புதுமையினரின் உரிமைகளையும் நாம் விட்டுக் கொடுக்கலாகாது.

இந்து தமிழ் திசை, 15.7.22

27

அமெரிக்காவில் சமூகநீதி தோற்குமிடம்!

சமூகநீதி, விகிதாச்சாரப் பிரதிநிதித்துவம், இடஒதுக்கீடு முதலான சொல்லாடல்கள் தமிழ்ச் சூழலில் கடந்த நூறு ஆண்டுகளாகப் புழக்கத்தில் இருப்பவை. இந்தியாவில் கடந்த நாற்பதாண்டுகளில் வேகம் பெற்றவை. எங்கெல்லாம் பிறப்பு எல்லா உயிர்க்கும் ஒக்கவில்லையோ அங்கெல்லாம் இப்படியான சொற்றொடர்களுக்கு அவசியம் இருக்கிறது. உலகின் ஆகப் பெரிய பொருளாதாரமான அமெரிக்காவிலும்கூட இவற்றுக்கான அவசியம் இருக்கிறது. அங்கே சாதிகள் இல்லைதான். ஆனால் இனத்தால், நிறத்தால் வேற்றுமைகள் பாராட்டப்படுகின்றன. அவற்றை அந்த நாகரீக சமூகத்தால் இன்றளவும் களைய முடியவில்லை. அதற்கான முயற்சிகளில் ஒன்றுதான் 'உடன்பாட்டு நடவடிக்கை' (*affirmative action*). கல்வியிலும் வேலைவாய்ப்பிலும் கறுப்பினத்தவர்களுக்கு வழங்கப்படும் சலுகைக்கு 'உடன்பாட்டு நடவடிக்கை' என்று பெயர் வைத்திருக்கிறார்கள். ஆனால் அதன் வீச்சும் பயன்பாடும் பலவீனமாகவே இருக்கின்றன. அமெரிக்காவில் நிலவும் நிற வேற்றுமை அறியப்பட்ட அளவிற்கு இந்த 'உடன்பாட்டு நடவடிக்கை' வெளியுலகுக்குத் தெரியவில்லை. ஏனெனில், அமெரிக்காவே இந்த நடவடிக்கை குறித்துப் பெரிதாக அக்கறை செலுத்தவில்லை.

இரண்டு சமீபத்திய எடுத்துக்காட்டுகளைப் பார்க்கலாம். முதலாவது நிற வேற்றுமை பற்றியது. இரண்டாவது 'உடன்பாட்டு நடவடிக்கை' பற்றியது.

மு. இராமனாதன்

2020 மே மாத இறுதியில் அந்தச் சம்பவம் நடந்தது. புறங்கையில் விலங்கு பூட்டப்பட்ட ஒரு கறுப்பினத்தவரின் குரல்வளை ஒரு வெள்ளைக் காவலரின் முழங்காலின் கீழ் நெரிபட்டது. 8 நிமிடங்கள் 46 நொடிகளுக்குப் பிறகு ஜார்ஜ் பிளாய்டின் மூச்சு அடங்கியது. 'கறுப்பர்களின் உயிர் முக்கியம்' (Black Lives Matter) என்கிற முழக்கம் ஓர் இயக்கமாக உருவெடுத்தது. அமெரிக்காவைத் தாண்டியும் ஒலித்தது.

அடுத்த சம்பவம் அமெரிக்காவிற்குள்ளேகூட அதிகம் விவாதிக்கப்படவில்லை. இது 2020 ஆகஸ்ட் மத்தியில் நடந்தது. டிரம்ப் அரசின் சட்டத்துறை, யேல் பல்கலைக்கழகத்தைக் குற்றஞ்சாட்டியது. யேல் கடைப்பிடிக்கும் 'உடன்பாட்டு நடவடிக்கை' கறுப்பர்களுக்கும் லத்தீன்–அமெரிக்கர்களுக்கும் சாதகமாக இருக்கிறது; வெள்ளையர்களுக்கும் ஆசிய–அமெரிக்கர்களுக்கும் பாதகமாக இருக்கிறது. இதுதான் குற்றச்சாட்டு. அடுத்து உச்ச நீதிமன்றத்தை அணுகும் உத்தேசமும் அரசுக்கு இருக்கிறது. 'உடன்பாட்டு நடவடிக்கை'யை ஏன் அரசே எதிர்க்கிறது? இந்த நடவடிக்கை எப்படி அமலாகிறது? இந்தக் கேள்விகளுக்கான விடையை அமெரிக்காவின் இன வேற்றுமையிலிருந்து தொடங்க வேண்டும்.

இன வேற்றுமை அமெரிக்காவின் வரலாறு நெடுகிலும் பிணைந்து கிடக்கிறது. 1492ஆம் ஆண்டு கொலம்பஸ் அமெரிக்க மண்ணில் கால் குத்தினார். ஐரோப்பிய வெள்ளையர்கள், அந்தப் பூமியை ஆக்கிரமித்தனர்; அங்கு வசித்த பூர்வகுடிகளைக் கீழடக்கினர்; ஆண்டைகள் ஆயினர். அடுத்து, ஆப்பிரிக்காவிலிருந்து கறுப்பர்களை அழைத்துவந்தனர். அவர்கள் அடிமைகள் ஆக்கப்பட்டனர். அடிமைகள் விலைக்கு வாங்கப்பட்டனர். இந்த அடிமை வணிகம் முந்நூறு ஆண்டு காலத்திற்கும் மேல் நீடித்தது. 1865இல் ஒரு மாதிரி முடிவுக்கு வந்தது. அப்போதும் கறுப்பர்கள் பிற்படுத்தப்பட்டவர்களாகவே இருந்தனர். 'ஜிம் க்ரோ' என்றழைக்கப்பட்ட சட்டங்கள் அதைச் சாத்தியமாக்கின. கறுப்பர்களுக்கும் வெள்ளையர்களுக்குமான பேருந்துகளும் பேருந்துத் தரிப்பிடங்களும் தனித்தனியானவை. இன்னும் ரயில்கள், வாழிடங்கள், குடிநீர்க் குழாய்கள், உணவகங்கள் எல்லாமே தனித்தனியாகப் பிரிக்கப்பட்டன. 1964இல் அரங்கேறிய பொது உரிமைச் சட்டம் இந்தத் தீண்டாமையை முடிவுக்குக் கொண்டுவந்தது.

அறுபதுகளின் துவக்கத்தில் கென்னடி அதிபராக இருந்தார். அரசாங்க ஒப்பந்தப் பணிகளில் தொழிலாளர்களை அமர்த்தும்போது நிறம், இனம், சமயம், பிறந்த தேசம் போன்றவற்றைக்

கணக்கில் கொள்ளலாகாது என்றோர் ஆணை பிறப்பித்தார். பின்னர், இது கல்வி நிலையங்களுக்கும் நீட்டிக்கப்பட்டது. அதுதான் 'உடன்பாட்டு நடவடிக்கை'. வரலாற்று ரீதியாகப் புறக்கணிக்கப்பட்ட சிறுபான்மையினருக்குக் கல்வி கற்கும் வாய்ப்புகளை அதிகரிப்பதற்காகக் கொண்டுவரப்பட்டது.

அமெரிக்கக் கல்லூரிகள் சுயேச்சையானவை. கல்லூரி அனுமதிக்குப் பள்ளியிறுதித் தேர்வுகளில் மாணவர்கள் பெற்ற மதிப்பெண்களுடன், கலை, இலக்கியம், விளையாட்டு, சமூக சேவை முதலான துறைகளில் அவர்களது பங்களிப்பு, விண்ணப்பத்துடன் அவர்கள் சமர்ப்பிக்கும் கட்டுரை, 'சாட்' போன்ற தேர்வில் பெற்ற தரம் முதலான பல அம்சங்கள் கணக்கில் கொள்ளப்படும். இவற்றுடன் விண்ணப்பதாரர் சிறுபான்மை இனத்தவராக இருந்தால், அதுவும் கவனத்தில் கொள்ளப்படும். இவை தவிர, கறுப்பினத்தவருக்கு இடஒதுக்கீடு ஏதுமில்லை. இடஒதுக்கீட்டை அமெரிக்கச் சட்டம் அனுமதிக்கவில்லை. 'உடன்பாட்டு நடவடிக்கை' ஒரு சலுகை மட்டுமே. இந்தச் சலுகையை மேற்கொள்வது கல்லூரி நிர்வாகத்தின் விருப்பம் சார்ந்தது. எட்டு மாநிலங்களின் அரசுக் கல்லூரிகள் இந்த நடவடிக்கையை மேற்கொள்வதில்லை.

'உடன்பாட்டு நடவடிக்கை' பலவீனமானது என்றாலும், ஓரளவிற்குப் பலன் இருந்தது. அறுபதுகளில் கல்லூரி மாணவர்களில் கறுப்பர்களின் வீதம் பூஜ்யமாய் இருந்தது. 1976இல் 10% ஆகவும், 2016இல் 14% ஆகவும் ஆனது. 2016இல், கல்லூரி மாணவர்களில் வெள்ளையர்கள் 56% ஆகவும், லத்தீன் அமெரிக்கர்கள் 19% ஆகவும் ஆசியர்கள் 6% ஆகவும் இருந்தனர்.

ஒவ்வொரு இனத்தவரிலும் எத்தனை சதவீதத்தினரால் கல்லூரிப் படிக்கட்டை மிதிக்க முடிகிறது? ஆசியர்களில் கிட்டத்தட்ட இரண்டில் ஒருவரும் (49.5%), வெள்ளையர்களில் மூன்றில் ஒருவரும் (30%), கறுப்பர்களில் ஐந்தில் ஒருவரும் (17%), லத்தீன் அமெரிக்கர்களில் பத்தில் ஒருவரும்தான் (11.4%) கல்லூரிக்குள் நுழைய முடிகிறது. லத்தீன் அமெரிக்கர்கள் அதிகமும் உடல் உழைப்பைக் கோரும் பணிகளுக்கும், ஆசியர்கள் வெள்ளைக் காலர் உத்தியோகங்களுக்கும் புலம்பெயர்ந்தவர்கள். இது அவரவர் பிள்ளைகளின் கல்வியிலும் பிரதிபலிக்கிறது.

குடிமக்கள் அனைவரும் சமம் என்கிறது அமெரிக்கச் சட்டம். ஆகவே சமமான குடிமக்களிடையே கறுப்பர்களுக்கும் லத்தீன் அமெரிக்கர்களுக்கும் இடஒதுக்கீடு தேவையில்லை என்று கருதுகிறது அமெரிக்க நீதிமன்றம். நெகிழ்வான சலுகையாக

மு. இராமனாதன்

'உடன்பாட்டு நடவடிக்கை' இருந்து வருகிறது. இதிலும் டிரம்ப் அரசாங்கம் கை வைத்தது. ஏன்? கறுப்பர்களிடத்திலோ லத்தீன் அமெரிக்கர்களிடத்திலோ டிரம்பின் வாக்கு வங்கி இல்லை. அவரது வங்கி வெள்ளையர்களிடத்தில் இருக்கிறது. அதை மேலும் பலப்படுத்திக்கொள்ளும் நடவடிக்கைகளில் ஒன்றுதான் யேல் மீதான வழக்கு. இதில் வெள்ளையர்களுடன் ஏன் ஆசியர்களைச் சேர்த்துக்கொள்ள வேண்டும்? ஆசியர்கள் சிறுபான்மையினர். ஆனால் கல்வியில் பின்தங்கியவர்களல்லர். தவிர, தமது அரசு வெள்ளையர்களுக்காக மட்டும் குரல் கொடுக்கவில்லை எனும் தோற்றம் டிரம்ப்பிற்குத் தேவைப்பட்டிருக்கலாம்.

அமெரிக்காவில் உலகின் தலைசிறந்த கல்வி நிலையங்கள் உள்ளன. எனினும் பன்னெடுங்காலமாகப் புறக்கணிக்க படுபவர்களுக்கு அந்தக் கல்லூரிகளின் நெடிய படிக்கட்டுகளில் ஏறுவது சிரமமாகவே இருக்கிறது. அமெரிக்கச் சட்டம் அவர்களுக்கு இடஒதுக்கீடு வழங்கவில்லை. பயன்பாட்டில் இருக்கிற சலுகைகளைத் தட்டிப் பறிக்கவும் டிரம்ப் அரசு தயங்கவில்லை. சமீபத்தில் 'நியு யார்க்கர்' இதழில் வெளியான கட்டுரை ஒன்றில் இப்படி ஒரு வாசகம் இருந்தது: பெரும்பாலான வெள்ளையர்கள் பிறந்து வளர்ந்து பயணிக்கும் ஒரு ரயிலில் ஏறுவதற்கு லட்சக்கணக்கான கறுப்பர்கள் காத்திருக்கிறார்கள்; அவர்களுக்கு முன்னால் நீண்ட வரிசை இருக்கிறது.

இந்து தமிழ் திசை, 14.10.20

28

அமெரிக்கத் தேர்தல்- தேர்வர் குழு எனும் விநோதம்

அமெரிக்காவின் அதிபர் தேர்தல் பல விநோதங்களை உள்ளடக்கியது. அமெரிக்கத் தேர்தல் முறை இந்திய முறையிலிருந்து பெரிதும் மாறுபட்டது. அதிபரின் அதிகாரங்களும் மாறுபட்டவை. இந்தியாவில் இரண்டு அரசியல் தலைமைப் பொறுப்புகள் உள்ளன. பிரதமர் அரசாங்கத்தின் தலைவர். ஜனாதிபதி குடியரசின் தலைவர். பிரதமர் அமைச்சரவையை நியமிப்பார், நிர்வகிப்பார். ஜனாதிபதி முப்படைக்கும் தலைமை தாங்குவார், சட்டங்களுக்கு ஒப்புதல் அளிப்பார். அமெரிக்காவின் அதிபர் பதவி இவ்விரண்டு அதிகாரங்களும் ஒன்றிணைந்தது. உலகின் ஆகப் பெரிய பொருளாதாரத்திற்குத் தலைமை நல்குவது. வல்லமை பொருந்தியது. ஆகவே அமெரிக்கத் தேர்தல் முடிவுகளை உலகம் முழுமையும் ஆவலுடன் எதிர்நோக்கும்.

அமெரிக்காவில் பிரதானமாக இரண்டு கட்சிகள். குடியரசுக் கட்சியின் சார்பாக அதிபர் டொனால்ட் டிரம்ப்பும், ஜனநாயகக் கட்சியின் சார்பாக சார்பாக ஜோ பைடனும் களத்தில் நிற்கிறார்கள். குடியரசுக் கட்சியானது பழமைவாதக் கட்சி எனவும் ஜனநாயகக் கட்சியானது முற்போக்குக் கட்சி எனவும் அறியப்படுகிறது. இனவேற்றுமை, கருச்சிதைவு, ஒருபால் உறவு, துப்பாக்கிக் கட்டுப்பாடு,

மு. இராமனாதன்

மருத்துவக் காப்பீடு முதலான முக்கியக் கொள்கைகளில் இந்த இரண்டு கட்சிகளின் நிலைப்பாடுகளும் நேர் எதிரானவை.

எல்லாக் கணிப்புகளும் ஜனநாயகக் கட்சியின் ஜோ பைடன் முன்னணியில் இருப்பதாகச் சொல்கின்றன. அப்படியே நடந்தாலும் குடியரசுக் கட்சியின் டொனால்ட் டிரம்ப் மீண்டும் அதிபராகிவிட முடியும். 2017ஆம் ஆண்டுத் தேர்தலில் அப்படித்தான் நடந்தது. அப்போது ஜனநாயகக் கட்சி வேட்பாளர் ஹிலாரி கிளிண்டன், டிரம்பைவிட 30 லட்சம் வாக்குகள் அதிகம் பெற்றார். எனினும் டிரம்பே அதிபரானார். இந்த முறையும் அப்படியான சாத்தியங்கள் இருக்கின்றன. இந்த வினோதத்தைப் புரிந்துகொள்ள அமெரிக்கத் தேர்தல் முறையை நெருங்கிப் பார்க்க வேண்டும்.

இந்தியாவில் பாராளுமன்ற உறுப்பினர்களை மக்கள் தேர்ந்தெடுக்கிறார்கள். அந்த உறுப்பினர்கள் பிரதமரைத் தேர்வு செய்கிறார்கள். ஜனாதிபதியைத் தெரிவு செய்வதில் பாராளுமன்ற உறுப்பினர்களுடன் சட்டமன்ற உறுப்பினர்களும் இணைந்து கொள்கிறார்கள். ஆனால் அமெரிக்காவில் அதிபரை மக்கள் நேரடியாகத் தேர்ந்தெடுக்கிறார்கள். அப்படித்தான் பலரும் நம்பிக் கொண்டிருக்கிறோம். வாக்குச்சீட்டுகளில் டொனால்ட் டிரம்ப்பின் பெயரும் ஜோ பைடனின் பெயரும்தான் இருக்கும். இருவரில் ஒருவருக்குத்தான் மக்கள் வாக்களிப்பார்கள். ஆனால் அந்த வாக்குகள் அவர்களுக்குப் போய்ச் சேர்வதில்லை. அது தேர்வர் குழு (Electoral College) என்கிற அமைப்பிற்குப் போகும். அந்தக் குழுவினர்தான் அதிபரைத் தேர்ந்தெடுக்கிறார்கள்.

அது என்ன தேர்வர் குழு? யார் அதன் உறுப்பினர்கள்? அவர்கள் எப்படித் தேர்வாகிறார்கள்?

அமெரிக்காவின் ஒன்றிய அரசை இரண்டு அவைகள் இயக்குகின்றன. முதலாவது உறுப்பினர் அவை (House of Representatives) அல்லது கீழவை. மற்றது செனட் அல்லது மேலவை. அமெரிக்காவில் 50 மாநிலங்கள் உள்ளன. இந்த மாநிலங்கள் வழியாகத்தான் இரண்டு அவைகளுக்கும் உறுப்பினர்கள் தெரிவு செய்யப்படுவார்கள். மாநிலங்கள் மக்கள்தொகை அடிப்படையில் மாவட்டங்களாகப் பிரிக்கப்பட்டிருக்கும். கீழவைக்கு மாவட்டத்திற்கு ஓர் உறுப்பினர். கலிபோர்னியா பெரிய மாநிலம். 53 மாவட்டங்கள். கீழவையில் 53 உறுப்பினர்கள் இருப்பார்கள். அலெஸ்கா மாநிலம் அளவில் பெரியது. ஆனால் மக்கள்தொகை குறைவானது. ஆகவே ஒரு மாவட்டம்தான். அலெஸ்காவால் கீழவைக்கு ஓர் உறுப்பினரைத்தான் அனுப்ப முடியும். ஆனால் செனட்டின் கட்டமைப்பு மாறுபட்டது. ஒவ்வொரு மாநிலமும்

இரண்டு உறுப்பினர்களைத் தெரிவு செய்யும். மாநிலத்தின் அளவோ மக்கள்தொகையோ பொருட்டல்ல. இதனால் சிறிய மாநிலங்கள் மேலவையில் தமது தகுதிக்கு மீறிய பிரதிநிதித்துவம் பெறுகின்றன. அலெஸ்காவிற்கு இரண்டு செனட்டர்கள், கலிபோர்னியாவுக்கும் இரண்டு செனட்டர்கள்தான். கீழவைக்கு டெக்ஸாஸ் 36 பேரையும் பென்சில்வேனியா 18 பேரையும் தேர்ந்தெடுக்கும். எனில், இரண்டு மாநிலங்களும் மேலவைக்குத் தலா இரண்டு உறுப்பினர்களை வழங்கும். கீழவையின் பதவிக் காலம் இரண்டு ஆண்டுகள். மேலவையின் பதவிக் காலம் ஆறு ஆண்டுகள். மேலவைக்கான தேர்தல் சுழற்சி முறையில் இரண்டாண்டுகளுக்கு ஒரு முறை நடைபெறும். 50 மாநிலங்களுக்குமாகச் சேர்த்து மொத்தம் கீழவையில் 438 உறுப்பினர்கள். மேலவையில் 100 உறுப்பினர்கள், ஆக 538 உறுப்பினர்கள்.

இனிமேல்தான் தேர்வர் குழு வருகிறது. கலிபோர்னியா மாநிலத்தில் 53 கீழவை உறுப்பினர்கள், 2 மேலவை உறுப்பினர்கள் என்று பார்த்தோம். இந்த மாநிலத்தில் இரண்டு கட்சிகளும் தேர்வர் குழுவிற்குத் தலா 55 உறுப்பினர்களை நியமிக்கும். டெக்ஸாஸ் மாநிலத்தின் இரண்டு கட்சிகளும் தேர்வர் குழுவிற்குத் தலா 38 உறுப்பினர்களை நியமிக்கும். பென்சில்வேனியாக் கட்சிக் கிளைகள் தலா 20 பேரை நியமிக்கும். இப்படியாக நாடு முழுக்க இரண்டு கட்சிகளும் தேர்வர் குழுவிற்குத் தலா 538 உறுப்பினர்களை நியமிக்கும். இதிலிருந்து, அதிபர் தேர்தலில் மக்கள் அளிக்கிற வாக்குகளின் அடிப்படையில் 538 உறுப்பினர்கள் தேர்வர் குழுவிற்குத் தேர்ந்தெடுக்கப்படுவார்கள். இதில் குறைந்தபட்சம் 270 உறுப்பினர்களின் ஆதரவு பெறுபவர் அதிபராவார்.

தேர்வர் குழுவிற்கு உறுப்பினர்கள் தேர்வாகிற முறையும் வினோதமானது. எடுத்துக்காட்டாக, 2016ஆம் ஆண்டுத் தேர்தலில் பென்சில்வானியா மாநிலத்தில் டிரம்ப் 48.2% வாக்குகளும் ஹிலாரி 47.5% வாக்குகளும் பெற்றனர். இந்த மாநிலத்தின் தேர்வர் குழுவில் 20 உறுப்பினர்கள் என்று பார்த்தோம். பெற்ற வாக்குகளின் அடிப்படையில் இருவருக்கும் தலா 10 இடங்கள் கிடைத்திருக்க வேண்டும். ஆனால் அது அங்கே விதியன்று. கூடுதல் வாக்குகள் பெற்றவர் மாநிலத்தின் எல்லா இடங்களையும் பெறுவார். அதுவே விதி. இவ்வாறாகத் தேர்வர் குழுவில் பென்சில்வானியாவைப் பிரதிநிதித்துவப்படுத்திய 20 உறுப்பினர்களும் டிரம்பின் குடியரசுக் கட்சியினராக இருந்தனர். இதே போல டெக்ஸாஸ் மாநிலத்தில் 52% வாக்குகள் பெற்ற டிரம்ப் 36 இடங்களையும் அள்ளினார். ஹிலாரி அந்த மாநிலத்தில் பெற்ற 43% வாக்குகள் எந்த மதிப்புமின்றிப் பலனிழந்து போயின. இவ்வாறாகத் தேர்வர் குழுவில் டிரம்ப் மொத்தம் 304 இடங்களைப் பெற்றார். ஹிலாரியால் 227

இடங்களையே பெற முடிந்தது. மொத்தத்தில் ஹிலாரி 30 லட்சம் வாக்குகள் அதிகம் பெற்றிருந்த போதும் டிரம்ப் அதிபரானது இப்படித்தான்.

இப்படி நடந்தது இது முதல் முறையன்று. சமீப காலத்தில் இது இரண்டாவது முறை. இதற்கு முன் 2000ஆம் ஆண்டில் நடந்தது. அப்போதும் பாதிக்கப்பட்டது ஜனநாயகக் கட்சிதான். அதன் வேட்பாளர் அல் கோர் ஜார்ஜ் புஷ்ஷைவிட 5 லட்சம் வாக்குகள் அதிகம் பெற்றார். எனில், தேர்வர் குழுவில் 271 இடங்களைப் பெற்ற புஷ் வெற்றியடைந்தார். 266 இடங்களைப் பெற்ற கோர் தோல்வியுற்றார். இதற்கு முன்னரும் மூன்று முறை இப்படி நடந்திருக்கிறது (1824, 1876, 1888). இந்தத் தேர்வர் குழு முறை ஜனநாயகத்தையே கேலிக்குள்ளாக்குகிறது என்பதைப் பல அரசியல் விஞ்ஞானிகள் ஒப்புக்கொள்கிறார்கள். எண்ணற்ற விவாதங்கள் நடைபெற்றிருக்கின்றன. எனினும் பெரிய மாற்றங்கள் நிகழவில்லை. ஏன் ? இரண்டு காரணங்கள் சொல்கிறார்கள்.

ஒன்று சிறிய மாநிலங்கள் இப்போதைய முறையால் கூடுதல் முக்கியத்துவம் பெறுகின்றன. அவை சீர்திருத்தங்களுக்கு ஒப்புவதில்லை. இன்னொரு காரணம் 50 மாநிலங்களில் சுமார் 40 மாநிலங்கள் ஜனநாயகக் கட்சிக்கோ குடியரசுக் கட்சிக்கோ பாரம்பரியமாக ஆதரவு நல்கிவருபவை. எஞ்சிய பத்து, ஊசல் மாநிலங்கள் என்றழைக்கப்படுகின்றன. இவற்றில் சில சிறியவை. இவற்றைத் தமக்கு ஆதரவாகத் திருப்பிவிட முடியும் என்று குடியரசுக் கட்சி நம்புகிறது. ஆகவே வெளியில் என்ன பேசினாலும், அந்தக் கட்சி சீர்திருத்தங்களுக்கு ஒப்புவதில்லை என்கிறார்கள்.

ஆனால் சமூக அறிஞர்கள் இந்த முறையைச் சீர்திருத்த வேண்டும் என்று வலியுறுத்தி வருகிறார்கள். நாடு முழுவதிலுமாகக் கூடுதல் வாக்குகளைப் பெறுகிறவர் அதிபராக வேண்டும் என்கிற பரிந்துரைக்குப் பொதுமக்கள் ஆதரவும் இருக்கிறது. இதனால் ஒவ்வொரு மாநிலத்திலும் கணிசமான வாக்குகள் மதிப்பிழந்துபோவதைத் தவிர்க்க முடியும். இன்னும் சிலர் மாவட்டவாரியாக உறுப்பினர்கள் தெரிவு செய்யப்பட்டு, அந்த உறுப்பினர்கள் அதிபரைத் தெரிவு செய்யலாம் என்கிறார்கள். இன்னும் பல ஆலோசனைகள் உள்ளன. ஆனால் எவையும் நடப்பிலாகவில்லை.

எந்தக் கட்சி வெற்றி பெற்றாலும் அடுத்த அதிபர் தேர்தலுக்கு முன்னதாக தேர்வர் குழு முறையை மாற்றியமைப்பது அமெரிக்காவிற்கு நன்மைபயக்கும்.

இந்து தமிழ் திசை, **3.11.20**

29

அமெரிக்க அதிபர் தேர்தல் - நீதியரசர்களின் சார்புநிலை

அமெரிக்க அதிபர் தேர்தலில் ஜனநாயகக் கட்சியின் ஜோ பைடன் முன்னிலை வகிக்கிறார். ஆனால் தேர்தல் நடந்த நவம்பர் 3ஆம் தேதிக்கு ஒரு வாரம் முன்னதாகவே தனக்கும் தனது குடியரசுக் கட்சிக்கும் ஒரு வெற்றியை ஈட்டியிருக்கிறார் அதிபர் டொனால்ட் டிரம்ப். அது உச்ச நீதிமன்ற நீதியரசர் பதவி. அவரது வேட்பாளர் ஆமி கோனி பேரெட் தன் எஞ்சிய வாழ்நாள் முழுவதும் அந்தப் பதவியில் இருக்கலாம். செனட் வாக்களித்துவிட்டது. பேரட், அக்டோபர் 27 அன்று ஜஸ்டிஸ் பேரட் ஆகிவிட்டார்.

வேட்பாளர், வாக்கு, வெற்றி முதலான சொற்களுக்கும் நீதியரசர் நியமனத்திற்கும் என்ன தொடர்பு என்று நமக்கு குழப்பம் வரத்தான் செய்யும். இந்தியாவில் உச்ச நீதிமன்ற நீதியரசர்களை ஜனாதிபதி நியமிக்கிறார். ஐந்து நீதியரசர்கள் அடங்கிய கொலீஜியம் அளிக்கும் பரிந்துரையின் பேரில் அவரது நியமனம் அமையும். மக்கள் பிரதிநிதிகளுக்கு இதில் பங்கில்லை. எல்லாப் பதவிகளைப் போலவும் உச்ச நீதிமன்ற நீதியரசர்களும் இங்கே ஓய்வு பெறுவார்கள். ஆனால் அமெரிக்க முறைகள் முற்றிலும் மாறானவை. உலகின் நீண்ட நெடிய வரலாற்றைக் கொண்டிருக்கும் ஜனநாயகத்தின் விநோதங்களில் இதுவும் ஒன்று.

அமெரிக்க உச்ச நீதிமன்றத்தில் நீதியரசர் களுக்கான இடங்கள் காலியாகும்போது, அதிபர்தான் வேட்பாளரை முன்மொழிவார். செனட்டர்கள் ஆதரித்தோ எதிர்த்தோ வாக்களிப்பார்கள். பெரும்பான்மை செனட்டர்களின் ஆதரவு பெற்றால்

அந்த வேட்பாளர் நீதியரசர் ஆகிவிடுவார். இவர்களுக்கு ஓய்வு பெறும் வயது என்றெதுவுமில்லை. அவர்களாகவே பதவி விலக வேண்டும், அல்லது மரிக்க வேண்டும். ஜஸ்டிஸ் ரூத் கின்ஸ்பெர்க் கடந்த செப்டம்பர் 18 அன்று மரணமடைந்தார். 27 ஆண்டுகள் நீதியரசராகப் பதவி வகித்தார். ஜனநாயகக் கட்சியின் பில் கிளிண்டனால் நியமிக்கப்பட்டவர். முற்போக்காளர். உச்ச நீதிமன்றத்தில் ஒன்பது நீதியரசர்களில் கின்ஸ்பெர்க்கைச் சேர்த்து நான்கு பேர் ஜனநாயக் கட்சியாலும் ஐந்து பேர் குடியரசுக் கட்சியாலும் நியமிக்கப்பட்டவர்கள். கின்ஸ்பெர்க்கின் மரணத்தைத் தொடர்ந்து இந்த விகிதம் 3-5 என்று மாறியது. குடியரசுக் கட்சியினருக்கு செனட்டில் மெல்லிய பெரும்பான்மை இருக்கிறது. இதைப் பயன்படுத்தி உடனடியாக இந்தக் காலியிடத்தை நிரப்ப டிரம்ப் வேகம் காட்டினார். ஓர் அதிபர் தன் பதவிக் காலத்தின் கடைசி நாட்களில் ஒரு தலையாய பதவிக்கான நியமனத்தை மேற்கொள்வது மரபாகாது என்று ஜனநாயகக் கட்சியினர் சொல்லிப் பார்த்தனர். டிரம்ப் வாராது போல் வந்த வாய்ப்பைக் கைவிடத் தயாராக இல்லை. பேரட்டைத் தனது வேட்பாளராக முன்மொழிந்தார். வாக்குகள் கட்சி அடிப்படையிலேயே பதிவாகின. ஆதரவாக 52 செனட்டர்களும் எதிராக 48 செனட்டர்களும் வாக்களித்தனர்.இப்போது விகிதம் 3:6 என்றாகிவிட்டது.

இரண்டு விமர்சனங்கள் எழுந்திருக்கின்றன. பெரும்பான்மை செனட்டர்கள் வாக்களித்திருந்தாலும் அது பெரும்பான்மை மக்களைப் பிரதிநிதித்துவப்படுத்தவில்லை என்பது முதலாவது விமர்சனம். தேர்தலின் முடிவுகள் குறுகிய வித்தியாசத்தில் அமையுமானால், உச்ச நீதிமன்றத்தில் பழமைவாதச் சார்புடைய நீதியரசர்கள் அதைக் குடியரசுக் கட்சிக்குச் சாதகமாக வளைக்கக்கூடும் என்பது இரண்டாவது விமர்சனம். இரண்டுக்கும் அமெரிக்க அரசியலமைப்பின் குறைபாடுகள்தான் காரணம். முதலாவது விமர்சனத்தை முதலில் பார்க்கலாம்.

அமெரிக்காவில் மாநிலங்களின் மக்கள்தொகை செனட்டர் தேர்வில் கணக்கில் கொள்ளப்படுவதில்லை. எடுத்துக்காட்டாக கலிபோர்னியா மாநிலத்தின் மக்கள்தொகை சுமார் 4 கோடி. வெர்மாண்ட் என்றொரு மாநிலம். இதன் மக்கள்தொகை சுமார் 6 லட்சம். வெர்மாண்ட்டைப் போல மக்கள்தொகையில் 67 மடங்கு பெரியது கலிபோர்னியா. ஆனால் இரண்டு மாநிலங்களுக்கும் தலா இரண்டு செனட்டர்கள்தாம். இயன் மில்ஹிசர் என்கிற பத்திரிகையாளர் பேரட்டுக்கு ஆதரவாக வாக்களித்த 52 செனட்டர்களைவிட எதிர்த்து வாக்களித்த 48 செனட்டர்கள் பிரதிநிதித்துவப்படுத்தும் மக்களின் எண்ணிக்கை அதிகம்

என்கிறார். சமீபத்திய மக்கள்தொகையின்படி இந்த வேறுபாடு 1,35,24,906 என்றும் கணக்கிட்டிருக்கிறார். 2016 அதிபர் தேர்தலில் டிரம்பே தேர்வர் குழு வாக்குகளின் மூலம் அதிபரானவர். இந்த முறை பைடன் மக்கள் வாக்குகளை அதிகம் பெற்றுவிட்டார். தேர்வர் குழு வாக்குகளிலும் முன்னேறிவிட்டார்.

இப்போது இரண்டாவது விமர்சனத்திற்கு வருவோம். அமெரிக்காவில் வாக்குச் சாவடிக்குச் செல்ல முடியாதவர்கள் அஞ்சலில் வாக்களிப்பார்கள். இப்போது உலக அளவில் கொரோனாவால் அதிகம் பாதிக்கப்பட்டிருக்கிற நாடு அமெரிக்காதான். ஆகவே அஞ்சல் வாக்குகள் அதிகரித்திருக்கின்றன. இந்த முறை சுமார் 8 கோடி அஞ்சல் வாக்குகள் பதிவாகியிருக்கும் என்கிறார்கள். அமெரிக்காவில் தேர்தல் ஆணையம் இல்லை. மாநில அரசுகள்தான் தேர்தலை நடத்தும். விதிகள் ஒரே மாதிரி இருப்பதில்லை. பல மாநிலங்கள், அஞ்சலில் வாக்களிக்க விரும்பியவர்களுக்கு வாக்குச்சீட்டுகளை அனுப்பிவைத்தன. சில மாநிலங்கள் எல்லா வாக்காளர்களுக்கும் அனுப்பிவைத்தன; விருப்பமுள்ளவர்கள் வாக்குகளை அஞ்சலில் அனுப்பலாம்; மற்றவர்கள் வாக்குச் சாவடிகளுக்குச் செல்லலாம். அஞ்சல் வாக்குகளைத் தேர்தல் தினமான நவம்பர் 3ஆம் தேதி மாலை 7 மணிவரை செலுத்தலாம் என்றும் பல மாநில அரசுகள் வாக்குச் சீட்டின் பின்புறம் குறிப்பிட்டிருந்தன. ஆனால் எல்லா மாநிலங்களிலும் அஞ்சல்துறையால் வாக்குச் சீட்டுகளை 3ஆம் தேதி இரவுக்கு முன் எண்ணிக்கை மையத்திற்கு அனுப்ப முடியவில்லை. இரண்டு உறைகளில் அனுப்பப்பட்டிருக்கும் அஞ்சல் வாக்குச்சீட்டில், முதற்கட்டமாக வாக்காளரின் அடையாள எண், கையொப்பம் முதலானவற்றைப் பரிசீலிக்க வேண்டும். அடுத்த கட்டமாக வாக்குச் சீட்டுகளைப் பிரித்துத் தனியே தொகுத்துக்கொள்ள வேண்டும். இதனால் அஞ்சல் வாக்குகளை எண்ணுவதில் தாமதமாகிறது. இந்தப் பரிசீலனைகளை இயன்றவரை தேர்தல் நாளுக்கு முன்னதாகவே செய்துவிடலாம் என்று சில மாநில அரசுகள் கூறின. ஆனால் அப்போது குடியரசுக் கட்சி அதற்கு மறுத்துவிட்டது.

நவம்பர் 3ஆம் தேதி முத்திரையிட்ட, ஆனால் நவம்பர் 3க்குப் பிறகு வந்து சேருகிற வாக்குகளும் எண்ணப்படும் என்பதே அஞ்சல் முறையைப் பயன்படுத்துவோரின் எதிர்பார்ப்பாக இருந்தது. இப்போது அஞ்சல் வாக்குகள் எண்ணப்படும்போது அவை அதிகமும் ஜனநாயகக் கட்சிக்கு ஆதரவாக இருப்பதைப் பார்க்க முடிகிறது. டிரம்ப் முன்னணியில் இருந்த பல மாநிலங்களில் அஞ்சல் வாக்குகள் எண்ணத் தொடங்கிய பிறகு பைடன் முன்னணி வகிக்கிறார்.

நவம்பர் 3ஆம் தேதி இரவு, வாக்குகள் எண்ணப்பட்டுக் கொண்டிருக்கும்போதே செய்தியாளர்களைச் சந்தித்த டிரம்ப், 3ஆம் தேதி இரவுக்குப் பின் வந்து சேருகிற வாக்குகளைக் கணக்கில் கொள்ளக் கூடாது என்றார். அப்படியானால் மாநில அரசுகள் வழங்கிய வாக்குச் சீட்டுகளுக்கும், அதில் எழுதியிருக்கும் விதிமுறைகளுக்கும் மதிப்பில்லையா என்ற கேள்வி எழுகிறது. இப்போது நாங்கள் உச்ச நீதிமன்றத்திற்குப் போவோம் என்கிறார் டிரம்ப். நவம்பர் 4ஆம் தேதி வாக்கு எண்ணிக்கையை நிறுத்த வேண்டும் என்றார். அடுத்த நாள், அஞ்சல் வாக்குகளை எதிராளிகள் போலியாகச் சேர்த்துவிட்டார்கள் என்று குற்றம் சாட்டினார்.

பெரும்பான்மையான மாநிலங்களில் ஜோ பைடன் பெறுகிற வாக்குகள் கணிசமான அளவில் அதிகமாக இருந்தாலொழிய இந்தத் தேர்தல் முடிவை உச்ச நீதிமன்ற நீதியரசர்கள்தான் எழுதுவார்கள் என்று சில நோக்கர்கள் முன்பே சொல்லி வந்தனர். அதுபோலவே நவேதா, அரிசோனா, ஜார்ஜியா, பென்சில்வேனியா முதலிய மாநிலங்களில் வித்தியாசம் மிக மெல்லிய இழையில்தான் இருக்கிறது. டிரம்ப் மேற்கூறிய மாநிலங்களின் முடிவுகளை உச்ச நீதிமன்றத்திற்கு எடுத்துச் செல்வதில் உறுதியாக இருக்கிறார். அங்கே ஆறு நீதியரசர்கள் குடியரசுக் கட்சிக்கு ஆதராவானவர்கள் என்கிற நம்பிக்கையில்தான் டிரம்ப் இப்படிச் சொல்கிறார்.

இந்த வழக்குகளையெல்லாம் மீறித்தான் ஜோ பைடன் அதிபராக வேண்டும். அப்படி அவர் அதிபராகும்போது உச்ச நீதிமன்றத்தில் சீர்திருத்தங்களைக் கொண்டுவருவதன் மூலம் ஜனநாயகக் கட்சி இதை எதிர்கொள்ளலாம். நீதியரசர்களின் எண்ணிக்கையை உயர்த்துவது, நீதியரசர்களின் பணிக்காலத்தை நிர்ணயிப்பது முதலான சீர்திருத்தங்கள் அரசியலமைப்புக்கு உட்பட்டவை. இவை நிறைவேறும் சாத்தியம் இருக்கிறது. மக்களின் வாக்குகளுக்குச் சம மதிப்பு, செனட் பிரதிநிதித்துவத்தில் மாற்றம், நீதியரசர்களை நீதித்துறையே நியமிப்பது முதலான சீர்திருத்தங்களுக்கு அரசியல் அமைப்பைத் திருத்த வேண்டும். அதற்கு பேராயத்தில் (காங்கிரஸ்) நான்கில் மூன்று பங்கு பெரும்பான்மை வேண்டும். ஆகவே அடுத்து வரும் காலத்தில் இவை நடப்பிலாகுமா என்பது ஐயமே. அமெரிக்கா எனும் ஒரு பெரிய ஜனநாயகம் இப்படிப் பல சமனற்ற கூறுகளால்தான் கட்டப்பட்டிருக்கிறது.

***மின்னம்பலம்.காம்,* 8.11.20**

30

தோல்வியை ஏற்க மறுத்த டிரம்ப்!

அமெரிக்கத் தேர்தல் நடந்து முடிந்து ஒரு வாரத்திற்கும் மேலாகிவிட்டது. மிகப்பெரும்பாலான வாக்குகள் எண்ணப்பட்டும் விட்டன. இதுவரை ஜனநாயகக் கட்சியின் ஜோ பைடன் சுமார் 7.7 கோடி வாக்குகளும் குடியரசுக் கட்சியின் டொனால்ட் டிரம்ப் 7.2 கோடி வாக்குகளும் பெற்றிருக்கிறார்கள். 50 லட்சம் வாக்குகள் முன்னிலையில் இருக்கிறார் பைடன். இந்த வாக்குகளிலிருந்து தெரிவாகும். தேர்வர் குழுவில் 538 தேர்வர்கள் இருப்பார்கள். இதில் 270 பேரின் ஆதரவைப் பெற வேண்டும். பைடனுக்கு 290 தேர்வர்களின் ஆதரவு கிடைத்துவிட்டது. இன்னும் 16 பேரின் ஆதரவைப் பெறும் வாய்ப்பும் உள்ளது.

உலகின் பல நாட்டு அதிபர்களும், பிரதமர்களும் தலைவர்களும் பைடனுக்கு வாழ்த்துத் தெரிவித்துவிட்டனர். ஆனால் ஒரு அதிபர் இன்னும் வாழ்த்து தெரிவிக்கவில்லை. அவர் பெயர் டிரம்ப். அவர் இதுகாறும் தனது தோல்வியையும் ஒப்புக் கொள்ளவில்லை. அது மட்டுமில்லை, இந்தத் தேர்தல் மோசடியானது என்று குற்றமும் சாட்டுகிறார். இப்போது இது பேசுபொருளாகிவிட்டது. நடைமுறை, பண்பாடு, வரலாறு ஆகியவற்றுடன் அரசியலமைப்புச் சட்டமும் அலசப்படுகிறது. அமெரிக்காவில் அதிபர் தேர்தல் நவம்பர் மாதம் நடந்தாலும், புதிய அதிபர் ஜனவரி 20 அன்றுதான் பதவியேற்பார். இப்போது சூழல் ஆருடங்களாலும் ஊகங்களாலும் நிறைந்திருக்கிறது.

மு. இராமனாதன்

அமெரிக்காவில் ஒரு நபர் இரண்டு முறைதான் அதிபராக முடியும். முதல் முறை அதிபராக இருந்தவர் பெரும்பாலும் அடுத்த முறையும் போட்டியிடுவார். அப்படிப் போட்டியிட்டவர்களில் வெற்றி பெற்றவர்களே மிகுதி. சமீப காலத்தில் வெற்றியைத் தவறவிட்டவர்கள் மூன்று பேர். அதில் ஒருவர் ஜார்ஜ் டபிள்யூ புஷ். அவர் தனது மேசை மேல் 1993, ஜனவரி 20ஆம் தேதி தன் கைப்பட எழுதி புதிய அதிபராகப் பதிவியேற்ற பில் கிளிண்ட்டனுக்கு விட்டுச் சென்றிருந்த குறிப்பு பிரசித்தமானது. அது இப்படி முடியும்: 'நீங்கள் இந்தக் குறிப்பைப் படிக்கும்போது எங்கள் அதிபராகியிருப்பீர்கள். உங்களுக்கு எல்லா நன்மைகளும் நேரட்டும். இனி, உங்களது வெற்றி என்பது நமது தேசத்தின் வெற்றி'.

அதற்கு முன்பு, அதிபராக இருந்தபோதே தோல்வி அடைந்தவர் ஜிம்மி கார்டர். 1980 நவம்பரில், வாக்குகள் எண்ணப்பட்டுக்கொண்டிருந்தபோதே வெற்றிமுகத்திலிருந்த ரொனால்ட் ரீகனை வாழ்த்தினார் அவர். 'நான்காண்டுகளுக்கு முன்னால் நான் மக்கள் தீர்ப்பை ஏற்று அதிபரானபோது மிகுந்த உற்சாகத்தோடு இருந்தேன். இப்போது அதே மக்கள் தீர்ப்பு எனக்குச் சாதகமாக இல்லை. என்னுள் பழைய உற்சாகம் இல்லை என்பதை ஒப்புக்கொள்கிறேன். ஆயினும் இந்த முறையும் நான் மக்கள் தீர்ப்பை ஏற்கிறேன்' என்பதுதான் அவர் விடுத்த செய்தி. அதற்கு நான்காண்டுகள் முன்பு இதே கார்டர் வாகை சூடியபோது அப்போது அதிபராக இருந்த ஜெரால்டு போர்டும் நயத்தக்க நாகரீகத்தோடு நடந்துகொண்டார்.

2016இல் டிரம்ப் தேர்ந்தெடுக்கப்பட்டபோது அதிபராக இருந்தவர் ஒபாமா. இரண்டு முறை அதிபராக இருந்துவிட்டதால் அவர் போட்டியிடவில்லை. அப்போது ஒபாமா நள்ளிரவில் டிரம்பை அழைத்து வாழ்த்துச் சொன்னார். 'அடுத்த இரண்டு மாதங்களுக்கு நீங்கள் பதவியேற்கும்வரை உங்கள் குழுவினருக்கு எனது நிர்வாகம் எல்லா ஒத்துழைப்பையும் நல்கும்' என்றார்.

இரண்டு நன்மைகள்

தோல்வி அடைந்த தலைவர் தோல்வியை ஏற்றுக்கொள்வது நல்ல பண்பாடு என்பதைத் தவிர, அதனால் இரண்டு உடனடிப் பலன்கள் ஏற்படும். முதலாவது தலைவரின் ஒப்புதல் வாக்குமூலம் அணிகளுக்குத் தோல்வியை ஏற்றுக்கொள்ளும் பக்குவத்தை நல்கும். டிரம்புக்கு இது நோக்கமில்லை என்பது தெளிவு. முடிவுகள் தேர்தலன்று இரவே அறிவிக்கப்பட வேண்டும் என்று தனது பரப்பரையில் சொல்லி வந்தார் டிரம்ப். அப்படிச் சட்டம் எதுவுமில்லை. என்றாலும் சொல்லிவந்தார். ஏனெனில்

தாமதமாக எண்ணப்படும் அஞ்சல் வாக்குகள் தனக்கு எதிராக இருக்கும் என்பது அவருக்குத் தெரிந்திருந்தது. இப்போது தேர்தலே ஒரு மோசடி என்று டிரம்ப் சொல்லியதும், குறைந்த வாக்கு வித்தியாசத்தில் பைடன் வெற்றி பெற்ற பென்சில்வேனியா, மிச்சிகன், நெவேடா, ஜார்ஜியா, அரிசோனா, விஸ்கான்சின் ஆகிய மாநிலங்களில் டிரம்ப் ஆதராவாளர்கள் உயர் நீதிமன்றத்தில் மோசடி வழக்குத் தொடுத்தனர். ஆதாரம் இல்லாததால் இந்த வழக்குகள் நிற்கவில்லை. தேர்தலன்று இரவே உச்ச நீதிமன்றத்திற்குப் போவேன் என்று அறிவித்தவர் டிரம்ப். உச்ச நீதிமன்றத்தில் ஒன்பது நீதியரசர்களில் ஆறு பேர் குடியரசுக் கட்சியால் நியமிக்கப்படவர்கள். இதில் மூன்று பேர் கடந்த நான்கு ஆண்டுகளில் டிரம்பால் நியமிக்கப்பட்டவர்கள். ஆகவே பலரும் வழக்கு நீதிமன்றத்திற்குப் போனால் அதன் சார்புநிலை குறித்து அஞ்சுகிறார்கள். ஆனால் எந்த முகாந்திரத்தில் இந்த வழக்கை உச்சநீதிமன்றத்திற்கு டிரம்ப் எடுத்துச்செல்வார் என்பது தெரியவில்லை. பலரும் தத்தமது ஊகங்களை வெளிப்படுத்தி வருகிறார்கள்.

தலைவரே தோல்வியை அங்கீகரிப்பதில் உள்ள இரண்டாவது நன்மை, அது அதிகாரம் சுமுகமாகக் கைமாற வழி சமைக்கும். டிரம்ப் அதையும் விரும்பவில்லை. இப்போது பைடன் அமைத்த கொரோனா எதிர்ப்புக் குழுவிற்கு டிரம்ப் நிர்வாகம் முட்டுக்கட்டை போடுகிறது. நமது நாடு ஒரு தர்மசங்கடமான சூழலில் இருக்கிறது என்று பைடன் சொல்லியிருக்கிறார்.

அரசியலமைப்பு

அமெரிக்காவில் தேர்தல் ஆணையம் பெயரளவுக்குத்தான் இருக்கிறது. ஒவ்வொரு மாநிலத்திலும் அதிபர் தேர்தலை மாநில அரசுகள்தான் நடத்தும். இந்தச் சூழலில் பலரும் அரசமைப்பை வரிவரியாக வாசித்துக்கொண்டிருக்கிறார்கள்.

பரீத் சக்காரியா கடந்த செப்டம்பர் மாதம் வாஷிங்டன் போஸ்டில் ஒரு கட்டுரை எழுதியிருந்தார். சக்காரியா ஓர் இந்திய–அமெரிக்கர். டைம், நியூஸ்வீக் இதழ்களின் ஆசிரியராக இருந்தவர். மேற்படிக் கட்டுரை இப்போது இணைய வெளியில் மறுபடியும் சுற்றிக்கொண்டிருக்கிறது. அதில் சக்காரியா சொல்கிறார்: ஒன்பது மாநிலங்களின் முடிவுகள்தான் தேர்வர் குழுவில் வெற்றி தோல்வியை நிர்ணயிக்கும். இந்த மாநிலங்களில் வாக்கு வித்தியாசம் குறைவாக இருக்கும். இவை ஊசல் மாநிலங்கள். இவற்றில் எட்டு மாநிலங்களில் குடியரசுக் கட்சிதான் மாநில அளவில் பெரும்பான்மை வகிக்கிறது. இதில் இரண்டு மாநில

அரசுகள் தேர்தல் மோசடி என்று சொல்லி முடிவுகளை நிறுத்திவைத்தால் இரண்டு வேட்பாளர்களாலும் தேர்வர் குழுவில் வெற்றி பெறத் தேவையான 270 இடங்களைப் பெற முடியாது. அப்போது அரசியல் சட்டம் முடிவெடுக்கும் அதிகாரத்தைப் பேராயாத்திற்கு (காங்கிரஸ்) வழங்குகிறது. இதில் என்ன விநோதம் என்றால் ஒவ்வொரு மாநிலத்திற்கும் ஓர் உறுப்பினர்தான் அனுமதிக்கப்படுவார். மொத்தம் உள்ள 50 மாநிலங்களில் 26ல் குடியரசுக் கட்சியும், 24ல் ஜனநாயகக் கட்சியும் பெரும்பான்மை வகிக்கின்றன. இவர்கள் வாக்களித்தால் டிரம்ப் மீண்டும் அதிபராவர்– அதாவது சட்டப்படி என்கிறார் சக்காரியா.

சக்காரியாவின் கட்டுரையை எனது அமெரிக்க நண்பருக்கு அனுப்பியிருந்தேன். அவர் அரசியல் அறிவாளருங்கூட. அவர் பதிலெழுதினார்: ‘1800லும் 1826லும் இப்படி நடந்திருக்கிறது. அதாவது பேரவை நேரடியாக அதிபரைத் தேர்ந்தெடுத்திருக்கிறது. சட்டப்படி இது சாத்தியந்தான். ஆனால் இப்போது அப்படி நடந்தால் அது ஜனநாயகத் தற்கொலையாக அமையும். கடவுள் அமெரிக்காவைக் காப்பற்றட்டும்’.

தோல்வியை ஒப்புக்கொள்ள மறுப்பது டிரம்ப் மட்டுமில்லை. அவரது குடியரசுக் கட்சியின் பெரும்பாலான தலைவர்கள் மௌனம் சாதிக்கிறார்கள். சிலர் டிரம்பின் நிலைப்பாட்டை ஆதரிக்கவும் செய்கிறார்கள். அமெரிக்கா இப்படி இருந்ததில்லை. 1974இல் அதிபர் நிக்ஸன் வாட்டர்கேட் ஊழலில் சிக்கினார். நம்பிக்கையில்லாத் தீர்மானம் கொண்டுவரப்பட்டது. வழக்காடுவேன் என்றுதான் சொல்லிக்கொண்டிருந்தார் நிக்ஸன். குடியரசுக் கட்சித் தலைவர்கள் ஒவ்வொருவராக நிக்ஸனைச் சந்தித்தனர். விளைவு– நிக்ஸன் பதவி விலகினார். துணை அதிபர் போர்டு அதிபரானார்.

இன்று அப்படி யாரும் டிரம்பைக் கேட்டுக்கொள்வதாகத் தெரியவில்லை. டிரம்ப் தனி மனிதரல்ல. அவரது ஆட்சி முறையையும் குணாதிசயங்களைத் தெரிந்துகொண்டுதான் 7 கோடிக்கும் மேற்பட்ட வாக்காளர்கள் அவரை ஆதரித்திருக்கிறார்கள். புதிய அதிபர் பதவியேற்க இன்னும் இரண்டு மாத காலம் ஆகும். அதுவரை காட்சிகள் மாறும். ஒரு பெரிய ஜனநாயகத்தில் விழுமியங்கள் நிலைநாட்டப்படும் என்று நம்புவோம்.

இந்து தமிழ் திசை, **16.11.20**

31

கொடி கட்டிப் பறக்கும் டிரம்பிசம்

2020, டிசம்பர் 14 அன்று அமெரிக்காவின் தேர்வர் குழு ஜோ பைடனை அதிபராகத் தேர்ந்தெடுத்தது. இதுதான் இந்த வாரம் சர்வதேச ஊடகங்களில் பிராதனமாக வலம் வந்த செய்தி. இந்தச் செய்தி இரண்டு கேள்விகளை எழுப்புகிறது. நவம்பர் 3ஆம் தேதியே அதிபர் தேர்தல் நடந்துவிட்டதே, அதில் பைடன் அதிக வாக்குகள் பெற்றார் என்று அறிவித்தார்களே, பிறகு இது என்ன தேர்வர் குழு? இது முதற் கேள்வி. இரண்டாவது கேள்வி: இதற்கு ஏன் ஊடகவெளி இத்தனை முக்கியத்துவம் நல்க வேண்டும்? முதல் கேள்விக்கான விடை: அமெரிக்காவின் விநோதமான தேர்தல் முறை. இரண்டாவது கேள்விக்கான விடை: டிரம்பிசம்.

தேர்தல் விநோதம்

அதிபர் தேர்தலில் ஒவ்வொரு மாநிலத்திலும் அதிகவாக்குகள் பெற்ற கட்சியின் சார்பாகத் தேர்வர்கள் தெரிந்தெடுக்கப்படுவார்கள். இந்தத் தேர்வர்கள் ஒன்றுகூடி அதிபரைத் தேர்ந்தெடுப்பார்கள். இந்தச் சடங்குதான் டிசம்பர் 14 அன்று நடந்தது. பைடன் தேர்ந்தெடுக்கப்பட்டார். வாக்குகள் எண்ணப்பட்டபோதே இது தெரிந்துதானே என்று கேட்டால், அது அப்படித்தான். அமெரிக்கா ஓர் ஒன்றியமாக உருவான 18ஆம் நூற்றாண்டில் அதிகார மையங்களுக்கு மக்கள் மீது நம்பிக்கை குறைவாக இருந்தது; அந்தக் காலத்தில் உருவாக்கப்பட்ட

ஏற்பாடு இது. பழைமையில் பிடிப்புள்ள அமெரிக்கர்களால் அதிலிருந்து வெளியேற முடியவில்லை. தேர்தல் சடங்குகள் இன்னும் இருக்கின்றன.

தேர்தல் அட்டவணையில் அடுத்த நாள் ஜனவரி 6. அன்றைய தினம் பேரவை, தேர்வர்களின் தெரிவை அங்கீகரிக்கும். பிற்பாடு அவைத் தலைவர் அதை அதிகாரபூர்வமாக அறிவிப்பார். அட்டவணையில் அடுத்த நாள் ஜனவரி 20. அன்றுதான் புதிய அதிபர் பதவி ஏற்பார். இந்த அட்டவணையெல்லாம் குதிரை வீரர்கள் செய்திகளைப் பரிமாறிக் கொண்ட காலத்தில் உருவானவை. இவையெல்லாம் அரசியல் அமைப்பில் இரும்பால் அடிக்கப்பட்டுவிட்டவை என்று அமெரிக்க அரசியல்வாதிகள் கருதுகிறார்கள் போலும். ஆகவே மாற்ற மாட்டேன் என்கிறார்கள். ஜனவரி 20வரை பைடன் காத்திருக்க வேண்டியதுதான்.

டிரம்பிசம்

இப்போது இரண்டாம் கேள்விக்கு வருவோம். அதற்கான விடை: டிரம்பிசம். அது என்ன டிரம்பிசம்? தேர்தல் நடந்த நவம்பர் 3ஆம் தேதி இரவே வாக்குகளை எண்ணத் தொடங்கினார்கள். அதிபர் டிரம்ப் இரவு இரண்டரை மணியளவில் வெள்ளை மாளிகையில் செய்தியாளர்களிடம் பேசினார். ஆரம்ப அறிகுறிகள் அவருக்குத்தான் சாதகமாக இருந்தன. லட்சக்கணக்கான வாக்குகள் இன்னும் எண்ணப்படுவதற்குக் காத்துக்கொண்டிருந்தன. ஆனால் டிரம்ப் 'நான் வெற்றி பெற்றுவிட்டேன்' என்று அறிவித்தார்: இதுதான் டிரம்பிசம்.

அடுத்த நாள் அரிசோனா, விஸ்கான்சின், மிச்சிகன் ஆகிய மாநிலங்களில் டிரம்பை முந்திய பைடன், வெற்றிக் கோட்டை நெருங்கினார். 'அவர்கள் நமது வாக்குகளைத் திருடுகிறார்கள்' என்று தன்னைப் பின்தொடரும் ஒன்பது கோடிப் பேருக்கு ட்விட்டரில் செய்தி அனுப்பினார் டிரம்ப். அவரது ஆதரவாளர்கள் வாக்கு எண்ணிக்கை நிறுத்தப்பட வேண்டும் என்று ஆர்ப்பாட்டத்தில் ஈடுபட்டார்களா. இதுதான் டிரம்பிசம்.

அதற்கும் அடுத்த நாள், அதாவது நவம்பர் 5ஆம் தேதி, மீண்டும் வெள்ளை மாளிகைச் செய்தியாளர் அரங்கின் பீடத்தில் ஏறினார் டிரம்ப். இப்போது ஜார்ஜியா, பென்சில்வேனியா ஆகிய இன்னும் இரண்டு மாநிலங்கள் அவர் கைகளிலிருந்து நழுவிக்கொண்டிருந்தன. இப்போது எண்ணப்படுகிற வாக்குகள் சட்டவிரோதமானவை என்றார். எதிராளிகள் மீது மோசடிக் குற்றம் சாட்டினார். ஆனால் அதற்கான எந்த ஆதாரத்தையும் அவர் வழங்கவில்லை. 'இந்தச் சூழ்ச்சியை அனுமதிக்க முடியாது,

உச்ச நீதிமன்றத்திற்குப் போவோம்' என்றும் சொன்னார். இதுதான் டிரம்பிசம். 'அந்த உரை பொய்களாலும் அறிவுப் பிறழ்வாலும், சதித் திட்டங்களாலும், கழிவிரக்கத்தாலும் நிரம்பியிருந்தது' என்று எழுதுகிறார் நூலாசிரியர் ராபர்ட் ஸ்கெலிஸ்ங்கர்.

நவம்பர் 14ஆம் தேதி பைடன் தனது முன்னிலையை நிறுவியிருந்தார். அப்போது டிரம்ப் ட்விட்டரில் வெளியிட்ட செய்தி இது: "அவர் [பைடன்] பொய்ச் செய்திகளைப் பரப்பும் ஊடகங்களின் பார்வையில்தான் வென்றிருக்கிறார். நான் எதையும் [தோல்வியை] ஒப்புக்கொள்வதாக இல்லை. இது ஒரு மோசடித் தேர்தல்!". அன்றைய தினம் ஆயிரக்கணக்கான டிரம்ப் ஆதரவாளர்கள் 'தேர்தல் மோசடி'க்கு எதிராக ஊர்வலம் போனார்கள். ஊர்வலம் கைகலப்பில் முடிந்தது.

தேர்தல் வழக்குகள்

வாக்குகள் எண்ணி முடிக்கப்பட்டபோது பைடன் 8.1 கோடி வாக்குகளையும் (51.3%) டிரம்ப் 7.4 கோடி வாக்குகளையும் (46.9%) பெற்றிருந்தனர். அதிபராகத் தெரிவாக நேரடி வாக்குகள் கணக்கில் கொள்ளப்படுவதில்லை, தேர்வர் குழுவில் முன்னணி வகிக்க வேண்டும். பைடன் 306 தேர்வர் குழு இடங்களைக் கைப்பற்றி 232 இடங்களைப் பெற்றிருந்த டிரம்பைவிட முன்னணியில் இருந்தார். ஏற்கெனவே தெரிந்த இந்த முடிவைத்தான் இப்போது ஒரு மாதத்திற்குப் பிறகு டிசம்பர் 14 அன்று தேர்வர்கள் வாக்களித்து உறுதிப்படுத்தியிருக்கிறார்கள். ஆனால் தேர்வர்கள் வாக்களிக்கும் இந்த நாளுக்கு முன்னால் தேர்தலைச் சட்டபூர்வமாகச் செல்லாமல் ஆக்கிவிட வேண்டுமென்று டிரம்ப் மிகுந்த பாடுபட்டார். அமெரிக்காவில் தேர்தல்களை நடத்துவதும் முடிவுகளை அறிவிப்பதும் மாநில அரசுகளும் நகராட்சிகளும்தான். ஆகவே பல மாவட்ட நீதிமன்றங்களிலும் மாநில உயர் நீதிமன்றங்களிலும் டிரம்ப் தேர்தலில் முறைகேடுகள் நடந்திருப்பதாகவும், அஞ்சல் வாக்குகளை அங்கீகரிக்கக் கூடாதென்றும் பல்வேறு வழக்குகள் தொடுத்தார். அரிசோனா, விஸ்கான்சின், மிச்சிகன், ஜார்ஜியா, பென்சில்வேனியா, நெவேடா முதலான பல மாநிலங்களின் பல நீதிமன்றங்களில் டிரம்பும் அவரது குடியரசுக் கட்சி ஆதரவாளர்களும் தொடுத்த வழக்குகளின் எண்ணிக்கை ஐம்பதுக்கும் மேல். எல்லா வழக்குகளும் தள்ளுபடியாயின.

கடைசியாக டிரம்ப் உச்ச நீதிமன்றத்தை நாடினார். 18 மாநிலங்களிலிருந்து குடியரசுக் கட்சியினர் தேர்தல் முடிவுகள் முறைகேடானவை என்று வழக்குத் தொடுத்தனர். அமெரிக்காவில் உச்ச நீதிமன்ற நீதியரசர்களை அதிபர்தான் முன்மொழிவார்;

செனட் உறுப்பினர்கள் வாக்களித்துத் தேர்ந்தெடுப்பார்கள். இப்போதுள்ள ஒன்பது நீதியரசர்களில் ஆறு பேர் குடியரசுக் கட்சியின் ஆதரவுடன் பெறுப்புக்கு வந்தவர்கள். டிரம்ப் அவர்களை நம்பியிருந்தார். ஆயினும் வழக்கில் ஆதாரங்கள் இல்லை என்று கூறித் தள்ளுபடி செய்தது உச்ச நீதிமன்றம். 'இது முறைகேடான தேர்தல்; உச்ச நீதிமன்றத்திற்குத் துணிவு இல்லை' என்று ட்விட்டரில் செய்தி அனுப்பினார் டிரம்ப். ட்விட்டர் நிர்வாகம் அந்தச் செய்திகளுக்குக் கீழ் 'சர்ச்சைக்குரியது' என்று முத்திரையிட்டது. இத்தனை ஆர்ப்பாட்டத்திற்குப் பிறகு தேர்வர் குழு அதிபரைத் தெரிவு செய்ததால்தான் இந்தச் செய்தி முக்கியத்துவம் பெற்றது.

டிரம்பிசத்தின் ஆதரவுத் தளம்

இப்போது டிரம்ப் பெற்ற கணிசமான வாக்குகளின் பின்னணியை ஆய்வாளர்கள் அலசி வருகிறார்கள். இந்தத் தேர்தலில் டிரம்புக்கு எதிராகப் பல அம்சங்கள் இயங்கின. முதலாவதாகக் கொரோனாப் பெருந்தொற்றை அவர் கையாண்ட விதம். சுமார் ஒரு கோடி மக்கள் பாதிக்கப்பட்டார்கள். 2.4 இலட்சம் பேர் உயிரிழந்தார்கள். பொருளாதாரம் பின்னோக்கிப் போய்க்கொண்டிருந்தது. அடுத்து, அவர் செல்வந்தர்களின் வரியைக் குறைத்தார். தொழிலாளர்களின் குறைந்தபட்ச ஊதியக் கொள்கையை இழுத்தடித்தார். கறுப்பர்களின் மீதான வெறுப்பைக் கண்டுகொள்ளாமல் இருந்தார்; அது நாடு தழுவிய போராட்டத்தில் கொண்டுபோய்விட்டது. புலம் பெயர்ந்தவர்களுக்குக் குடியுரிமையை மறுத்தார். அகதிகளுக்குக் கதவடைத்தார். மருத்துவக் காப்பீட்டுத் திட்டங்களை நீர்த்துப்போகச் செய்தார். சர்வதேச அரங்கில் சூழலியல் ஒப்பந்தம், உலக சுகாதார அமைப்பு போன்றவற்றிலிருந்து வெளியேறினார். கருச்சிதைவு, ஒருபால் உறவு, துப்பாக்கிக் கலாச்சாரம் போன்றவற்றில் அவரது கொள்கைகள் யாவரும் அறிந்தவையே.

இந்தச் சூழலில் ஜனநாயகக் கட்சியின் ஜோ பைடன் பெரும் வெற்றி பெறுவார் என்பதே எங்கும் பேச்சாக இருந்தது. பண்டிதர்கள் பைடன் 10 முதல் 12 சதவீத வாக்குகள்வரை கூடுதலாகப் பெறுவார் என்று கணித்தனர். ஆனால் அப்படி நடக்கவில்லை. பைடன் 4.3 சதவீத வாக்குகள்தான் அதிகம் பெற்றார். இதுவரை அமெரிக்காவில் நடந்த தேர்தல்களில் பைடன்தான் அதிக வாக்குகள் பெற்றவர் என்கிறது ஒரு புள்ளிவிவரம். அடுத்த புள்ளிவிவரம் இதுவரை நடந்த தேர்தலில்களில் டிரம்ப்தான் இரண்டாவது அதிகமான வாக்குகள் பெற்றவர் என்றும் சொல்கிறது. அரிசோனா, விஸ்கான்சின் ஆகிய

மாநிலங்களில் வெறும் 0.3 சதவீத வாக்குகளில்தான் முன்னால் நிற்கிறார் பைடன். ஜார்ஜியா மாநிலத்தில் இது 0.2 சதவீதம்தான். ஏன் கணிப்புகள் எதிர்நோக்கிய வெற்றியை பைடனால் ஈட்ட முடியவில்லை?

டிரம்ப் பெரும்பான்மை வெள்ளை இனத்தவருக்கு ஆதரவாக இருந்தார். சிறுபான்மை கறுப்பு இனத்தவரையும் லத்தீன் அமெரிக்கர்களைப் பற்றியும் அக்கறை இல்லாதவராக இருந்தார். குடியுரிமை பெற்றவர்களுக்கு அனுசரணையாக இருந்தார். அகதிகளின் மீதும் புலம்பெயர்ந்த குடியேற்றக்காரர்கள் மீதும் அவருக்கு அனுதாபம் இல்லை. காவல் துறையின் அத்துமீறல்களைப் பொருட்படுத்தாமல் இருந்தார். விளைவாக அமெரிக்கா இரண்டுபட்டது என்கிறார்கள் சமூக விஞ்ஞானிகள். வெள்ளையர்– கறுப்பர், குடிமக்கள்– குடியேற்றக்காரர்கள், கிராமம்– நகரம், ஆண்கள்– பெண்கள், செல்வந்தர்– வறியவர், மூடநம்பிக்கை–அறிவியல் முதலான பேதங்கள் மேலெழும்பிவந்தன. இந்த வேறுபாடுகள் ஏற்கெனவே கனன்றுகொண்டிருந்தவைதாம். டிரம்ப் அவற்றைப் பகிரங்கமாகப் பேசினார். அதனால் அவை பொதுவெளிக்கு வந்தன. அவற்றுக்கு அங்கீகாரம் கிடைத்தது. டிரம்ப் ஆதரவாளர்கள் இந்த பேதங்களை நம்புகிறார்கள், அவர்கள் எண்ணிக்கையில் கணிசமாக இருக்கிறார்கள். டிரம்ப் பெற்றிருக்கிற 48% வாக்குகள் சுட்டுவது டிரம்பிசம் அமெரிக்காவில் இன்னும் பல காலத்திற்குக் கொடிகட்டிப் பறக்கும் என்பதைத்தான்.

கொள்ளை நோயாலும், பொருளாதாரப் பின்னடைவாலும், அரசின் கொள்கைகளாலும் டிரம்பிசம் தன்னைத்தானே அழித்துக்கொண்டுவிடும் என்று ஜனநாயகக் கட்சியினர் எதிர்பார்த்திருக்கலாம். ஆனால் டிரம்பிசத்தை வேரறுப்பது அத்தனை எளிதன்று என்பதை இப்போது அவர்கள் புரிந்துகொண்டிருப்பார்கள். புதிய அதிபர் மாற்றுத் திட்டங்களை முன்மொழிய வேண்டும். கொரோனோவைக் கட்டுக்குள் கொண்டுவர வேண்டும். பொருளாதாரத்தைச் சீர்படுத்த வேண்டும். நலத்திட்டங்களைக் கைக்கொள்ள வேண்டும். கறுப்பர்களையும் புலம்பெயர்ந்தவர்களையும் அகதிகளையும் அனுசரணையோடு நடத்த வேண்டும். சூழலியலிலும் ஆரோக்கியத்திலும் அமெரிக்கா அக்கறை கொள்கிறது என்பதைச் சர்வதேச அரங்கில் மெய்ப்பிக்க வேண்டும். தேர்வர் குழு முதலான காலத்திற்கு ஒவ்வாத தேர்தல் முறைகளை மாற்ற வேண்டும். முக்கியமாக, மக்கள் மனதில் மேலெழும்பியிருக்கும் வேறுபாடுகளைக் களைய வேண்டும். அதுவரை டிரம்பிசம் கொடிகட்டிப் பறக்கத்தான் செய்யும்.

***மின்னம்பலம்.காம்*, 19.12.20**

மு. இராமனாதன்

32

அமெரிக்க அவமானம்: பொறுப்பாளிகள் யார்?

உலகம் நம்ப முடியாமல் பார்த்தது. கேபிடால் கட்டிடம் அமெரிக்காவின் அதிகார மையம். அதுதான் தாக்குதலுக்கு உள்ளானது. பிரதிநிதிகள் அவை என்றழைக்கப்படும் கீழவையும் செனட் என்றழைக்கப்படும் மேலவையும் இங்கிருந்துதான் இயங்குகின்றன. 2021 ஜனவரி 6ஆம் தேதி, புதன்கிழமை இரண்டு அவைகளின் உறுப்பினர்களும் கூடியிருந்தார்கள். நவம்பர் 3ஆம் தேதி மக்கள் வாக்களித்துவிட்டார்கள். டிசம்பர் 16ஆம் தேதி தேர்வர் குழு உறுப்பினர்களும் வாக்களித்துவிட்டார்கள். இரண்டு தேர்வுகளிலும் ஜோ பைடன் அதிபராகத் தெரிவாகிவிட்டார். எனினும் இன்னுமொரு சடங்கு பாக்கியிருந்தது. அதற்குத்தான் புதன்கிழமை, ஜனவரி 6ஆம் நாள் குறிக்கப்பட்டிருந்தது. இரண்டு அவைகளின் உறுப்பினர்களும் தேர்வர் குழுவின் தெரிவை அங்கீகரிக்க வேண்டும். இது சடங்கு என்றுதான் அழைக்கப்பட்டது. மக்களின் தீர்ப்பை, தேர்வர்களின் தெரிவை பாராளுமன்ற உறுப்பினர்கள் ஏற்றுக்கொள்வார்கள். அதுதான் சம்பிரதாயம். சட்டமானாலும் சம்பிரதாயமானாலும் அவற்றைத் தனக்கு ஏற்றபடி வளைக்கத் தயங்காதவர் அதிபர் டிரம்ப். அவரது கடைசி முயற்சியைத்தான் உலகம் புதன்கிழமை பார்த்தது.

டிரம்ப்பின் ஆதரவாளர்கள் கேபிடால் கட்டிடத்தின் வேலிகளைத் தாண்டினார்கள். சுவரேறிக் குதித்தார்கள். மேசை நாற்காலிகளைத் தகர்த்தார்கள். சன்னல்களை உடைத்தார்கள்.

பேரவைக்குள் புகுந்தார்கள். அவைத் தலைவரின் இருக்கைகளில் அமர்ந்தார்கள். தங்கள் வாழ்வின் மறக்க முடியாத இந்த நாளைத் தங்கள் அலைபேசிகளில் பதிவு செய்துகொண்டார்கள். தோட்டாகள் வெடித்தன. கண்ணீர்ப் புகை பரவியது. இவையனைத்தும் எல்லாம் சமூக ஊடகங்களிலும் தொலைக்காட்சிகளிலும் நேரலையாகப் பார்க்கக் கிடைத்தன.

உலகெங்குமுள்ள ஊடகங்கள் ஆர்ப்பாட்டக்காரர்களின் படங்களால் நிறைந்தது. பல படங்களின் கீழ் பல மொழிகளில் "எதிர்பாராதது" என்று தலைப்பிடப்பட்டிருந்தது. இப்படியொரு நிகழ்வை அந்நிய ஊடகங்கள் எதிர்பாராமல் இருந்திருக்கலாம். அமெரிக்க ஊடகங்களால் அப்படிச் சொல்லிக்கொள்ள முடியாது. இந்த நாடகத்துக்கான ஒத்திகை நவம்பர் 3ஆம் தேதி இரவே தொடங்கிவிட்டது. அன்று முதல் இந்த நாடகத்தில் டிரம்ப்புடன் பலரும் பங்கேற்றனர்.

நவம்பர் 3ஆம் தேதி இரவு மிகக் குறைவான வாக்குகள் எண்ணப்பட்டிருந்தபோதே, தான் வெற்றி பெற்றுவிட்டதாக அறிவித்தார் டிரம்ப். அந்த வெற்றியுரைக்குப் பின்பாட்டுப் பாடியவர் துணை அதிபர் மைக் பென்ஸ்.

வாக்குகள் தொடர்ந்து எண்ணப்பட்டன. பைடன் முன்னேறினார். ஆனால் டிரம்ப் 'நமது வாக்குகளை அவர்கள் களவாடுகிறார்கள்' என்று தொடர்ந்து சொல்லிக்கொண்டிருந்தார். அவரது ஆதராவாளர்களில் பலர் மந்திரித்துவிட்டவர்களைப் போல் அதைத் திரும்பச் சொல்லிக்கொண்டிருந்தனர். ஊர்வலம் போனார்கள். கைகலப்பில் ஈடுபட்டார்கள்.

கொரோனாவின் காரணமாக வாக்குகளை அஞ்சலில் வழங்கச் சொல்லி ஊக்குவித்தது பைடனின் ஜனநாயகக் கட்சி. கணிசமான வாக்காளர்கள் அஞ்சலில் வாக்களித்தனர். அவற்றை அங்கீகரிக்கக் கூடாது என்று பேசினார் டிரம்ப்; ஆர்ப்பாட்டம் செய்தனர் ஆதரவாளர்கள். அவரது குடியரசுக் கட்சியினர் டிரம்ப்பின் பேச்சும் செயலும் சட்ட விரோதமானது என்று சொல்லவில்லை.

டிரம்ப்பும் அவரது ஆதரவாளர்களும் பல்வேறு மாநிலங்களின் உயர் நீதிமன்றங்களில் வழக்குத் தொடுத்தனர். கடைசியாக டிரம்ப் உச்ச நீதிமன்றத்தை நாடினார். நீதிமன்றங்கள் டிரம்ப்பைக் காப்பாற்றவில்லை. அப்போதும் டிரம்பைக் கண்டிக்கிற துணிச்சல் குடியரசுக் கட்சியினருக்கு வரவில்லை.

அமெரிக்காவில் தேர்தலை நடத்துவது ஊராட்சிகளும் மாநில அரசுகளும்தான். மாநில ஆளுநர்கள்தான் ஒவ்வொரு

மாநிலத்தின் முடிவுகளையும் சான்றளித்து வெளியிடுபவர்கள். பல மாநிலங்களில் பைடன் குறைந்த வாக்கு வித்தியாசத்தில்தான் வெற்றி பெற்றிருந்தார். அவற்றுள் ஒன்று ஜார்ஜியா. பைடன் அதிகம் பெற்றிருந்தது 11,779 வாக்குகள்தான். ஆகவே ஜார்ஜியா ஆளுநரை தொலைபேசியில் அழைத்தார் டிரம்ப். அவர் குடியரசுக் கட்சிக்காரர். பைடனுக்கு வழங்கப்பட்டிருக்கும் வாக்குகளில் 11,780 வாக்குகளைக் 'கண்டுபிடித்து' அவற்றைச் செல்லாமல் ஆக்கிவிட வேண்டுமென்று சொன்னார். ஆளுநருடனான அவரது ஒரு மணிநேர உரையாடலின் ஒலிப்பதிவைக் கைப்பற்றி வெளியிட்டது வாஷிங்டன் போஸ்ட். அதில் டிரம்ப் ஆளுநரைப் பாராட்டுகிறார், கெஞ்சுகிறார், அச்சுறுத்துகிறார். ஆனால் ஆளுநர் அசர மறுக்கிறார். உண்மையின் பக்கம்தான் நிற்பேன் என்று சொல்லிவிடுகிறார். ஒலிப்பதிவை ஆளுநரும் மறுக்கவில்லை. அதிபரும் மறுக்கவில்லை. சிறு வித்தியாசத்தில் பைடன் வென்ற மாநிலங்கள் பலவற்றிலும் டிரம்ப் இந்த முறைகேடான வழியை முயற்சித்திருக்கக்கூடும். ஆனால் இப்போதும் அவரது குடியரசுக் கட்சியினர் பொங்கி எழவில்லை. தோல்வியை ஒப்புக்கொள்ளுமாறு டிரம்ப்பை வற்புறுத்தவுமில்லை.

டிசம்பர் 16 அன்று தேர்வர் குழு கூடுவதற்கு முன் சில மாநிலங்களின் முடிவுகளையேனும் மாற்றவோ நிறுத்திவைக்கவோ வேண்டும் என்பதுதான் டிரம்ப்பின் முயற்சியாக இருந்தது. அப்படி நடந்தால் தேர்வர் குழுவில் பைடனுக்குப் பெரும்பான்மை கிடைக்காமல் போகும் என்பது டிரம்ப்பின் கணக்கு. அது அப்படி நடக்கவில்லை. தேர்வர் குழு முடிவும் பைடனுக்குச் சாதகமாகவே அமைந்தது. டிரம்ப்பிற்கு யாரும் எந்த அழுத்தத்தையும் தரவில்லை.

இப்போது டிரம்ப் கடைசி இலக்கைக் குறிவைத்தார். ஜனவரி 6 பேரவை கூட்டம். முன்னதாக டிசம்பர் 19 அன்று அவர் ட்விட்டரில் வெளியிட்ட செய்தி தெளிவாக இருந்தது: "ஜனவரி 6 அன்று வாஷிங்டனில் பெரும் போராட்டம். அங்கே வந்துவிடு! யுத்தம் கடுமையாக இருக்கும்!"

கடந்த இரண்டு மாதங்களுக்கும் மேலாகத் தனது கருத்துகளைத் ட்விட்டரில் ஏற்றித்தான் அனுப்புகிறார் டிரம்ப். அவ்வப்போது 'சர்ச்சைக்குரியது' என்று முத்திரையிடுவதுடன் தன் பணி முடிந்துவிட்டதாகக் கருதியது ட்விட்டர் நிர்வாகம். இவ்வாறாக அவரது வெறுப்புரையும் பொய்யுரையும் அவரது இலட்சக்கணக்கான ஆதராவளர்களை உடனுக்குடன் சென்றடைய உதவியது ட்விட்டர்.

ஜனவரி 6 நாடகத்தின் உச்சகட்டக் காட்சி தொடங்கியது. வெள்ளை மாளிகைக்கு அருகே இருக்கும் பூங்காவின் பெயர்

எலிப்ஸ். அங்கு ஆயிரக்கணக்கான டிரம்ப் ஆதரவாளர்கள் திரண்டனர். நண்பகலில் பேசினார் டிரம்ப். "நீங்கள் கேபிடாலுக்குச் செல்லுங்கள். நாம் ஒரு போதும் இதைத் தோல்வியென்று ஒப்புக்கொள்ள மாட்டோம். ஏன் ஒப்புக்கொள்ள வேண்டும்? நமது வாக்குகள் களவாடப்பட்டுவிட்டன. அதைக் கேள்வி கேட்போம்". ஒரு மணிநேரம் பேசினார் டிரம்ப். முடிவில் ஊர்வலம் புறப்பட்டது. கேபிடால் கட்டிடத்தை அடைந்தது. பலர் கவச உடை அணிந்திருந்தனர். அவர்களது கைகளில் உருட்டுக் கட்டைகளும் கொடிக் கம்புகளும் இருந்தன. டிரம்ப்பின் பெயர் பொறித்த சட்டைகளும் தொப்பிகளும் அணிந்திருந்தனர். இதற்காக அவர்கள் பல நாட்களாகத் தயாராகிவந்தனர். தங்களது எல்லா முன்னேற்பாடுகளையும் சமூக ஊடகங்களில் பகிர்ந்துகொண்டனர். ஆனால் அவை எதுவும் கேபிடால் காவலர்களுக்குத் தெரியவில்லை! காவலர்களைவிட அதிகமான எண்ணிக்கையில் இருந்தனர் கலகக்காரர்கள். அவர்கள் காவலர்களைக் கடந்தனர். வேலியை முறித்து, சுவர்களில் ஏறி, வாயில்களை உடைத்து அந்த அதிகார மையத்திற்குள் நுழைந்தனர். அங்கே அவர்களுக்கு ஒரு வேலை இருந்தது. காங்கிரசின் தீர்மானம் நிறைவேறாமல் தடுக்கப்படவேண்டும்.

பேரவை உறுப்பினர்களைப் பாதுகாப்பான அறைகளுக்கு அழைத்துச் சென்றனர் காவலர்கள். மாலை 3 மணிக்கு டிரம்ப் ட்விட்டர் வழியாகக் கலகக்காரர்களை அமைதியாக இருக்குமாறு வேண்டினார். அப்போதும் கட்டிடத்தைவிட்டு வெளியேறுங்கள் என்று சொல்லவில்லை.

மாலை 4 மணியளவில் பாதுகாப்புப் படையினர் குவிக்கப்பட்டனர். அதற்கு 15 நிமிடங்களுக்குப் பிறகு டிரம்ப் ஒரு நிமிட வீடியோ ஒன்றை வெளியிட்டார். "உங்கள் வலியை நான் அறிவேன். நீங்கள் காயம்பட்டிருக்கிறீர்கள். நம்மிடமிருந்து ஒரு தேர்தல் களவாடப்பட்டிருக்கிறது. பரவாயில்லை. நீங்கள் வீடுகளுக்குச் செல்லுங்கள். நான் உங்களை நேசிக்கிறேன். நீங்கள் எனக்கு மிகவும் வேண்டப்பட்டவர்கள்."

இரவு 8 மணிக்கு மேல் பேரவை மீண்டும் கூடியது. சிலர் அப்போதும் பைடனின் வெற்றியை ஆட்சேபித்தனர். அவை வாக்குக்கு விடப்பட்டு முறையாகத் தோற்கடிக்கப்பட்டன. அதிகாலை மூன்று மணிக்குபைடன் அதிபராக அறிவிக்கப்பட்டார். அறிவித்தவர் நான்காண்டு காலமாக டிரம்ப்பின் அதிதீவிர விசுவாசியாக இருந்த துணை அதிபர் மைக் பென்ஸ். இப்போது வன்முறையைக் கண்டிக்கும் குடியரசுக் கட்சியினர் பலரும், கடந்த இரண்டு மாதங்களாக தேர்தல் முடிவு புரட்டலானது

222

மு. இராமனாதன்

என்று டிரம்ப் பேசிவந்தபோது அதை ஆதரித்தவர்கள், அல்லது கள்ள மௌனம் சாதித்தவர்கள். லிண்ட்சே கிரகாம் அவர்களுள் ஒருவர். கரோலினா மாநில செனட்டர். ஜார்ஜியா ஆளுநரை பைடன் பெற்ற வாக்குகளில் ஒரு பகுதி செல்லாதவை என்று கூறச் சொல்லி நிர்ப்பந்தித்தவர். ஆனால் புதன்கிழமை இரவு மனம் மாறிவிட்டார். அவையில் வன்முறையைக் கண்டித்தார்.

ஜனவரி 20 அன்று பைடன் அதிபராக பதவியேற்பார். அதற்கு முன்பான எல்லாச் சடங்குகளும் நிறைவேறிவிட்டன. அந்தச் சடங்குகளை நிறைவேற்ற விடாமல் டிரம்ப் மேற்கொண்ட முயற்சிகள் தோல்வி அடைந்திருக்கலாம். ஆனால் அந்த முயற்சிகள் பலரது ஆசீர்வாதத்துடனும் பங்கேற்புடனும்தான் நடத்தப்பட்டன.

அமெரிக்காவிற்கு வெளியேயிருந்தும் உள்ளேயிருந்தும் கண்டனங்கள் குவிகின்றன. முன்னாள் அதிபர் ஜிம்மி கார்டர், "இது அவமானம். இந்த அமெரிக்கா அல்ல நாம்" என்று சொல்லியிருக்கிறார். உண்மைதான். கோடிக்கணக்கான அமெரிக்கர்கள் இந்த வன்முறையைக் கண்டிக்கிறார்கள். ஆனால் இப்படியான ஓர் அமெரிக்காவை வளர்த்தெடுத்தவர்களும் இந்த அமெரிக்காவில்தான் இருக்கிறார்கள். அதற்குத் தலைமை தாங்கியவர் இன்னும் இரண்டு வாரங்கள் அந்தப் பதவியில் நீடிப்பார்.

மின்னம்பலம்.காம், 9.1.21

33

டிரம்ப் ஏற்படுத்திய சேதாரம்

அமெரிக்காவின் நாடாளுமன்றம் இருப்பது கேபிடால் கட்டிடம். அவர்கள் அதை நோக்கித்தான் வந்தார்கள். குதிரைகளில் வந்தார்கள். ஆயுதமேந்தி வந்தார்கள். அவர்கள் பிரிட்டிஷ்காரர்கள், எதிரிகள். அவர்கள் கட்டிடத்திற்குத் தீ வைத்தார்கள். அது நடந்தது 1814இல்.

இது 2021, நாள்: ஜனவரி 6. இவர்களும் கேபிடால் கட்டிடத்தை நோக்கித்தான் வந்தார்கள். ஊர்வலமாக வந்தார்கள். கைகளில் உருட்டுக் கட்டைகளும் கொடிக் கம்புகளும் வைத்திருந்தார்கள். இவர்கள் சொந்த நாட்டினர், அமெரிக்கர்கள். கட்டிடத்திற்கு உள்ளே இருந்தவர்களும் அமெரிக்கர்கள்தான், நாடாளுமன்ற உறுப்பினர்கள்; ஜோ பைடனை புதிய அதிபராக அங்கீகரிப்பதற்காகக் கூடியிருந்தார்கள். அஃதோர் சடங்கு. வெளியே குவிந்தவர்கள் அந்தச் சடங்கைத் தடுப்பதற்காக வந்தவர்கள்.

வெள்ளை மாளிகை, கேபிடால் கட்டிடத்திற்கு அருகாமையில்தான் இருக்கிறது. 1812இல் பிரிட்டிஷ் படையெடுப்பின்போது அப்போதைய அதிபர் ஜேம்ஸ் மேடிசன் பாதுகாப்பான இடம் நாடிப் போய்விட்டார். 2021இல் இப்போதைய அதிபர் டொனால்ட் டிரம்ப் சம்பவம் நடந்தபோது வெள்ளை மாளிகையில்தான் இருந்தார். எல்லாவற்றையும் தொலைக்காட்சியில் நேரலையாகப் பார்த்துக்கொண்டிருந்தார். அவர்தான் இவர்களுக்குத் திலகமிட்டு, 'நமது வாக்குகளை அவர்கள் திருடிவிட்டார்கள்;

மு. இராமனாதன்

கேபிடாலுக்குச் செல்லுங்கள்; கேள்வி கேளுங்கள்' என்று சொல்லி அனுப்பிவைத்தவர்.

வந்தவர்கள் கேபிடால் கட்டிடத்தையும் ஜனநாயக விழுமியங்களையும் ஒருசேரத் தாக்கினார்கள். கலகக்காரர்களின் சட்டைகளில் டிரம்ப்பின் படம் இருந்தது. 'உள்நாட்டு யுத்தம் ஜனவரி 6' என்ற வாசகம் எழுதியிருந்தது. சிலரது கைகளில் கூட்டமைப்புக் *(Confederate)* கொடிகள் இருந்தன. அதை அவர்கள் உயர்த்திப் பிடித்தார்கள். அந்தக் கொடி வெள்ளையின மேலாதிக்கத்தின் குறியீடு. கடந்த நான்காண்டுகளில் நேரடியாகவும் மறைமுகமாகவும் வெளிப்பட்ட இந்த ஆதிக்க மனோபாவம், இப்போது துலக்கமாகத் தெரிந்தது. இதற்கான பூர்வாங்க வேலைகளைத் தான் அதிபராவதற்கு முன்பே தொடங்கிவிட்டார் டிரம்ப்.

டிரம்ப்பின் சூழ்ச்சி

டிரம்ப்புக்கு முன்பு அதிபராக இருந்தவர் ஒபாமா. அவரது சமீபத்திய நூல் *A Promised Land.* அதில் ஒபாமா தனது பதவிக்கால அனுபவங்களைச் சொல்கிறார். 2011இல் ஒரு தொலைக்காட்சி நட்சத்திரமாக விளங்கிய டிரம்ப், அதிபர் பதவிக்குப் போட்டியிட விரும்பினார். அப்போது அவர் ஒரு திரியைக் கொளுத்திப்போட்டார். அது: 'ஒபாமா அமெரிக்காவில் பிறக்கவில்லை'. ஒபாமா பிறப்புச் சான்றிதழ், கல்விச் சான்றிதழ் என ஒவ்வொன்றாகப் பொதுவெளியில் வைத்தார். உண்மைகள் யாருக்கு வேண்டும்? கதைக்கு அப்போது கால் முளைத்துவிட்டது. ஒபாமா கென்யாவில் பிறந்தவர், முஸ்லிம், ரகசிய உளவாளி, தேச விரோதி என்று கதை நீண்டது. ஜே கார்னி ஒபாமாவின் ஊடகச் செயலர். ஒரு கட்டத்தில், செய்தியாளர் சந்திப்புகளில், கார்னியின் சரிபாதி நேரம் இந்தப் பிறப்புச் சான்று விவகாரம் குறித்த கேள்விகளுக்குப் பதில் சொல்வதிலேயே கழிந்தது என்று தனது நூலில் எழுதுகிறார் ஒபாமா.

டிரம்ப்பின் மதவாதம்

2016 தேர்தல் பரப்புரையின்போதே முஸ்லிம்களை அமெரிக்காவிற்குள் அனுமதிக்க மாட்டேன் என்று பேசினார் டிரம்ப். அப்போதையத் தேர்தல் விவாதமொன்றில் அவரிடம் கேட்கப்பட்ட கேள்வி: 'இந்த உலகத்தில் 160 கோடி முஸ்லிம்கள் வாழ்கிறார்கள். அவர்கள் அனைவருமா அமெரிக்காவை

வெறுக்கிறார்கள்?'. டிரம்ப்பின் பதில், 'அவர்களில் மிகப் பெரும்பான்மையோர்' என்பதாக இருந்தது.

டிரம்ப்பின் இனவாதம்

டிரம்ப்பின் பதவிக் காலத்தில் இனவேற்றுமைக்கு ஆட்சியாளர்களின் ஆசீர்வாதம் இருந்தது. சில எடுத்துக்காட்டுகளைப் பார்க்கலாம். 2017இல் வெர்ஜினா மாநிலத்தின் சார்லொடிஸ்விலி நகரத்தில் ராபர்ட் லீ என்பவரின் சிலை இருந்தது. அவர் அமெரிக்காவில் நிலவிய அடிமைக் கலாச்சாரத்தின் பிரதிநிதியாக விளங்கியவர். அந்தச் சிலையை அகற்ற வேண்டுமென்கிற கோரிக்கை நெடுநாளாக இருந்தது. மாநில அரசு இசைந்தது. அப்போது வெள்ளையின மேலாதிக்கத்தை ஆதரிக்கும் அமைப்பினர் நகருக்குள் வந்தனர். சிலையை அகற்றக் கூடாது என்றனர். அவர்களுக்கு எதிராகவும் ஓர் அணி திரண்டது. சூழலில் வெப்பம் அதிகரித்தது. காவலர்கள் அனைவரையும் கலைந்து செல்லப் பணித்தனர். அப்போது பட்டப்பகலில், பலரும் பார்த்துக்கொண்டிருக்க அந்தச் சம்பவம் நடந்தது. வீடு திரும்பிக்கொண்டிருந்த ஓர் இளம் பெண்ணை ஒரு வெள்ளை மேலாதிக்க ஆதரவாளர் காரை ஏற்றிக் கொன்றார். அடுத்த நாள் டிரம்ப், 'இரண்டு பக்கமும் தவறு இருக்கிறது' என்றார். வெள்ளையின ஆதிக்கத்தை ஆதரிப்பவர்களையும் எதிர்ப்பவர்களையும் டிரம்ப்பால் ஒரே தளத்தில் நிறுத்திவிட முடிந்தது.

2020இல் ஜார்ஜ் பிளாய்ட் என்ற கறுப்பினத்தவரின் குரல்வளையை ஒரு வெள்ளைக் காவலர் தன் முழங்காலால் நெரித்தே கொன்றார். உலகம் விக்கித்தது. நாடெங்கும் கண்டன ஊர்வலங்கள் நடந்தன. இந்த எதிர்ப்பாளர்கள் வெறுப்பை வளர்க்கிறார்கள் என்று குற்றம் சாட்டினார் டிரம்ப்.

கமலா ஹாரிஸ் துணை அதிபராகப் போட்டியிடுவார் என்று பைடன் அறிவித்ததும், ஒபாமா மீது சுமத்திய பழியை கமலா மீதும் சுமத்தினார் டிரம்ப். அதாவது, 'கமலா அமெரிக்கர் இல்லை; அவர் அமெரிக்காவில் பிறக்கவில்லை. அவரது பெற்றோர் அமெரிக்கர்கள் இல்லை'.

நடந்து முடிந்த தேர்தலுக்கு முன்பான விவாதமொன்றில், 'வெள்ளையின மேலாதிக்கவாதிகளுக்கு என்ன சொல்ல விரும்புகிறீர்கள்?' என்று கேட்டார் ஒருங்கிணைப்பாளர். டிரம்ப் சொன்னார்: 'பின்னால் நின்றுகொள்ளுங்கள். தயாராக இருங்கள்'. இப்படியாக டிரம்ப்பின் தலைமை இனவேற்றுமைக்கும் வெள்ளையின மேலாதிக்கத்திற்கும் துணை நின்றது.

நவம்பர் 3ஆம் நாள் நடந்த தேர்தலின் முடிவு டிரம்ப்பிற்கு எதிராக அமைந்தது. ஆனால் தொடர்ச்சியாக இந்தத் தேர்தல் மோசடியானது என்று பேசிவந்தார் டிரம்ப். அதைக் கணிசமானோர் நம்பவும் செய்தனர். மாவட்ட நீதிமன்றத்திலிருந்து உச்ச நீதிமன்றம் வரை அவர் சார்பாகத் தொடுக்கப்பட்ட ஐம்பதுக்கும் மேற்பட்ட வழக்குகள் எதுவும் நிற்கவில்லை.

அமெரிக்கா பல இனங்களின் கூட்டமைப்பு. ஒரு காலத்தில் கறுப்பு இனத்தவர் அடிமைகளாக இருந்தனர். பின்னர் இரண்டாந்தரக் குடிமக்களாயினர். அப்போது அவர்களது குடியிருப்புகள் தனி, பள்ளிகள் தனி, ரயில்கள் தனி. 1965இல்தான் எல்லாக் கறுப்பினத்தவர்க்கும் வாக்குரிமை கிடைத்தது. அதற்கு 44 ஆண்டுகளுக்குப் பிறகு ஒரு கறுப்பினத்தவரால் அதிபராகவும் முடிந்தது. அதே அமெரிக்காவை இன்று பின்னோக்கி இழுக்கிறார் டிரம்ப். இந்தத் தேர்தலில் 47% பேர் அவருக்கு வாக்களித்திருக்கிறார்கள். அவரது ஆதரவாளர்களில் பலருக்கும் வெள்ளையர்கள் மேலானவர்கள் என்கிற மனோபாவம் இருக்கிறது. தங்கள் வெள்ளையினப் பெருமையை உரத்துச் சொல்லி வந்த தலைவர் ஆட்சிக் கட்டிலில் இருந்து இறங்க நேர்வது அவர்களுக்குச் சம்மதாக இல்லை. அதனால்தான் அவரது அழைப்பை ஏற்று ஆயிரக்கணக்கானோர் ஜனவரி 6ஆம் தேதி வாஷிங்டன் வந்தனர். கேபிடாலைத் தாக்கினர்.

இதில் தாக்குண்டது அந்தக் கட்டிடம் மட்டுமில்லை. அமெரிக்காவின் ஜனநாயகமும் பன்மைத்துவமும்தான். வன்முறையாளர்கள் வெளியேறியதும் அன்று இரவே நாடாளுமன்றம் மீண்டும் கூடியது; பைடனை அதிபராக அங்கீகரித்தது. ஜனவரி 20 அன்று பைடன் அதிபராவார். இதன் மூலம் அமெரிக்க ஜனநாயகம் தூக்கி நிறுத்தப்பட்டிருக்கிறது. எனில், பன்மைத்துவத்தின் மீதான காயங்கள் ஆழமானவை. இனங்களுக்கு இடையில் இணக்கத்தைப் பேணுவதன் மூலமே அந்தக் காயங்களுக்கு மருந்திட முடியும். பைடனின் முன்பும் கமலாவின் முன்பும் அந்தப் பெரும் பொறுப்பு இருக்கிறது.

இந்து தமிழ் திசை, 12.1.21

34

"பைடன், உங்கள் கால அவகாசம் இப்போது துவங்குகிறது!"

2021, ஜனவரி 20 அன்று காலை 10 மணிக்கு ஒரு கையை வேதகாமத்தின் மீதும் மறு கையை நெஞ்சருகே உயர்த்திப் பிடித்தபடியும் பைடன் உறுதிமொழி எடுத்துக்கொண்டார். வரலாறு, பைடனின் காலம் தொடங்கியதாகக் குறித்துக்கொண்டது. அதற்கு இரண்டு மணிநேரம் முன்னதாக ஓர் ஒற்றை வரிச் செய்தியை அவர் ட்விட்டரில் ஏற்றி அனுப்பினார். "இன்று அமெரிக்காவில் ஒரு புதிய நாள்". ஒவ்வொரு நாளும் புதிதாய்த்தானே பிறக்கிறது? 20 ஜனவரி, 2021 என்கிற இந்த நாளும் நாட்காட்டியில் ஒரு முறைதானே வரும்? ஆனால் இந்த நாள் மற்ற நாட்களைவிட முக்கியமானதாக இருந்தது. உலகெங்கும் எதிர்ப்பார்ப்புகளை விதைத்திருந்தது. அமெரிக்காவைச் சூழ்ந்திருக்கும் பொருந்தொற்று, இனவெறுப்பு, வறுமை, வன்முறை, சூழியற்கேடு முதலானவற்றிலிருந்து உய்யும் வழியைப் பலரும் எதிர் நோக்கியிருந்தனர். அதை பைடன் அறிவார். ஆகவே அன்றைய தினமே 17 ஆணைகளைப் பிறப்பித்தார்.

அந்த ஆணைகளில் முதலாவதாகக் கொரோனா இருந்தது. கொரோனாவால் அமெரிக்கா நான்கு இலட்சம் உயிர்களை இழந்திருந்தது. உலக அளவில் உயிரிழந்தவர்களில் ஐந்தில் ஒருவர் அமெரிக்கர். பைடன் கொரோனாக் கட்டுப்பாட்டைத் தன் நேரடிப் பார்வையில் கொண்டு வந்தார். அடுத்த 100

நாட்களுக்கு முகக்கவசத்தையும் தனிமனித இடைவெளியையும் கடைப்பிடிக்குமாறு மக்கள் அனைவருக்கும் வேண்டுகோள் விடுத்தார். முதல் 100 நாட்களுக்குள் 10 கோடி அமெரிக்கர்களுக்குத் தடுப்பூசி போடும் கடினமான இலக்கைத் தமது அரசுக்குத் தானே விதித்துக்கொண்டார். அமெரிக்காவிற்கு வரும் பயணிகள் தனிமைப்படுத்திக்கொள்வதைக் கட்டாயம் ஆக்கியிருக்கிறார்.

டிரம்ப் கொரோனாவை எதிர்கொள்வதைவிடவும் சீனாவைப் பழிப்பதில்தான் ஆர்வமாக இருந்தார். தனது கடைசி உரையில்கூட அவர் இந்தக் கொள்ளை நோயைச் 'சீன வைரஸ்' என்று அழைப்பதை நிறுத்திக்கொள்ளவில்லை. தனது பதவிக் காலத்தில் அவர் சீனாவோடு உலக சுகாதார அமைப்பையும் சாடினார். அமைப்பினின்றும் விலகினார். பைடன் அமெரிக்காவை மீண்டும் அமைப்பில் இணைத்தார்.

H1B விசா பெறுவதற்கு டிரம்ப் விதித்திருந்த பல்வேறு கட்டுப்பாடுகளைக் களைந்தார் பைடன். அறிவியல், தொழில்நுட்பம், கணிதம் முதலான துறைகளை அமெரிக்காவில் கற்றுத் தேர்ந்தவர்களுக்குப் பச்சை அட்டை பெறுவதில் டிரம்ப் புகுத்தியிருந்த தடைகளை நீக்கினார். இவையெல்லாம் இந்திய இளைஞர்கள் அமெரிக்கக் குடியுரிமை பெறுவதில் உண்டாக்கப்பட்ட சிக்கல்களைப் பெரிதும் குறைக்கும். மேலும் ஏழு முஸ்லிம் நாட்டுப் பயணிகள் அமெரிக்கா வருவதற்கு டிரம்ப் தடை விதித்திருந்தார்; பைடன் அதை விலக்கினார். மக்கள்தொகைக் கணக்கெடுப்பில் குடியுரிமை இல்லாதவர்களை உட்படுத்தும் ஆணையொன்றையும் பிறப்பித்தார். இது அவர்களுக்கு வாக்குரிமையையும் பெற்றுத் தரக்கூடும். மெக்சிக்கோ எல்லையில் டிரம்ப் எழுப்பிவந்த தடுப்புச் சுவரின் கட்டுமானத்தை நிறுத்திவைத்தார் பைடன்.

2015ஆம் ஆண்டில் பருவநிலை மாற்றம் தொடர்பான பாரிஸ் பன்னாட்டு ஒப்பந்தத்தில் சுமார் 200 நாடுகள் இணைந்தன. பசுங்குடில் வாயுக்களின் உமிழ்வைக் கட்டுப்படுத்த இலக்குகளை நிர்ணயித்துக்கொண்டன. இது வாய்ச்சொல் வீரமில்லை. இந்த இலக்குகள் உறுப்பு நாடுகளைச் சட்டப்படிக் கட்டுப்படுத்தும். 2017இல் டிரம்ப் இந்த ஒப்பந்தத்திலிருந்து விலகினார். அமெரிக்கா வழங்கிவந்த நிதியையும் நிறுத்தினார். இப்போது பைடன் மீண்டும் இணைந்திருக்கிறார்.

பைடனின் அடுத்த ஆணை ஒருபால் ஈர்ப்பினர், திருநங்கை, திருநம்பி முதலானோர் மீதான பாரபட்சமான விதிகளை விலக்கிக்கொள்ள வகை செய்தது.

சர்வதேச ஊடகங்கள் இந்தப் புதிய ஆணைகளில் பலவற்றைக் கவனப்படுத்தவே செய்தன. ஆனால் அதிகம் கண்டுகொள்ளப்படாதஓர் ஆணையும் இந்தப்பட்டியலில் இருந்தது. அது டிரம்ப்பால் நியமிக்கப்பட்ட 1776 ஆணையத்தைப் (கமிஷன்) பற்றியது. 15ஆம் நூற்றாண்டில் ஐரோப்பிய வெள்ளையர்கள் அமெரிக்காவை ஆக்கிரமித்தனர். ஆப்பிரிக்காவிலிருந்து கறுப்பர்களை அழைத்துவந்து அடிமைகள் ஆக்கிக்கொண்டனர். அடிமைகள் விலைக்கு வாங்கப்பட்டனர். அடிமை வணிகம் 1865 வரை நீடித்தது. அதற்குப் பிறகும் கறுப்பர்கள் இரண்டாந்தரக் குடிமக்களாகவே இருந்தனர். 1965இல்தான் அவர்களுக்கு வாக்குரிமையே கிடைத்தது. ஆனால் இப்படியான அடிமை வரலாறு அமெரிக்காவுக்கு வேண்டாம் என்றார் டிரம்ப். அது மாணவர்களிடையே தேசப்பற்றை வளர்க்காது என்றார். அதற்காக அவர் நியமித்ததுதான் 1776 ஆணையம். 1776ஆம் ஆண்டு பல மாநிலங்கள் ஒன்றிணைந்து பிரிட்டிஷாரிடமிருந்து விடுதலை பெற்றதாக அறிவித்தன. அமெரிக்க வரலாற்றை அங்கிருந்துதான் தொடங்க வேண்டுமென்றார் டிரம்ப்.

அவர் பதவி விலகுவதற்கு இரண்டு நாட்கள் முன்னதாகக் ஆணையம் தனது பூர்வாங்க அறிக்கையைச் சமர்ப்பித்தது. அமெரிக்காவின் அடிமை வரலாற்றையும், அது வேர் கொண்டிருக்கும் இன வேற்றுமையையும் அறிக்கை மறுதலித்தது. இந்த அறிக்கையை எழுதியவர்களில் யாரும் வரலாற்றாளர்கள் இல்லை, அனைவரும் பழமை விரும்பிகள் என்று எழுதியது நியூயார்க் டைம்ஸ். மேற்கோள்களோ ஆதாரங்களோ அடிக்குறிப்புகளோ இல்லாத இந்த அறிக்கையைப் பல வரலாற்று ஆசிரியர்களும் விமர்சித்தார்கள். பைடன் இந்த ஆணையத்தைக் கலைத்தார். அதன் அறிக்கையை அரசின் இணையதளத்திலிருந்து அகற்றினார்.

பைடனின் முதல் நாள் ஆணைகள் அனைத்தும் பின்னோக்கிச் செல்லும் அமெரிக்காவை முன்னகர்த்த முனைபவை. பலவும் நிர்வாக ரீதியானவை. எனில், 1776 ஆணையத்தைக் கலைக்கும் ஆணை வெள்ளையின மேலாதிக்கத்திற்கு எதிரானது. இனவேற்றுமை ஊதிப் பெருக்கப்பட்டுப் பிளவுண்டு கிடக்கும் தேசத்தை ஒன்றிணைக்கும் பணியில் பைடனின் முதல் அடிவைப்பாக இதை எடுத்துக்கொள்ளலாம்.

இந்தப் பயணம் அவருக்கு எளிதாக இருக்கப்போவதில்லை. கடந்த நான்காண்டுகளில் வெள்ளையின மேலதிக்கம் அரசு இயந்திரத்தின் ஆசீர்வாதத்தோடு மேலெழும்பி நின்றதை உலகம் நம்ப முடியாமல்தான் பார்த்தது. டிரம்ப் இந்தத் தேர்தலில்

தோல்வியுற்றிருக்கலாம். ஆனால் 47% அமெரிக்கர்கள், மிகுதியும் வெள்ளையர்கள், டிரம்ப்புக்குத்தான் வாக்களித்தார்கள். இந்த இடத்திலிருந்து அமெரிக்காவை ஒரு பன்மைத்துவம் மிக்க சமூகமாக வளர்த்தெடுப்பது எளிய வேலை இல்லை.

இந்த இனவாதத்தால் அமெரிக்காவின் வேலையின்மையும் வறுமையும் ஊடகங்களில் போதிய கவனத்தைப் பெறுவதில்லை என்கிறார்கள் நோக்கர்கள். கடந்த ஆண்டு சுமார் 2.68 கோடி அமெரிக்கர்கள் வேலை இழந்திருப்பதாகப் புள்ளிவிவரங்கள் தெரிவிக்கின்றன. கொரோனா கட்டுக்குள் கொண்டு வரப்பட்டால் இந்த எண்ணிக்கை குறையும் என்று எதிர்பார்க்கிறார்கள். மேலும், பைடன் 1.9 டிரில்லியன் டாலர் (ரூ.139 லட்சம் கோடி) மதிப்பில் பல்வேறு நலத்திட்டங்களை முன் மொழிந்திருக்கிறார். அவற்றுள் ஒன்று, குடிமக்களுக்கு 1400 டாலர் (ரூ.1 லட்சம்) வரை உதவிப்பணம் வழங்குவது. இதைப் பொருளாதார வல்லுநர்கள் வரவேற்றிருக்கிறார்கள்.

வெகுமக்களை அமெரிக்கப் பொருளாதாரம் சீரழித்துக் கொண்டிருக்கும்போது, அது நாட்டின் செல்வந்தர்களின் மீது கருணையோடுதான் இருக்கிறது. மார்ச் 2020இல் 3 ட்ரில்லியன் டாலராக இருந்த 651 அமெரிக்காவின் அதிசெல்வந்தக் குடும்பங்களின் சொத்து மதிப்பு, டிசம்பர் 2020இல் 4 ட்ரில்லியனாக உயர்ந்திருக்கிறது. இந்தச் சமனற்ற சாலையைச் செப்பனிடுகிற பணி கடினமானதாகத்தான் இருக்கும். பைடனுக்கு இன்னும் நான்காண்டுகள் அவகாசம் இருக்கிறது.

அமெரிக்காவும் உலகமும் எதிர்பார்ப்போடு காத்திருக்கிறது.

***இந்து தமிழ் திசை*, 27.1.21**